ਜ਼ਿੰਦਗੀ ਦੇ ਮੇਲੇ

ਲੇਖਕ ਦੀਆਂ ਹੋਰ ਪੁਸਤਕਾਂ :

ਨਾਵਲ

1.	ਅੱਖਾਂ ਦੇਖ ਨਾ ਰਜੀਆਂ	(2012)
2.	ਰੰਗ ਤਮਾਸ਼ੇ	(2011)
3.	ਕਿਸ ਨੂੰ ਮੰਦਾ ਆਖੀਐ	(2010)
4.	ਮੋਤੀਆਂ ਵਾਲੀ ਸਰਕਾਰ	(2009)
5.	ਸੰਧੂਰੀ ਅੰਬੀਆਂ	(2008)
6.	ਕਾਲੀ ਬੋਲੀ ਰਾਤ	(2007)
7.	ਖਾਲਸਾ	(2001, 2012)
8.	ਸਿੱਖ	(1999, 2012)
9.	ਹੀਰੋ (ਚਲਦੀ ਵਹੀਰ)	(1998)
10.	ਨੂਰੀ	(1996, 2011)
11.	ਦਿਲ ਦਰਿਆ ਸਮੁੰਦਰੋਂ ਡੂੰਘੇ	(1987, 2012)
12.	ਧਰਤੀ ਧੱਕ ਸਿੰਘ	(1986)
13.	ਇਸ਼ਕ	(1986, 2012)
14.	ਮੇਰੀ ਮਹਿੰਦੀ ਦਾ ਰੰਗ ਉਦਾਸ	(1985)
15.	ਲਾਲੀ	(1985, 2012)
16.	ਤੇਰਾ ਕੀਆ ਮੀਠਾ ਲਾਗੈ	(1984, 2012)
17.	ਰਾਤਾਂ ਕਾਲੀਆਂ ਕੱਲੀ ਨੂੰ ਡਰ ਆਵੇ	(1983, 2012)
18.	ਮੁੱਲ ਵਿਕਦਾ ਸੱਜਣ	(1983, 2012)
19.	ਪਾਪੀ ਪਾਪ ਕਮਾਂਵਦੇ	(1982, 2012)
20.	ਰੂਹ ਦਾ ਹਾਣੀ	(1982, 2012)
21.	ਬੰਜਰ ਧਰਤੀ ਟਹਿਕਦਾ ਫੁੱਲ	(1977)
22.	ਬਾਝ ਭਰਾਵਾਂ ਸੱਕਿਆਂ	(1975, 2012)
23.	ਰੋਹੀ ਦਾ ਫੁੱਲ	(1974, 2012)
24.	ਕੁੱਤਿਆਂ ਵਾਲੇ ਸਰਦਾਰ	(1973, 2012)
25.	ਅੱਧੀ ਰਾਤ ਪਹਿਰ ਦਾ ਤੜਕਾ	(1971, 2012)
26.	ਮਿੱਤਰ ਪਿਆਰੇ ਨੂੰ	(1970, 2012)
27.	ਕੋਰਾ ਬਦਨ	(1969)

ਕਹਾਣੀ ਸੰਗ੍ਰਹਿ

1.	ਦੁੱਖਾਂ ਵਾਲਿਆਂ ਨੂੰ ਗੱਲਾਂ ਸੁੱਖ ਦੀਆਂ, ਕਿੱਸੇ ਜੋੜ ਜਹਾਨ ਸੁਣਾਂਵਦਾ ਏ	(2011)
2.	ਗੋਰਾ ਰੰਗ ਟਿੱਬਿਆਂ ਦਾ ਰੇਤਾ	(1977)
3.	ਸੈਦਾਂ ਜੋਗਨ	(1973)
4.	ਮੋਰਨੀ	(1970)
5.	ਖੱਟ ਕੇ ਲਿਆਂਦਾ ਟੱਲ	(1971)
6.	ਕੱਚੀ ਸੜਕ ਦਾ ਗੀਤ	(1969)

ਜ਼ਿੰਦਗੀ ਦੇ ਮੇਲੇ

ਬੂਟਾ ਸਿੰਘ ਸ਼ਾਦ

International Publishers
of Indian and Foreign Languages

Representation Offices
• 596 Street, Madera, California-93638
• 8 Automatic Rd, Unit 2C, Brampton L6S 3N5, Canada

Reminiscence/Autobiographical Writing

ISBN : 978-93-5068-201-2
Price : 150/-

Zindgi De Mele

by

Boota Singh Shaad
61, Versova Seaside, J.P. Road Versova-Mumbai-61
Ph. No. 022-26365663, M: 98332-84282
E-mail:- bsshaad@hotmail.com

2013
Lokgeet Parkashan
S.C.O. 26-27, Sector 34 A, Chandigarh-160022
Ph.0172-5077427, 5077428
Punjabi Bhawan, Ludhiana
Type Setting & Design PCIS
Printed & bound at Unistar Books Pvt. Ltd.
301, Industrial Area, Phase-9,
S.A.S. Nagar, Mohali-Chandigarh (India)
Mob: 98154-71219

Produced and bound in India

ਤਤਕਰਾ

ਉਠ ਗਏ ਗੁਆਂਢੋਂ ਯਾਰ
ਇਕ ਯਾਦ

ਮੁਸਲਮਾਨਾਂ ਨੂੰ ਗਿਆਂ ਤਾਂ ਤਿੰਨ ਸਾਲ ਲੰਘ ਗਏ ਸਨ ਤੇ ਅਸੀਂ ਅਜੇ ਵੀ ਸੁੰਨੇ ਸੁੰਨੇ ਮਹਿਸੂਸ ਕਰਦੇ ਸੀ। ਸਾਨੂੰ ਗਲੀਆਂ ਅਜੇ ਵੀ ਸੁੰਨੀਆਂ ਨਹੀਂ ਉੱਜੜੀਆਂ ਲੱਗਦੀਆਂ ਸਨ। ਪਿੰਡ ਦੇ ਪਿੜ ਬੇਰੌਣਕ ਲਗਦੇ ਸਨ। ਸ਼ਾਇਦ ਗਲੀਆਂ ਦੇ ਮੋੜਾਂ ਤੇ ਹਾਸੇ ਵਾਲੀਆਂ ਭੀੜਾਂ ਜੁੜਨੀਆਂ ਸ਼ੁਰੂ ਨਹੀਂ ਹੋਈਆਂ ਸਨ। ਪਿੰਡ ਦੇ ਬਜ਼ੁਰਗ ਹਸਣਾ ਭੁੱਲ ਗਏ ਸਨ। ਜਿਵੇਂ ਦੇਸ਼ ਦੀ ਵੰਡ ਸੋਗ ਦੀ ਸੂਚਿਕ ਸੀ।

ਮੈਂ ਤੇ ਛੋਟਾ ਕੌਡੀਆਂ ਤੇ ਗੋਲੀਆਂ ਖੇਡਦੇ ਸੀ ਤੇ ਪਿੰਡ ਦੇ ਬੱਚੇ ਮੈਥੋਂ ਕੰਨ ਭੰਨਦੇ ਸਨ। ਮੈਂ ਝੱਟ ਹੀ ਕੌਡੀਆਂ ਲੂਹ ਲੈਂਦਾ ਸੀ ਤੇ ਗੋਲੀਆਂ ਜਿੱਤ ਲੈਂਦਾ ਸੀ। ਜੇਬਾਂ ਖਾਲੀ ਕਰ ਦਿੰਦਾ ਸੀ। ਮੈਨੂੰ ਦੇਖ ਕੇ ਬੱਚੇ ਜੇਬ ਘੁੱਟ ਕੇ ਦੂਰ ਦੀ ਲੰਘਦੇ ਸਨ ਤੇ ਮੈਂ ਵੈਸੇ ਵੀ ਬੇਢੱਬਾ ਜਿਹਾ ਲੰਮਾ ਹੋ ਗਿਆ ਸਾਂ। ਮੇਰੀਆਂ ਲੱਤਾਂ ਲਮਢੀਂਗ ਵਾਂਗ ਲੰਮੀਆਂ ਤੇ ਮੇਰਾ ਨੱਕ ਡੱਡੂ ਵਾਂਗ ਫੁੱਲ ਗਿਆ ਸੀ ਜਿਸ ਤੇ ਫਿਨਸੀਆਂ ਮੱਖੀਆਂ ਵਾਂਗ ਨਜ਼ਰ ਆਂਦੀਆਂ ਸਨ। "ਜੁਆਨੀ ਫੁੱਟ ਰਹੀ ਹੈ" ਮੈਨੂੰ ਕੋਈ ਕਹਿੰਦਾ ਤਾਂ ਮੈਂ ਸ਼ਰਮ ਨਾਲ ਲਾਲ ਹੋ ਜਾਂਦਾ ਜਿਵੇਂ ਜਵਾਨੀ ਕੋਈ ਨਮੋਸ਼ੀ ਵਾਲੀ ਅਵਸਥਾ ਸੀ ਜਿਹੜੀ ਮੇਰੇ ਤੇ ਚੜ੍ਹ ਰਹੀ ਸੀ, ਜਿਹੜੀ ਮੈਨੂੰ ਮੁੰਡਿਆਂ 'ਚ ਬੈਠਣ ਦੇ ਕਾਬਲ ਨਹੀਂ ਛੱਡ ਰਹੀ ਸੀ।

ਮੈਂ ਤੇ ਛੋਟਾ ਸਾਡੀ ਚੌਕੜੀ ਤੇ ਕੌਡੀਆਂ ਨਾਲ ਖੇਡ ਰਹੇ ਸੀ, ਜਿਵੇਂ ਸਮਾਂ ਬਿਤਾ ਰਹੇ ਸੀ।

"ਬਾਈ ਬਾਬਾ ਜੀ" ਛੋਟੇ ਨੇ ਕਿਹਾ। ਜਿਵੇਂ ਚੀਕ ਮਾਰੀ ਤੇ ਸਾਰੀਆਂ ਕੌਡੀਆਂ ਹੂੰਝ ਕੇ ਜੇਬ ਵਿਚ ਪਾ ਲਈਆਂ, ਜਿਵੇਂ ਕੋਈ ਚੋਰੀ ਦੀ ਚੀਜ਼ ਛੁਪਾ ਲਈ ਸੀ। ਪਤਾ ਨਹੀਂ ਸੀ ਪਰ ਮਨ 'ਚ ਇਕ ਗੱਲ ਜ਼ਰੂਰ ਰਹਿੰਦੀ ਸੀ ਕਿ ਕੌਡੀਆਂ ਤੇ ਗੋਲੀਆਂ ਤੇ ਤਾਸ਼ ਖੇਡਣਾ ਚੰਗਾ ਕੰਮ ਨਹੀਂ ਸੀ। ਪਿੰਡ ਤੇ ਗੁਰਸਿੱਖ ਬੰਦੇ ਇਸ ਗੱਲ ਨੂੰ ਬਹੁਤ ਬੁਰਾ ਗਿਣਦੇ ਸਨ। ਗੁਰਸਿੱਖਾਂ ਦੇ ਬੱਚੇ ਕੌਡੀਆਂ, ਗੋਲੀਆਂ ਨੂੰ ਹੱਥ ਵੀ ਨਹੀਂ ਲਾਂਦੇ ਸਨ ਤੇ ਅਸੀਂ ਪਿੰਡ ਦੇ ਮੋਢੀ ਗੁਰਸਿੱਖ ਘਰਾਣੇ ਦੇ ਬੱਚੇ ਸੀ। ਸਾਨੂੰ ਪਤਾ ਸੀ ਬਾਪੂ, ਬਾਬਾ ਜੀ ਨੂੰ ਸਾਡੀ ਇਸ ਧਤ ਦਾ ਪਤਾ ਨਹੀਂ ਸੀ। ਬਾਬਾ ਜੀ ਸਾਹਮਣੇ ਗਲੀ 'ਚ ਆ ਰਹੇ

ਸਨ। ਉਹਨਾਂ ਦੇ ਸਿਰ ਤੇ ਚਿੱਟੀ ਚਾਦਰ ਦਾ ਮੜਾਸਾ ਮਾਰਿਆ ਸੀ। ਲੰਮਾ ਕੁੜਤਾ ਤੇ ਕਛਹਿਰਾ ਪਾਇਆ ਸੀ। ਉਹਨਾਂ ਦੀ ਚਿੱਟੀ ਦਾਹੜੀ ਸਾਰੀ ਛਾਤੀ ਨੂੰ ਢੱਕ ਲੈਂਦੀ ਸੀ। ਬਾਬਾ ਜੀ ਦਾ ਕੱਦ ਪਿੰਡਾਂ 'ਚੋਂ ਲੰਮਾ ਸੀ। ਬਾਬਾ ਜੀ ਦਾ ਭਾਰ ਚਾਰ ਮਣ ਤੋਂ ਵੱਧ ਸੀ। ਲੱਤਾਂ ਸ਼ਤੀਰਾਂ ਵਾਂਗ। ਧੌਣ ਮੋਟੀ, ਮੱਥਾ ਚੌੜਾ, ਬਾਹਾਂ ਲੰਮੀਆਂ, ਹੱਥ ਖੁਰਪਿਆਂ ਵਾਂਗ ਚੌੜੇ ਤੇ ਪੈਰ ਫਹੁੜਿਆਂ ਵਾਂਗ ਵੱਡੇ ਸਨ। ਬਾਬਾ ਜੀ ਲੱਸੀ ਦਾ ਵੱਡਾ ਰਿੜਕਣਾ ਪੀ ਜਾਂਦੇ ਸਨ। ਮੱਝ ਪੂਰੀ ਚੁੰਘ ਜਾਂਦੇ ਸਨ। ਇਕ ਮੱਝ ਦਾ ਦੁੱਧ ਬੇਬੇ ਹੋਰਾਂ ਨੇ ਕਦੇ ਨਹੀਂ ਚੋਇਆ ਸੀ। ਬਾਬਾ ਜੀ ਪੂਰੇ ਊਠ ਦਾ ਭਾਰ ਸਿਰ ਤੇ ਰੱਖ ਕੇ ਲੈ ਆਂਦੇ ਸਨ ਤੇ ਊਠ ਨਾਲ ਖਾਲੀ ਆਂਦਾ ਸੀ। ਕਈ ਬੰਦੇ ਇਹ ਦੇਖ ਕੇ ਬਹੁਤ ਹੱਸਦੇ ਸਨ।

"ਇਹ ਕੀ ? ਊਠ ਖਾਲੀ ਆ ਰਿਹੇ ?" ਕੋਈ ਪੁੱਛਦਾ।

"ਮੈਂ ਕਿਹਾ ਰੱਬ ਦੇ ਜੀ ਨੂੰ ਕੀ ਭਾਰ ਮਾਰਨੈ।" ਬਾਬਾ ਜੀ ਸਹਿਜ ਸੁਭਾਅ ਹੀ ਜਵਾਬ ਦਿੰਦੇ ਸਨ।

"ਬਾਬਾ ਜੀ ਦਾ ਅੱਜ ਕੱਦ ਛੋਟਾ ਕਿਉਂ ਲਗਦੈ ?" ਮੈਂ ਛੋਟੇ ਨੂੰ ਪੁੱਛਿਆ।

"ਤੂੰ ਤਾਂ ਘੋਗਾ ਹੈਂ।" ਛੋਟੇ ਨੇ ਮੇਰੇ 'ਤੇ ਨੱਕ ਚੜ੍ਹਾਇਆ।

"ਕਿਉਂ ?" ਮੈਨੂੰ ਛੋਟੇ ਤੇ ਗੁੱਸਾ ਆ ਗਿਆ।

"ਹੋਰ ਕੀ ?"

"ਬਾਬਾ ਤਿੰਨ ਕੁ ਹੱਥ ਦਾ ਲਗਦੈ।"

"ਸੁਣਿਆ ਪਾਕਿਸਤਾਨ ਗਏ ਆੜੀਆਂ ਦਾ ਹੇਜ ਮਨ ਗਿਆ ਬਾਬਾ"

"ਹਲਾ..." ਮੈਨੂੰ ਜਿਵੇਂ ਗੱਲ ਮੇਚ ਆ ਗਈ ਸੀ। ਸੁਣਿਆ ਸੀ ਬਾਬਾ ਜੀ ਬਹੁਤ ਹੱਸਣ, ਖੇਡਣ ਵਾਲੇ ਸਨ। ਪਰ ਦੇਸ਼ ਦੀ ਵੰਡ ਨੇ ਬਾਬਾ ਜੀ ਦਾ ਹਾਸਾ ਖੋਹ ਲਿਆ। ਕਦ ਘਟ ਗਿਆ। ਸਰੀਰ ਦੀ ਚਾਲ ਮੱਠੀ ਪੈ ਗਈ। ਬਾਬਾ ਜੀ ਦਾ ਚਿਹਰਾ ਇਕ ਦਮ ਬਦਲ ਗਿਆ। ਜਿਵੇਂ ਰੁੱਤ ਲੰਘ ਗਈ, ਬਾਗ ਦੀ ਬਹਾਰ ਤੁਰ ਗਈ, ਪੱਤੇ ਝੜ ਗਏ, ਟਾਹਣੀਆਂ ਬੇਰੌਣਕ ਹੋ ਗਈਆਂ। ਆੜੀ ਜਿਵੇਂ ਬਾਬਾ ਜੀ ਦੇ ਪੱਤੇ ਸਨ ਜਿਹੜੇ ਸੁੱਕ ਕੇ ਝੜ ਗਏ ਸਨ। ਬਾਬਾ ਰੁੰਡ ਮਰੁੰਡ ਦਰੱਖਤ ਬਣ ਗਿਆ।

ਅਸੀਂ ਦੇਖ ਰਹੇ ਸੀ ਬਾਬਾ ਠੇਡੇ ਜੇਹੇ ਖਾਂਦਾ ਆ ਰਿਹਾ ਸੀ ਜਿਵੇਂ ਸਰੀਰ ਡੋਲ ਗਿਆ ਸੀ। ਅਸੀਂ ਖੜੇ ਹੋ ਕੇ ਬਾਬਾ ਜੀ ਨੂੰ ਤੱਕ ਰਹੇ ਸੀ। ਬਾਬਾ ਜੀ ਦਰਵਾਜ਼ੇ ਅੰਦਰ ਲੰਘ ਕੇ ਇਕ ਮੰਜਾ ਪਿੱਠ ਤੇ ਚੁੱਕ ਕੇ ਪਰਛਾਵੇਂ ਵਿਚ ਡਾਹ ਕੇ ਲੰਮਾ ਪੈ ਗਿਆ। ਜਿਵੇਂ ਢਹਿ ਪਿਆ ਸੀ। ਜਿਵੇਂ ਝਖੇੜੇ ਨਾਲ ਬੋਹੜ ਡਿੱਗਦਾ ਹੈ। ਅਸੀਂ ਡਰੇ ਜਹੇ ਬਾਬਾ ਜੀ ਦੇ ਕੋਲ ਆਏ।

"ਬਾਬਾ ਜੀ ਪਾਣੀ ਲਿਆਵਾਂ ?" ਛੋਟੇ ਨੇ ਬਾਬਾ ਜੀ ਦੇ ਕੋਲ ਹੋ ਕੇ ਪੁੱਛਿਆ। ਮੈਨੂੰ ਇਹ ਗੱਲ ਨਹੀਂ ਸੁੱਝੀ ਸੀ। ਛੋਟਾ ਹਮੇਸ਼ਾ ਹੀ ਸਿਆਣਾ ਵਗਦਾ ਸੀ ਤੇ ਮੈਂ ਡੰਗਰ। ਮੇਰਾ ਅੰਦਰ ਇਹ ਗੱਲ ਮੰਨਦਾ ਸੀ।

"ਹਾਂ... ਸ਼ੇਰ ਬਣ ਕੇ।" ਬਾਬਾ ਜੀ ਨੇ ਕਿਹਾ।

ਛੋਟਾ ਤੁਰੰਤ ਹੀ ਪਾਣੀ ਦਾ ਛੰਨਾ ਭਰ ਕੇ ਲੈ ਆਇਆ। ਬਾਬਾ ਜੀ ਨੇ ਇਕ ਹੀ ਸੂਤੇ ਨਾਲ ਛੰਨਾ ਖਾਲੀ ਕਰ ਦਿੱਤਾ ਤੇ ਪਿੱਛੋਂ ਭਿੱਜੀਆਂ ਮੁੱਛਾਂ ਨੂੰ ਸੂਤ ਮਾਰਿਆ ਤੇ ਸਿੱਧੇ ਹੋ ਕੇ ਲੇਟ ਗਏ।

"ਸੰਤ ਸਿਆਂ।" ਬਾਬਾ ਜੀ ਦੀ ਆਵਾਜ਼ ਬੜੀ ਗੜਕਵੀਂ ਸੀ।

"ਹਾਂ ਬਾਪੂ ਜੀ", ਬਾਪੂ ਜੀ ਅੱਗੇ ਪਰਛਾਵੇਂ ਵਿਚ ਪੀਹੜੀ ਤੇ ਬੈਠੇ ਖਾਣਾ ਖਾ ਰਹੇ ਸਨ। ਕੱਤਕ ਦਾ ਮਹੀਨਾ ਸੀ ਜਿਸ ਦੀ ਰੁੱਤ ਦੀ ਧੁੱਪ ਕੜਕਵੀਂ ਹੁੰਦੀ ਜਾ ਰਹੀ ਸੀ ਤੇ ਕੰਧਾਂ ਦੇ ਪਰਛਾਵੇਂ ਕੰਧਾਂ ਨਾਲ ਲੱਗਦੇ ਜਾ ਰਹੇ ਸਨ। ਵਿਹੜਾ ਤਪਣ ਦੀ ਤਿਆਰੀ ਵਿਚ ਸੀ।

"ਮੈਂ ਕਿਸ਼ੋਰ ਮਲ ਦੇ ਕੁਝ ਪੈਸੇ ਦੇਣ ਨੇ, ਉਹ ਦੇ ਦੇ।"

"ਚੰਗਾ ਬਾਪੂ ਜੀ।"

"ਹੁਣੇ ਦੇ ਦੇ।"

"ਚੰਗਾ ਬਾਪੂ ਜੀ।"

"ਕਿਸ਼ੋਰ ਮਲ ਤੋਂ ਵਹੀ ਤੇ ਲਿਖੇ 'ਤੇ ਝਰੀਟ ਮਰਾ ਦੀਂ।"

"ਚੰਗਾ ਬਾਪੂ ਜੀ।"

ਬਾਬਾ ਜੀ ਪਿੰਡ ਦੇ ਬੱਚਿਆਂ ਨੂੰ ਸ਼ਾਮ ਸਮੇਂ, ਖੇਡਣ ਸਮੇਂ, ਮਿਠਾਈ ਖਿਲਾਇਆ ਕਰਦੇ ਸਨ। ਜਿਵੇਂ ਪਿੰਡ ਦੇ ਸਾਰੇ ਬੱਚੇ ਹੀ ਸਾਡੀ ਗਲੀ ਵਿਚ ਜਮਾਂ ਹੋ ਜਾਂਦੇ ਸਨ ਤੇ ਬਾਬਾ ਜੀ ਰਿਉੜੀਆਂ, ਪਕੌੜੀਆਂ, ਮੂੰਗਫਲੀ, ਮਖ਼ਾਣਿਆਂ ਦੀ ਝੋਲੀ ਭਰ ਕੇ ਲੈ ਆਂਦੇ ਸਨ। ਕਈ ਵਾਰ ਕੋਲ ਪੈਸੇ ਨਹੀਂ ਹੁੰਦੇ ਸਨ ਤਾਂ ਵਹੀ 'ਚ ਲਿਖ ਲੈਣ ਲਈ ਕਹਿ ਦਿੰਦੇ ਸਨ। ਕਿਸ਼ੋਰ ਮਲ ਵਹੀ 'ਚ ਲਿਖਣ ਤੋਂ ਸ਼ਰਮ ਮੰਨਦਾ ਸੀ ਪਰ ਬਾਬਾ ਜੀ ਜ਼ਿੱਦ ਕਰਕੇ ਝਰੀਟ ਮਰਾ ਲੈਂਦੇ ਸਨ ਤੇ ਪੈਸੇ ਦੇਣ ਮਗਰੋਂ ਵੀ ਸਾਹਮਣੇ ਕਲਮ ਕੱਟਣ ਦੀ ਝਰੀਟ ਮਰਵਾ ਕੇ ਹੱਟਦੇ ਸਨ। ਕਿਸ਼ੋਰ ਮਲ ਸਾਡੇ ਹੀ ਪੁਰਾਣੇ ਘਰ 'ਚ ਹੱਟੀ ਪਾ ਕੇ ਬੈਠਾ ਸੀ। ਬਾਬਾ ਜੀ ਉਸ ਤੋਂ ਕੋਈ ਕਿਰਾਇਆ ਨਹੀਂ ਲੈਂਦੇ ਸਨ। ਕਿਰਾਏ ਦਾ ਨਾਂ ਵੀ ਨਹੀਂ ਲੈਣ ਦਿੰਦੇ ਸਨ।

"ਸੰਤ ਸਿਆਂ ਦੇ ਆਇਆਂ ?" ਬਾਬਾ ਜੀ ਨੇ ਪੁੱਛਿਆ।

"ਮੈਂ ਰੋਟੀ ਖਾ ਰਿਹਾਂ, ਦੇ ਆਵਾਂਗਾ।"

"ਚੰਗਾ ਦੇ ਆ।" ਬਾਬਾ ਜੀ ਦੀਆਂ ਅੱਖਾਂ ਬੰਦ ਸਨ। ਚਿਹਰਾ ਵੱਧ ਲਾਲ ਲੱਗ ਰਿਹਾ ਸੀ। ਬਾਬਾ ਜੀ ਮੰਜੇ ਤੇ ਸਿੱਧੇ ਪਏ ਸਨ। ਛੋਟਾ ਬਾਬਾ ਜੀ ਦੀਆਂ ਬਾਹਾਂ ਘੁੱਟ ਰਿਹਾ ਸੀ। ਕਦੇ ਲੱਤਾਂ ਘੁੱਟਦਾ ਸੀ। ਇਹ ਗੱਲ ਮੈਨੂੰ ਨਹੀਂ ਸੁੱਝੀ ਸੀ।

"ਭੁਨਾ-ਖੜੈਂ-ਇਕ ਲੱਤ ਘੁੱਟ।" ਮੈਨੂੰ ਛੋਟੇ ਨੇ ਘੂਰਿਆ।

"ਸੰਤ ਸਿਆਂ ?" ਬਾਬਾ ਜੀ ਨੇ ਫਿਰ ਕਿਹਾ।

"ਹਾਂ ਬਾਪੂ ਜੀ।"

"ਦੇ ਆਇਆਂ ? ਵਹੀ 'ਤੇ ਝਰੀਟ ਮਰਾ ਦੇਣੀ ਸੀ- ਲੇਖਾ ਮੁਕਣਾ ਚਾਹੀਦੈ - ਸਿਰ ਨਹੀਂ ਰਹਿਣਾ ਚਾਹੀਦਾ"

ਬਾਪੂ ਜੀ ਨੇ ਰੋਟੀ ਵਾਲੀ ਥਾਲੀ ਰੱਖ ਦਿੱਤੀ ਤੇ ਹੱਥ ਧੋ ਕੇ ਸ਼ਾਇਦ ਕਿਸ਼ੋਰ ਮਲ ਪਾਸ ਚਲੇ ਗਏ। ਬਾਪੂ ਜੀ ਪਤਾ ਨਹੀਂ ਕਿਉਂ ਚਕਵੇਂ ਪੈਰੀਂ ਗਏ ਸਨ। ਅਸੀਂ ਦੋਵੇਂ ਭਰਾ ਬਾਬਾ ਜੀ ਦੀਆਂ ਲੱਤਾਂ ਮੱਡ ਰਹੇ ਸੀ। ਲੱਤਾਂ ਨਹੀਂ ਸ਼ਤੀਰ,-ਸ਼ਤੀਰ ਨਹੀਂ ਲੋਹੇ ਦੇ ਗਾਡਰ ਸਨ। ਸਾਡੇ ਹੱਥਾਂ ਦਾ ਕੋਈ ਵੱਸ ਨਹੀਂ ਚਲ ਰਿਹਾ ਸੀ। ਸ਼ਾਇਦ ਬਾਬਾ ਜੀ ਦੇ ਸਰੀਰ ਨੂੰ ਕੁਝ ਪਤਾ ਵੀ ਨਹੀਂ ਚਲ ਰਿਹਾ ਸੀ। ਬਾਬਾ ਜੀ ਪਤਾ ਨਹੀਂ ਕਿਉਂ ਬਾਰ ਬਾਰ ਹੱਥ ਜੋੜ ਰਹੇ ਸਨ "ਵਾਹਿਗੁਰੂ" ਬੋਲ ਰਹੇ ਸਨ ਪਰ ਵਾਹਿਗੁਰੂ ਤਾਂ ਉਹ ਸਦਾ ਹੀ ਬੋਲਦੇ ਸਨ - ਉਠਦੇ, ਬੈਠਦੇ, ਖਾਂਦੇ, ਪੀਂਦੇ "ਵਾਹਿਗੁਰੂ" ਸੁਭਾਵਕ ਹੀ ਬਾਬਾ ਜੀ ਦੇ ਮੂੰਹੋਂ ਨਿਕਲਦਾ ਸੀ। ਸ਼ਾਇਦ ਗੁਰਸਿੱਖਾਂ ਦਾ ਇਹੀ ਚਾਲਾ ਹੈ।

ਛੋਟੇ ਨੇ ਮਹਿਸੂਸ ਕੀਤਾ ਕਿ ਪਰਛਾਵਾਂ ਕੰਧ ਵੱਲ ਤੁਰ ਗਿਆ ਸੀ। ਬਾਬਾ ਜੀ ਦਾ ਅੱਧਾ ਮੰਜਾ ਧੁੱਪ 'ਚ ਆ ਗਿਆ ਸੀ।

"ਚੁਕ ਬਾਬਾ ਜੀ ਨੂੰ ਛਾਂ 'ਚ ਕਰੀਏ" ਛੋਟੇ ਨੇ ਮੈਨੂੰ ਕਿਹਾ।

ਅਸੀਂ ਦੋਹਾਂ ਭਰਾਵਾਂ ਨੇ ਮੰਜਾ ਚੁੱਕਣ ਦੀ ਕੋਸ਼ਿਸ਼ ਕੀਤੀ ਪਰ ਮੰਜਾ ਹਿਲਿਆ ਵੀ ਨਹੀਂ ਸੀ। ਅਸੀਂ ਬੇਬੇ ਨੂੰ ਅਵਾਜ਼ ਦਿੱਤੀ ਤੇ ਅਸੀਂ ਤਿੰਨਾਂ ਨੇ ਬੜੀ ਮੁਸ਼ਕਲ ਨਾਲ ਮੰਜਾ ਦਰਵਾਜ਼ੇ 'ਚ ਕੀਤਾ। ਬਾਬਾ ਜੀ ਵਾਹਿਗੁਰੂ ਦਾ ਜਾਪ ਕਰ ਰਹੇ ਸਨ।

"ਇਹ ਤਾਂ ਭਾਈ ਹੂੰਗਰ ਮਾਰੀ ਜਾ ਰਹੇ ਨੇ - ਥੋਡਾ ਬਾਪੂ ਜੀ ਕਿੱਥੇ ਹੈ - ਬੁਲਾਉ।"

"ਇਨ੍ਹਾਂ ਦਾ ਤਾਂ ਘੋਰੜੂ ਵੱਜ ਰਿਹੈ।" ਬੇਬੇ ਜੀ ਨੇ ਕੋਈ ਗੈਬੀ ਗੱਲ ਕੀਤੀ।

ਮੈਂ ਭਮੱਤਰ ਗਿਆ ਪਰ ਛੋਟਾ ਬਾਪੂ ਜੀ ਮਗਰ ਭੱਜ ਗਿਆ। ਬੇਬੇ ਨੇ ਕੰਧ ਉਪਰ ਦੀ ਮਾਸੀ ਨੂੰ ਆਵਾਜ਼ ਦਿੱਤੀ। ਮਾਸੀ ਨੇ ਵਿਹੜੇ ਚੋਂ ਆਵਾਜ਼ ਦਿੱਤੀ ਸੀ, ਉਹ ਤੁਰੰਤ ਹੀ ਪਹੁੰਚ ਗਈ।

ਬਾਪੂ ਜੀ ਕਿਸ਼ੋਰ ਮਲ ਕੋਲ ਪਹੁੰਚੇ ਸਨ।

"ਸੇਠ ਜੀ ਬਾਪੂ ਜੀ ਨੇ ਤੁਹਾਡੇ ਕੋਈ ਪੈਸੇ ਦੇਣੇ ਹੈ ?"

"ਸਰਦਾਰ ਜੀ ਦੁਆਨੀ ਚੁਆਨੀ ਹੋਏਗੀ"

"ਆ ਲਉ-"

"ਸਰਦਾਰ ਜੀ ਸ਼ਰਮਿੰਦਾ ਨਾ ਕਰੋ।"

ਕਿਸ਼ੋਰ ਮੱਲਾ ਮੈਨੂੰ ਬਾਪੂ ਜੀ ਨੇ ਪਰਸ਼ਾਦਾ ਨਹੀਂ ਛਕਣ ਦਿੱਤਾ।"

"ਹੈਂ ?" ਕਿਸ਼ੋਰ ਮਲ ਚੌਂਕਿਆ ਸੀ, "ਕੋਈ ਭਾਣਾ ਤਾਂ ਨਹੀਂ ਵਰਤਣ ਵਾਲਾ ?" ਕਿਸ਼ੋਰ ਮਲ ਨੇ ਸੁਤੇ ਹੀ ਕਿਹਾ।

"ਵਹੀ ਤੇ ਲਿਖਿਐ ?"

"ਜ਼ਬਰਦਸਤੀ ਲਿਖਾ ਗਏ ਸਨ, "ਕਿਸ਼ੋਰ ਮਲ ਜਿਵੇਂ ਸ਼ਰਮਿੰਦਾ ਸੀ।

"ਇਹ ਕੱਟੋ।"

"ਲਉ ਸਰਦਾਰ ਜੀ ਕੱਟਤੇ। ਸਰਦਾਰ ਜੀ ਕੋਈ ਗੱਲ ਹੈ-ਚਲੋ ਆਪਾਂ ਉਨ੍ਹਾਂ ਦੇ ਕੋਲ ਚੱਲਦੇ ਹਾਂ।"

"ਚਲੋ-ਵਹੀ ਨਾਲ ਨੈ ਲਉ।"

"ਹਾਂ-ਵਹੀ ਨਾਲ ਹੀ ਚੰਗੀ ਹੈ।"

ਉਹ ਚਕਵੇਂ ਪੈਰੀਂ ਘਰ ਪਹੁੰਚੇ -ਛੋਟਾ ਉਨ੍ਹਾਂ ਨੂੰ ਰਾਹ 'ਚ ਮਿਲ ਗਿਆ ਸੀ।

"ਸਰਦਾਰ ਜੀ ਮੈਨੂੰ ਪੈਸੇ ਮਿਲ ਗਏ, "ਕਿਸ਼ੋਰੀ ਮਲ ਨੇ ਬਾਬਾ ਜੀ ਦੇ ਕੋਲ ਹੋ ਕੇ ਕਿਹਾ।

"ਝਰੀਟ ਮਾਰਤੀ ?" ਬਾਬਾ ਜੀ ਨੇ ਅੱਖਾਂ ਖੋਹਲ ਕੇ ਪੁਛਿਆ।

"ਆ ਦੇਖੋ-ਝਰੀਟ ਮਾਰਤੀ-ਵਹੀ ਦਾ ਪੱਤਾ ਹੀ ਪਾੜਤਾ।" ਕਿਸ਼ੋਰ ਮਲ ਨੇ ਵਹੀ ਚੋਂ ਪੱਤਾ ਪਾੜ ਕੇ ਬਾਹਰ ਕਢਿਆ ਜਿਸਦੇ ਹਜ਼ਾਰ ਟੁਕੜੇ ਕਰ ਦਿੱਤੇ।

"ਚੰਗਾ ਲੇਖਾ ਮੁਕ ਗਿਆ, ਭਲੀ ਹੋਈ।" ਬਾਬਾ ਜੀ ਨੇ ਬਾਹਾਂ ਚੁੱਕੀਆਂ। ਹੱਥ ਜੋੜੇ "ਬੋਲੋ ਸੋ ਨਿਹਾਲ" ਬਾਬਾ ਜੀ ਦੀ ਗੜਕਵੀਂ ਅਵਾਜ਼ ਅਕਾਸ਼ੇ ਚੜ੍ਹ ਗਈ ਤੇ ਦੋਵੇਂ ਜੋੜੇ ਹੋਏ ਹੱਥ ਛਾਤੀ ਤੇ ਡਿੱਗ ਪਏ।

ਇਕ ਚੁਪ ਵਰਤੀ-ਜਿਵੇਂ ਹਵਾ ਰੁਕੀ, ਦਰੱਖ਼ਤਾਂ ਦੇ ਪੱਤੇ ਹਿਲਣੋਂ ਬੰਦ ਹੋ ਗਏ। ਅਸੀਂ ਸਾਰੇ ਸੁੰਨ ਹੋ ਗਏ। ਸਾਨੂੰ ਰੋਣਾ ਵੀ ਭੁੱਲ ਗਿਆ ਸੀ। ਬੇਬੇ ਤੇ ਮਾਸੀ ਦੀਆਂ ਅੱਖਾਂ ਬੇਮੋਖ਼ਾ ਵਰ੍ਹ ਰਹੀਆਂ ਸਨ। ਉਹਨਾਂ ਦੇ ਸਰੀਰ ਕੰਬ ਰਹੇ ਸਨ। ਥੋੜ੍ਹੇ ਹੀ ਸਮੇਂ ਵਿਚ ਸਾਰਾ ਪਿੰਡ ਸਾਡੇ ਘਰ ਵਿਚ ਜਮਾਂ ਹੋ ਗਿਆ ਸੀ। ਪਿੰਡ ਦੇ ਸਾਰੇ ਬੱਚੇ ਜਮਾਂ ਹੋ ਗਏ ਸਨ ਜਿਵੇਂ ਉਹ ਬਾਬਾ ਜੀ ਤੋਂ ਰਿਉੜੀਆਂ ਪਕੌੜੀਆਂ ਲੈਣ ਆਏ ਸਨ। ਪਰ ਉਹ ਰੋ ਰਹੇ ਸਨ।

*

ਬੇਬੇ

ਮੈਨੂੰ ਬੇਬੇ ਸ਼ਬਦ ਨਾਲ ਅਥਾਹ ਪਿਆਰ ਸੀ। ਮੇਰੇ ਕਈ ਸਾਥੀ ਟੋਕਦੇ ਸਨ ਕਿ ਬੇਬੇ ਤਾਂ ਅਨਪੜ੍ਹ ਕਹਿੰਦੇ ਹਨ। ਪਰ ਮੈਂ ਤਦ ਵੀ ਬੇਬੇ ਹੀ ਕਹਿੰਦਾ ਸਾਂ। ਜਿਵੇਂ ਹਰ ਕਿਸੇ ਨੂੰ ਹੁੰਦੈ, ਮੈਨੂੰ ਬੇਬੇ ਨਾਲ ਅਥਾਹ ਪਿਆਰ ਸੀ। ਹਰ ਰਾਤ ਮੈਂ ਸੁੱਤਾ ਪਿਆ ਬੇਬੇ ਨਾਲ ਗੱਲਾਂ ਕਰਦਾ ਸਾਂ ਤੇ ਕਰਦਾ ਹੀ ਰਹਿੰਦਾ ਸਾਂ। ਚਿੱਟਾ ਦਿਨ ਚੜ੍ਹ ਜਾਂਦਾ ਸੀ।

ਮੈਨੂੰ ਬੰਬਈ ਰਹਿੰਦਿਆਂ ਕਾਫ਼ੀ ਸਮਾਂ ਗੁਜ਼ਰ ਗਿਆ ਸੀ। ਫ਼ਿਲਮ ਲਾਈਨ ਦਾ ਰੁਝੇਵਾਂ ਸੀ। ਪਿੰਡ ਬੇਬੇ ਨੂੰ ਮਿਲਣ ਜਾਇਆ ਨਹੀਂ ਜਾਂਦਾ ਸੀ। ਜਦ ਕਦੀ ਬਹੁਤ ਮਨ ਓਦਰ ਜਾਂਦਾ ਤਾਂ ਮੈਂ ਧਰਮਿੰਦਰ ਦੀ ਬੇਬੇ ਨੂੰ ਮਿਲਣ ਚਲਾ ਜਾਂਦਾ ਸਾਂ। ਉਹ ਮੇਰੇ ਵਰਗੇ ਸਾਰੇ ਪੰਜਾਬੀਆਂ ਦੀ ਬੇਬੇ ਸੀ। ਦਾਨੀ ਪੁਰਸ਼ – ਸੱਚੀ ਪੰਜਾਬ ਦੀ ਬੇਬੇ।

"ਪੁੱਤ ਕਿਵੇਂ ਆਇਆ ਸੀ ?" ਇਕ ਦਿਨ ਉਸ ਨੇ ਮੈਨੂੰ ਪਰਦੇ ਨਾਲ ਪੁੱਛਿਆ।

"ਬੇਬੇ ਜਦੋਂ ਮੇਰਾ ਆਪਣੀ ਬੇਬੇ ਲਈ ਬਹੁਤਾ ਮਨ ਓਦਰ ਜਾਂਦਾ ਹੈ ਤਾਂ ਮੈਂ ਤੁਹਾਡੇ ਦਰਸ਼ਨ ਕਰਨ ਆ ਜਾਂਦਾ ਹਾਂ। ਮੇਰਾ ਮਨ ਠੀਕ ਹੋ ਜਾਂਦਾ ਹੈ।" ਉਸ ਬੇਬੇ ਨੇ ਮੇਰੇ ਚੇਹਰੇ 'ਚ ਤੱਕਿਆ ਤੇ ਸਮਝਿਆ ਕਿ ਮੈਂ ਸੱਚ ਬੋਲ ਰਿਹਾ ਸਾਂ ਤੇ ਮੈਨੂੰ ਗੱਲਵਕੜੀ ਪਾ ਲਈ। ਮੇਰੀ ਬੇਬੇ ਵਾਲੀ ਗਲਵਕੜੀ ਸੀ।

ਮੈਂ ਸਟੇਸ਼ਨ 'ਤੇ ਕਿਸੇ ਦੋਸਤ ਨੂੰ ਪੰਜਾਬ ਲਈ ਗੱਡੀ ਚੜ੍ਹਾਣ ਗਿਆ ਸਾਂ।

"ਤੇਰਾ ਅਚਾਨਕ ਜਾਣ ਦਾ ਪ੍ਰੋਗਰਾਮ ਬਣ ਗਿਆ ?" ਮੈਂ ਦੋਸਤ ਨੂੰ ਪੁੱਛਿਆ।

"ਮੈਨੂੰ ਪਿਛਲੀ ਰਾਤ ਬੇਬੇ ਬਹੁਤ ਯਾਦ ਆਈ, ਮੈਂ ਜਾਣ ਦਾ ਪ੍ਰੋਗਰਾਮ ਬਣਾ ਲਿਆ। ਕੰਮ ਖਤਮ ਨਹੀਂ ਹੁੰਦੇ, ਬੰਦਾ ਖ਼ਤਮ ਹੋ ਜਾਂਦਾ ਹੈ।"

ਮੈਂ ਉਸ ਵਲ ਤੱਕ ਰਿਹਾ ਸਾਂ ਤੇ ਗੱਡੀ ਦਿੱਲੀ ਨੂੰ ਰਵਾਨਾ ਹੋ ਗਈ। ਮੈਂ ਵੀ ਦੌੜਕੇ ਡੱਬੇ 'ਚ ਚੜ੍ਹ ਗਿਆ। ਮੇਰੇ ਕੋਲ ਪਲੈਟਫਾਰਮ ਹੈ ਸੀ। ਮੈਨੂੰ ਚੈਕਰ ਨੇ ਬੋਰੀਵਿਲੀ ਤੋਂ ਉਤਰ ਜਾਣ ਲਈ ਕਿਹਾ ਪਰ ਮੈਂ ਹੱਥ ਜੋੜ ਜੋੜ ਉਸ ਨੂੰ ਬੇਨਤੀ ਕਰਦਾ ਰਿਹਾ ਕਿ ਮੈਨੂੰ ਮੇਰੀ ਬੇਬੇ ਬਹੁਤ ਯਾਦ ਆ ਰਹੀ ਹੈ, ਮੈਨੂੰ ਨਾ ਉਤਾਰ। ਉਹ ਖਿਝ ਗਿਆ ਸੀ।

"ਤੁਹਾਨੂੰ ਜੁਰਮਾਨਾ ਦੇਣਾ ਪਏਗਾ।"

"ਜੁਰਮਾਨਾ ਲੈ ਲਓ।"

"ਪਰ ਸੀਟ ਨਹੀਂ ਮਿਲੇਗੀ।"

"ਮੈਨੂੰ ਬਿਨਾਂ ਸੀਟ ਦੇ ਲੈ ਚਲੋ।"

"ਇਹ ਇਲਲੀਗਲ ਹੈ।"

"ਬੇਬੇ ਦਾ ਪਿਆਰ ਤਾਂ ਇਲਲੀਗਲ ਨਹੀਂ।" ਮੈਂ ਇਕ ਤਰ੍ਹਾਂ ਰੋ ਕੇ ਕਿਹਾ। ਸੱਚ ਹੀ ਮੇਰੀਆਂ ਅੱਖਾਂ ਭਿੱਜ ਗਈਆਂ ਸਨ। ਸ਼ਾਇਦ ਉਹ ਤਰਸ ਕਰ ਗਿਆ।

"ਕੌਣ ਯਾਦ ਆ ਰਿਹੈ ?"

"ਬੇਬੇ।" ਮੈਂ ਰੋ ਕੇ ਕਿਹਾ।

"ਕਿਸ ਦੀ ਬੇਬੇ ?"

"ਮੇਰੀ ਬੇਬੇ।"

"ਕਿਥੇ ਹੈ ਉਹ ?"

"ਪੰਜਾਬ 'ਚ"

"ਐਨਾ ਲੰਮਾ ਸਫ਼ਰ ਕਿਵੇਂ ਕਰੋਗੇ, ਖੜ੍ਹ ਕੇ ਜਾਣਾ ਪਏਗਾ।"

"ਮੈਨੂੰ ਮਨਜ਼ੂਰ ਹੈ।"

ਉਹ ਮੰਨ ਗਿਆ।

ਮੈਂ ਗੱਡੀ ਦੇ ਡੱਬੇ ਵਿਚ ਖੜ੍ਹਾ ਬੇਬੇ ਨਾਲ ਗੱਲਾਂ ਕਰਦਾ ਰਿਹਾ। ਬੇਬੇ ਬੋਲਦੀ ਰਹੀ, ਮੈਂ ਹੁੰਗਾਰਾ ਭਰਦਾ ਰਿਹਾ। ਮੈਂ ਬੋਲਦਾ ਰਿਹਾ, ਬੇਬੇ ਹੁੰਗਾਰਾ ਭਰਦੀ ਰਹੀ। ਰਾਤ ਲੰਘੀ ਤੇ ਝਟ ਹੀ ਦਿਨ ਚੜ੍ਹ ਗਿਆ ਤੇ ਝਟ ਹੀ ਨਵੀਂ ਦਿੱਲੀ ਰੇਲਵੇ ਸਟੇਸ਼ਨ ਆ ਗਿਆ।

ਮੈਨੂੰ ਸ਼ੱਕ ਸੀ ਕਿ ਬੇਬੇ ਸਾਡੇ ਸਰਸਾ ਵਾਲੇ ਪਿੰਡ ਸੀ। ਸਾਡੇ ਦੋ ਭਰਾਵਾਂ ਦੇ ਘਰ ਜ਼ਿਲ੍ਹਾ ਸਰਸਾ ਵਿਚ ਸਨ। ਸੋ ਮੈਂ ਬਸ ਚੜ੍ਹ ਕੇ ਸਰਸਾ ਵਾਲੇ ਪਿੰਡ ਪਹੁੰਚ ਗਿਆ। ਪਰ ਪਹੁੰਚਣ ਵਿਚ ਵੱਡੀ ਰਾਤ ਹੋ ਗਈ। ਮੈਂ ਪਹਿਲੇ ਘਰ ਠਹਿਰ ਗਿਆ। ਰਾਤ ਨੂੰ ਡਿਸਟਰਬ ਨਾ ਹੋਵੇ ਮੈਂ ਬੇਬੇ ਬਾਰੇ ਪੁੱਛਿਆ ਨਹੀਂ। ਮੈਂ ਜਾਣਦਾ ਸਾਂ ਬੇਬੇ ਨੂੰ ਮੇਰੀ ਖ਼ਬਰ ਮਿਲ ਜਾਵੇਗੀ ਤੇ ਉਹ ਮੇਰੇ ਚਾਹ ਪੀਣ ਤੇ ਮੇਰੇ ਕੋਲ ਪਹੁੰਚ ਜਾਏਗੀ। ਪਰ ਉਹ ਨਹੀਂ ਆਈ। ਮੈਂ ਦੂਜੇ ਘਰ ਪਹੁੰਚ ਗਿਆ। ਸਾਰਿਆਂ ਨੂੰ ਮਿਲਿਆ ਪਰ ਬੇਬੇ ਦਿਖਾਈ ਨਹੀਂ ਦੇ ਰਹੀ ਸੀ।

"ਕੀ ਲਭ ਰਿਹੈਂ।" ਵੱਡੇ ਵੀਰ ਨੇ ਪੁੱਛਿਆ।

"ਬੇਬੇ ਨੂੰ।"

"ਉਹ ਤਾਂ ਮੁਕਤਸਰ ਬੱਗਾ ਸਿੰਘ ਕੋਲ ਹੈ।" ਉਸ ਨੇ ਹੱਸ ਕੇ ਕਿਹਾ ਸੀ। ਉਹ ਜਾਣਦਾ ਸੀ ਮੈਂ ਬੇਬੇ ਨੂੰ ਮਿਲਣ ਲਈ ਪਰੇਸ਼ਾਨ ਸੀ।

ਮੈਂ ਇਸ਼ਨਾਨ ਕੀਤਾ, ਖਾਣਾ ਖਾਧਾ ਤੇ ਮੁਕਤਸਰ ਲਈ ਰਵਾਨਾ ਹੋ ਗਿਆ। ਦੋਹਾਂ ਘਰਾਂ ਨੇ ਇਕ ਰਾਤ ਹੋਰ ਰੁਕਣ ਲਈ ਬਹੁਤ ਕਿਹਾ ਪਰ ਮੈਂ ਰੁਕ ਨਾ ਸਕਿਆ।

ਮੈਂ ਸ਼ਾਮ ਹੋਣ ਤਕ ਮੁਕਤਸਰ ਪਹੁੰਚਿਆ। ਨਵੰਬਰ ਦਾ ਮਹੀਨਾ ਸੀ, ਦਿਨ ਛੋਟਾ ਸੀ। ਸੂਰਜ ਜਿਵੇਂ ਝਟ 'ਚ ਹੀ ਦਰੱਖਤਾਂ ਉਹਲੇ ਹੋ ਗਿਆ। ਮੁਕਤਸਰ ਬੱਗਾ ਸਿੰਘ ਦੇ ਘਰ ਪਹੁੰਚਿਆ। ਭਰਜਾਈ ਘਰ ਸੀ। ਬੱਗਾ ਸਿੰਘ ਗੁਰਦੁਆਰਾ ਸਾਹਿਬ ਸ਼ਾਮ ਦੀ ਅਰਦਾਸ ਸਮੇਂ ਮੱਥਾ ਟੇਕਣ ਗਿਆ ਸੀ। "ਮਲਕੀਤ ਕਦੋਂ ਆਣਗੇ?" ਮੈਂ ਭਰਜਾਈ ਨੂੰ ਪੁੱਛਿਆ। ਮੈਂ ਸਮਝਿਆ ਬੇਬੇ ਵੀ ਬੱਗਾ ਸਿੰਘ ਦੇ ਨਾਲ ਅਰਦਾਸ 'ਚ ਸ਼ਾਮਲ ਹੋਣ ਗਈ ਹੋਵੇਗੀ।

ਮੈਂ ਮੂੰਹ ਹੱਥ ਧੋਤਾ। ਚਾਹ ਪੀਤੀ ਤੇ ਘਰ ਦੇ ਵਿਹੜੇ ਵਿਚ ਬੇਚੈਨ ਟਹਿਲਦਾ ਰਿਹਾ। ਇੰਤਜ਼ਾਰ ਦੀਆਂ ਘੜੀਆਂ ਬਹੁਤ ਹੀ ਹੌਲੀ ਚਲਦੀਆਂ ਸਨ।

ਛੋਟਾ ਵੀਰ ਬੱਗਾ ਸਿੰਘ ਆ ਗਿਆ ਪਰ ਬੇਬੇ ਨਹੀਂ ਆਈ। ਥੋੜ੍ਹੀ ਦੇਰ ਇੰਤਜ਼ਾਰ ਕਰਨ ਮਗਰੋਂ ਮੈਂ ਪੁੱਛਿਆ, "ਬੇਬੇ?"

"ਬੇਬੇ ਤਾਂ ਪਿੰਡ ਹੈ!" ਬੱਗਾ ਸਿੰਘ ਨੇ ਕਿਹਾ। ਮੇਰਾ ਚਾਅ ਦੁੱਧ ਦੇ ਉਬਾਲ ਵਾਂਗ ਬੈਠ ਗਿਆ। ਸਾਡਾ ਜੱਦੀ ਪਿੰਡ ਦਾਨ ਸਿੰਘ ਵਾਲਾ ਮੁਕਤਸਰ ਤੋਂ ਚਾਲੀ ਕਿਲੋ ਮੀਟਰ 'ਤੇ ਸੀ। ਸਾਡਾ ਇਕ ਭਰਾ ਉਸ ਪਿੰਡ ਰਹਿੰਦਾ ਸੀ।

"ਪਿੰਡ ਚਲੀਏ?" ਸਾਹਮਣੇ ਉਸ ਦੀ ਪੁਰਾਣੀ ਅੰਬੈਸਡਰ ਕਾਰ ਖੜ੍ਹੀ ਸੀ।

"ਸਵੇਰੇ ਚਲਾਂਗੇ। ਹੁਣ ਕਾਫੀ ਹਨੇਰਾ ਹੋ ਗਿਆ।"

ਸੱਚ ਹੀ ਕਾਫ਼ੀ ਹਨੇਰਾ ਹੋ ਗਿਆ ਸੀ। ਪਿੰਡਾਂ ਵਾਲੇ ਤਾਂ ਰੋਟੀ ਖ਼ਾ ਕੇ ਸੌਣ ਦੀ ਤਿਆਰੀ ਵਿਚ ਸਨ।

ਸਵੇਰੇ ਅਸੀਂ ਪਿੰਡ ਵੱਲ ਗੱਡੀ ਤੋਰੀ। ਸੜਕ ਚੰਗੀ ਨਹੀਂ ਸੀ, ਕੱਚੀ ਪੱਕੀ ਸੀ। ਕਈ ਥਾਈਂ ਮੋਟੇ ਨੋਕਦਾਰ ਪੱਥਰ ਸੁੱਟੇ ਹੋਏ ਸਨ। ਗੱਡੀ ਦੇ ਪੁਰਾਣੇ ਟਾਇਰ ਪਾੜ ਸਕਦੇ ਸਨ।

ਪਿੰਡ ਪਹੁੰਚਦਿਆਂ ਨੌ ਵੱਜ ਚੁੱਕੇ ਸਨ। ਇਸ ਸਮੇਂ ਤਾਂ ਪਿੰਡਾਂ ਵਾਲੇ ਕੰਮਾਂ ਤੇ ਲੱਗ ਚੁੱਕੇ ਸਨ। ਅਸੀਂ ਘਰ ਪਹੁੰਚੇ। ਭਾਈ ਤੇ ਉਸਦਾ ਪਰਿਵਾਰ ਨਿੱਘੇ ਪਿਆਰ

ਨਾਲ ਮਿਲਿਆ। ਪਰ 'ਬੇਬੇ' ?

"ਕਰਨੈਲ ਸਿਆਂ ਬੇਬੇ ਕਿੱਥੇ ਹੈ ?"

"ਡਾਕਦਾਰ ਦੇ ਗਈ ਹੈ- ਜਾੜ੍ਹ ਪੀੜ ਨਾਲ ਮਰਦੀ ਸੀ।"

"ਰਾਮ ਸਿੰਘ ਕੋਲ ?"

"ਹਾਂ! ਆ ਜਾਏਗੀ। ਤੁਸੀਂ ਚਾਹ ਪੀਉ।"

ਪਰ ਮੈਂ ਰਾਮ ਸਿੰਘ ਦੇ ਘਰ ਵੱਲ ਚਕਵੇਂ ਪੈਰੀਂ ਢਾਣ ਪੈ ਗਿਆ। ਬੂਹਾ ਖੁੱਲ੍ਹਾ ਸੀ। ਮੈਂ ਰਾਮ ਸਿੰਘ ਨੂੰ ਸਤਿ ਸ੍ਰੀ ਅਕਾਲ ਕਹੀ। "ਮੇਰੀ ਬੇਬੇ ?"

"ਉਹ ਤਾਂ ਦਵਾਈ ਲੈ ਕੇ ਗਈ।"

"ਕਿਧਰ ਗਈ ?"

"ਘਰ ਦੀ ਗਲੀ ਗਈ ਸੀ।"

ਮੈਂ ਕਾਹਲ ਨਾਲ ਘਰ ਪਹੁੰਚਿਆ।

"ਬੇਬੇ ਆ ਗਈ ?"

"ਉਹ ਤੈਨੂੰ ਦੇਖਣ ਚਲੀ ਗਈ ਡਾਕਦਾਰ ਦੇ।"

ਮੈਂ ਰਾਮ ਸਿੰਘ ਦੇ ਘਰ ਵੱਲ ਤੁਰ ਪਿਆ। ਬੂਹਾ ਉਸੀ ਤਰ੍ਹਾਂ ਖੁਲ੍ਹਾ ਸੀ।

"ਮੇਰੀ ਬੇਬੇ ਆਈ ?"

"ਤੇਰੇ ਬਾਰੇ ਪੁੱਛ ਕੇ ਮੁੜ ਗਈ।"

ਮੈਂ ਘਰ ਵੱਲ ਦੌੜ ਪਿਆ।

"ਆ ਗਈ ਬੇਬੇ ?" ਮੈਂ ਪੁੱਛਿਆ।

"ਉਹ ਤੈਨੂੰ ਭਾਲਣ ਤੁਰ ਗਈ।"

ਮੈਂ ਫਿਰ ਰਾਮ ਸਿੰਘ ਦੇ ਘਰ ਦੌੜ ਗਿਆ।

ਰਸਤੇ ਵਿਚ ਗਲੀ ਵਿਚ ਦਸ ਕਦਮ ਢਠੀ ਕੰਧ ਖੜ੍ਹੀ ਸੀ ਜਿਸ ਨੇ ਗਲੀ ਨੂੰ ਪਾੜ ਰੱਖਿਆ ਸੀ। ਮੈਂ ਸੋਚਿਆ ਇਹ ਕੰਧ ਮੈਨੂੰ ਬੇਬੇ ਨੂੰ ਮਿਲਣ ਨਹੀਂ ਦੇ ਰਹੀ ਸੀ ਤੇ ਮੈਂ ਉਸ ਦੀ ਸੇਧ ਵਿਚ ਖੜ੍ਹਾ ਹੋ ਗਿਆ। ਬੇਬੇ ਆ ਗਈ। ਤੇਜ਼ ਤੇਜ਼ ਤੁਰਦੀ ਦਾ ਉਸ ਦਾ ਉਤਲਾ ਸਿਰ ਤੇ ਅੱਧਾ ਰਹਿ ਗਿਆ।

"ਆ ਵੇ ਪੁੱਤ ਮੈਂ ਤਾਂ ਤੈਨੂੰ ਭਾਲਦੀ ਬੌਂਦਲ ਗਈ", ਮਾਂ ਨੇ ਮੈਨੂੰ ਧਾ ਕੇ ਜੱਫ਼ੀ

ਪਾ ਲਈ। ਮਾਂ ਦਾ ਸਰੀਰ ਕੰਬ ਰਿਹਾ ਸੀ ਜਿਵੇਂ ਉਹ ਕੋਹਾਂ ਤੋਂ ਚਲ ਕੇ ਆਈ ਸੀ। ਨਵੰਬਰ ਮਹੀਨੇ ਸਰੀਰ ਮੁੜ੍ਹਕੇ ਨਾਲ ਭਿੱਜ ਗਿਆ ਸੀ ਜਿਵੇਂ ਉਹ ਵਰ੍ਹਦੇ ਮੀਂਹ 'ਚੋਂ ਆਈ ਸੀ।

ਸਮਾਂ ਲੰਘ ਗਿਆ। 30 ਵਰ੍ਹੇ ਗੁਜ਼ਰ ਗਏ। ਬਹੁਤ ਹੀ ਪ੍ਰਾਪਤੀਆਂ ਹੋ ਗਈਆਂ। ਸਾਰੇ ਭਰਾਵਾਂ ਦੇ ਕੱਚੇ ਪੱਕੇ ਘਰ ਕੋਠੀਆਂ ਬਣ ਗਏ ਤੇ ਮੇਰਾ ਬੰਬਈ ਵਿਚ ਆਸਣ ਜਮ ਗਿਆ। ਸਾਰੇ ਘਰਾਂ ਵਿਚ ਦੋ ਦੋ ਟਰੈਕਟਰ ਤੇ ਕਾਰਾਂ ਆ ਗਈਆਂ। ਬੇਬੇ ਦੀ ਸੇਵਾ ਦੀ ਵੰਡ ਹੋ ਗਈ। ਹਰ ਭਰਾ ਨੂੰ ਵਾਰੀ ਨਾਲ ਬੇਬੇ ਇਕ ਮਹੀਨਾ ਮਿਲੇਗੀ। ਭਰਾ ਠੀਕ ਮੁਕੱਰਰ ਦਿਨ ਤੇ ਬੇਬੇ ਨੂੰ ਲੈਣ ਵਾਸਤੇ ਪਹੁੰਚ ਜਾਂਦੇ ਸਨ। ਜੇ ਕੋਈ ਬੇਬੇ ਨੂੰ ਭੇਜਣ 'ਚ ਦੇਰੀ ਕਰਨ ਦੀ ਕੋਸ਼ਿਸ਼ ਕਰਦਾ ਸੀ ਤਾਂ ਝਗੜਾ ਹੋ ਜਾਂਦਾ ਸੀ। ਇਕ ਦਿਨ ਵੱਧ ਕੋਈ ਛੱਡਦਾ ਨਹੀਂ ਸੀ। ਬਠਿੰਡਾ ਸ਼ਹਿਰ ਵਿਚ ਬਾਰ੍ਹਾਂ ਸੌ ਮੀਟਰ ਦੇ ਪਲਾਟ ਵਿਚ ਕੋਠੀ ਬਣ ਗਈ ਸੀ ਜਿਸ ਵਿਚ ਮਹੀਨੇ ਦੇ ਦੋ ਵਾਰ ਸੰਗਤਾਂ ਦੇ ਦੀਵਾਨ ਸੱਜਦੇ ਸਨ। ਛੋਟਾ ਵੀਰ ਬੱਗਾ ਸਿੰਘ ਸੇਵਾਦਾਰ ਗੁਰਸਿੱਖ ਬਣ ਗਿਆ ਸੀ। ਬੇਬੇ ਨੇ ਵਾਰੀ ਮੁਤਾਬਕ ਹਰਿਆਣੇ ਵਾਲੇ ਪਿੰਡ ਜਾਣਾ ਸੀ ਤੇ ਜਾਂਦਿਆਂ ਬੇਬੇ ਨੇ ਦਮਦਮਾ ਸਾਹਿਬ ਦੇ ਦਰਸ਼ਨ ਕਰਨੇ ਚਾਹੇ। ਮੈਂ ਵੀ ਨਾਲ ਸੀ।

"ਮੁੰਡਿਓ ਮੈਨੂੰ ਫੂਕੋਗੇ ਕਿੱਥੇ ?" ਮਾਂ ਨੇ ਚਾਣਚੱਕ ਹੀ ਪੁੱਛਿਆ।

"ਬੇਬੇ ਜਦੋਂ ਦੇਹੀ 'ਚੋਂ ਭੌਰ ਉਡ ਗਿਆ, ਪਿੱਛੇ ਮਿੱਟੀ ਰਹਿ ਜਾਏਗੀ- ਉਸ ਨੂੰ ਕਿਤੇ ਵੀ ਫੂਕ ਦੇਵਾਂਗੇ।" ਬੱਗਾ ਸਿੰਘ ਨੇ ਹੱਸ ਕੇ ਕਿਹਾ।

"ਨਾ ਵੇ ਭਾਈ ਇਸ ਤਰ੍ਹਾਂ ਨਾ ਕਰਿਓ।"

"ਫੇਰ।"

"ਜੱਦੀ ਪਿੰਡ – ਦਾਨ ਸਿੰਘ ਵਾਲੇ ਦੇ ਸਿਵਿਆਂ 'ਚ।"

"ਉਹ ਕਿਉਂ ਬੇਬੇ ?" ਮੈਂ ਪੁੱਛਿਆ।

"ਉਥੇ ਮੇਰੀਆਂ ਹੱਥੀਂ ਫੂਕੀਆਂ ਸਹੇਲੀਆਂ ਮਿਲਣਗੀਆਂ।"

"ਉਹ ਓਥੇ ਬੈਠੀਆਂ।" ਬੱਗਾ ਸਿੰਘ ਨੇ ਹੱਸ ਕੇ ਕਿਹਾ।

"ਕਰਾਰ ਤਾਂ ਕੀਤਾ ਸੀ, ਅੱਗੇ ਵੇਖੋ।" ਬੇਬੇ ਕਿਸੇ ਸੋਚ ਵਿਚ ਲੱਥ ਗਈ।

ਬੇਬੇ ਗੁਜ਼ਰ ਗਈ। ਗੁਜ਼ਰਨ ਤੋਂ ਪਹਿਲਾਂ ਪਿੰਡ ਦਾਨ ਸਿੰਘ ਵਾਲੇ ਭਰਾ ਦੀ ਸੇਵਾ ਦੀ ਵਾਰੀ ਸੀ।

ਪਿੰਡ ਵਿਚ ਸੋਗ ਨਹੀਂ ਚੁੱਪ ਛਾ ਗਈ। ਬੇਬੇ ਪਚੱਨਵੇਂ ਸਾਲਾਂ ਦੀ ਹੋ ਕੇ ਪੂਰੀ

ਹੋਈ ਸੀ। ਗਰੀਬ ਘਰਾਂ ਦੀਆਂ ਔਰਤਾਂ ਚਾਰ ਦਿਨ ਖੇਤੀਂ ਕੰਮ ਤੇ ਨਹੀਂ ਗਈਆਂ ਸਨ। ਰੋਂਦੀਆਂ ਵੀ ਰਹੀਆਂ ਸਨ। ਬੇਬੇ ਦੇ ਮਰਨੇ ਦੀ ਮਿਠਾਈ, ਖੀਰ, ਕੜਾਹ ਹਫ਼ਤਾ ਭਰ ਚਲਦਾ ਰਿਹਾ ਸੀ।

ਅਸੀਂ ਸਾਰੇ ਭਰਾ ਕੀਰਤਪੁਰ ਸਾਹਿਬ ਬੇਬੇ ਦੇ ਫੁੱਲ ਤਾਰ ਕੇ ਮੁੜੇ - ਬਠਿੰਡਾ ਕੋਠੀ ਵਿਚ ਪਹੁੰਚੇ।

"ਪਿੰਡ ਹੀ ਚਲਦੇ ਹਾਂ।" ਮੈਂ ਬੈਠਣ ਤੋਂ ਪਹਿਲਾਂ ਹੀ ਕਿਹਾ।

"ਕਿਉਂ ਬਾਈ ਜੀ - ਕੁਵੇਲਾ ਹੋ ਗਿਆ ਹੁਣ ਤਾਂ।" ਬੱਗਾ ਸਿੰਘ ਨੇ ਕਿਹਾ।

"ਬੇਬੇ ਨਾਲ ਗੱਲਾਂ ਕਰਾਂਗੇ ਓਥੇ ?" ਮੈਂ ਕਿਹਾ।

"ਬੇਬੇ ਨਾਲ ?"

"ਹਾਂ।" ਮੇਰੇ ਚਿਹਰੇ 'ਤੇ ਹੋਰ ਕੀਹਦੇ ਨਾਲ। ਬੋਲ ਰਿਹਾ ਸੀ।

"ਫੁੱਲ ਕੀਹਦੇ ਤਾਰ ਕੇ ਆਏ ਹਾਂ ?" ਬੱਗਾ ਸਿੰਘ ਨੇ ਕਿਹਾ।

"......ਹੈਂ।" ਤੇ ਮੈਂ ਧਾਹਾਂ ਮਾਰ ਕੇ ਰੋਣ ਲੱਗ ਪਿਆ ਤੇ ਹਫ਼ਤਾ ਭਰ ਰੋਂਦਾ ਰਿਹਾ। ਮੈਂ ਚਾਰੇ ਕੂਟਾਂ 'ਚੋਂ ਬੇਬੇ ਲਭ ਰਿਹਾ ਸਾਂ। ਮੈਨੂੰ ਬੜੇ ਗੁਰਸਿਖਾਂ ਨੇ ਬੁਕਲ 'ਚ ਲੈ ਕੇ ਦਿਲਾਸਾ ਦਿੱਤਾ ਪਰ ਮੇਰਾ ਰੋਣਾ ਨਹੀਂ ਠੱਲ੍ਹਿਆ।

*

ਭਾਟੀ

ਭਾਟੀ ਸਾਡੇ ਪਿੰਡ ਦੇ ਵਿਹੜੇ ਦੀ ਬੜੀ ਸਮਝਦਾਰ ਔਰਤ ਸੀ, ਜਿਸ ਕਰਕੇ ਬਾਪੂ ਹੁਰੀਂ ਕਿਸੇ ਵੀ ਵੱਡੇ ਝਗੜੇ ਦੇ ਫੈਸਲੇ ਵਿਚ ਉਸ ਨੂੰ ਬੁਲਾਂਦੇ ਸਨ ਤੇ ਉਸ ਦੀ ਸਲਾਹ ਲੈਂਦੇ ਸਨ। ਬਾਪੂ ਹੁਰਾਂ ਅਨੁਸਾਰ ਕਿਸੇ ਨੂੰ ਦਲਿਤ ਕਹਿਣਾ ਪਾਪ ਹੈ ਤੇ ਸਿੱਖੀ ਦੀ ਸਿੱਖਿਆ ਦੇ ਖਿਲਾਫ਼ ਹੈ। ਇਹ ਬਾਪੂ ਹੁਰਾਂ ਦਾ ਕਹਿਣਾ ਸੀ, 'ਮਨੁੱਖਤਾ ਨੂੰ ਪਿਆਰ ਕਰਨਾ ਸਿੱਖ ਦਾ ਪਹਿਲਾ ਧਰਮ ਹੈ' ਬਾਪੂ ਹੁਰੀਂ ਹਰ ਸਮੇਂ ਕਹਿੰਦੇ ਸਨ - ਮਤ ਦਿੰਦੇ ਸਨ। ਸਿੱਖ ਬਾਬਾ ਤਾਂ ਕਿਸੇ ਨੂੰ ਜਾਤੀ ਸੂਚਕ ਸ਼ਬਦ ਨਾਲ ਸੰਬੋਧਨ ਕਰਨ 'ਤੇ ਖੂੰਡੇ ਨਾਲ ਕੁੱਟਦਾ ਸੀ। ਉਸ ਨੇ ਆਪਣੇ ਹੀ ਵੱਡੇ ਪੁੱਤ ਦੀ ਖੂੰਡਾ ਮਾਰ ਮਾਰ ਕੇ ਬਾਂਹ ਤੋੜ ਦਿੱਤੀ ਸੀ। ਧਰਮ ਪਹਿਲਾਂ ਪੁੱਤਰ ਮਗਰੋਂ - ਬਾਬਾ ਸਿੱਖ ਨੇ ਕਿਹਾ ਸੀ। ਉਹ ਮਨੁੱਖਤਾ ਨੂੰ ਬਹੁਤ ਪਿਆਰ ਕਰਦਾ ਸੀ।

ਭਾਟੀ ਦਾ ਚਾਨਚੱਕ ਪਤੀ ਗੁਜ਼ਰ ਗਿਆ। ਸਾਡੇ ਵਿਹੜੇ 'ਚ ਹੀ ਨਹੀਂ ਸਾਰੇ ਪਿੰਡ 'ਚ ਸੋਗ ਪੈ ਗਿਆ। ਭਾਟੀ ਇਕੱਲੀ ਰਹਿ ਗਈ। ਸੰਸਾਰ ਵਿਚ ਕੱਲੀ ਤੀਵੀਂ ਦਾ ਕੁਝ ਨਹੀਂ ਵੱਟੀਂ ਦਾ - ਕੱਲੀ ਤੀਵੀਂ ਤੇ ਤਾਂ ਕੰਧਾਂ ਵੀ ਬੇਈਮਾਨ ਹੋ ਜਾਂਦੀਆਂ ਹਨ - ਭਾਵੇਂ ਕੰਧਾਂ ਤਾਂ ਜਵਾਨੀ ਤੇ ਬੇਈਮਾਨ ਹੁੰਦੀਆਂ ਨੇ ਪਰ ਤੀਵੀਂ ਆਖਰ ਤੀਵੀਂ ਹੈ। ਤੀਵੀਂ ਨੂੰ ਮਰਨ ਤੱਕ ਬੇਗਾਨੇ ਮਰਦ ਦਾ ਭੈ ਖਾਂਦਾ ਰਹਿੰਦਾ ਹੈ, ਇਹ ਲੋਕ ਕਹਿੰਦੇ ਸਨ। ਵਿਹੜੇ ਨੂੰ ਭਾਟੀ ਨਾਲ ਤਹਿ ਦਿਲੋਂ ਹਮਦਰਦੀ ਸੀ ਤੇ ਉਸ ਦਾ ਵਿਹੜਾ ਦਰਦ ਵੰਡਣਾ ਚਾਹੁੰਦਾ ਸੀ।

ਵਿਹੜੇ ਦੀ ਪੰਚਾਇਤ ਭਾਟੀ ਦੇ ਘਰ ਆ ਗਈ।

"ਭਾਈ ਭਾਟੀਏ ਜਿਵੇਂ ਆਂਦੇ ਹੁੰਦੇ ਹਨ ਜਗੋਂ ਤੇਹਰਵੀਂ ਹੋ ਗਈ। ਰੱਬ ਮਿਲਦਾ ਨਹੀਂ। ਨਹੀਂ ਤਾਂ ਪੁੱਛੀਏ ਜਿਹੜੀ ਰਹਿ ਗਈ ਉਹਦਾ ਕੀ ਵਾਲੀ ਵਾਰਿਸ - ਰੱਬ ਅੱਗੇ ਕਿਸੇ ਦਾ ਜ਼ੋਰ ਨਹੀਂ - ਉਹ ਤਾਂ ਚਮ ਦੀਆਂ ਚਲਾਂਦੈ - ਠੀਕ ਹੀ ਤਾਂ ਕਹਿੰਦੇ ਹਨ ਰੱਬ ਡਾਢਾ ਹੈ - ਉਹਦੇ ਅੱਗੇ ਕਿਸੇ ਦਾ ਜ਼ੋਰ ਨਹੀਂ - ਉਹਦਾ ਭਾਣਾ ਸੱਤ ਕਰਕੇ ਹੀ ਮੰਨਣਾ ਚਾਹੀਦੈ - ਉਹਤੋਂ ਤਾਂ ਦੋ ਵੇਲੇ ਨਹੀਂ ਸਭ ਵੇਲੇ ਡਰਨਾ ਚਾਹੀਦੈ - ਕਿਹੜੇ ਵਿਚ ਤੱਤੀ ਹਵਾ ਛੱਡ ਦੇਵੇ - ਝਖੇੜਾ ਛੱਡ ਦੇਵੇ - ਉਹਦੇ ਕੋਲੇ ਕਿਹੜਾ ਕਿਸੇ ਗੱਲ ਦੀ ਘਾਟ ਹੈ, "ਗੂੰਗਾ ਗਿਆਨੀ ਬੋਲੀ ਜਾ ਰਿਹਾ ਸੀ।

"ਹੁਣ ਬਸ ਵੀ ਕਰ, ਤੂੰ ਤਾਂ ਖੰਡ ਪਾਠ ਖੋਹਲ ਕੇ ਬਹਿ ਗਿਆ। ਉਹ ਗੱਲ ਕਰ ਜਿਹੜੀ ਕਰਨ ਆਏ ਹਾਂ।" ਤੁਮੀ ਭੈਂਗੇ ਨੇ ਕਿਹਾ। ਉਹ ਸੌ ਹੱਥ ਰੱਸਾ ਤੇ ਸਿਰੇ 'ਤੇ ਗੰਢ ਵਿਚ ਵਿਸ਼ਵਾਸ ਰੱਖਦਾ ਸੀ।

ਭਾਟੀ ਨੇ ਇਤਨੇ ਵਿਚ ਹੰਝੂਆਂ ਨਾਲ ਭਿੱਜਿਆ ਮੂੰਹ ਸਾਫ਼ ਕਰ ਲਿਆ ਤੇ ਪੰਚਾਇਤ ਦੀ ਗੱਲ ਸੁਨਣ ਲਈ ਤਿਆਰ ਹੋ ਗਈ।

"ਭਾਈ ਔਰਤ ਦੇ ਸਿਰ 'ਤੇ ਬੰਦਾ ਹੋਣਾ ਚਾਹੀਦੈ, ਬੰਦਾ ਭਾਵੇਂ ਕੱਖਾਂ ਕਾਨਿਆਂ ਦਾ ਹੀ ਹੋਵੇ, ਲੋਕ ਕੰਨ ਭੰਨਦੇ ਐ।"

"ਬੰਦੇ ਦਾ ਤਾਂ ਖੰਗੂਰਾ ਹੀ ਬਹੁਤ ਹੁੰਦੈ।"

"ਬੰਦਾ ਖੰਗਦਾ ਰਹੇ ਕੋਈ ਚੋਰ ਵੜ ਨਹੀਂ ਸਕਦਾ।"

"ਵੇਖ ਤੇਰਾ ਊਦਾ ਸਿਊਂ ਵਰ੍ਹਿਆਂ ਤੋਂ ਮਰਨ ਵਾਲਾ ਸੀ ਪਰ ਕਿਸੇ ਦੀ ਮਜਾਲ ਨਹੀਂ ਸੀ ਅੱਖ ਉਚੀ ਕਰਕੇ ਲੰਘੇ।"

"ਅਗਲੇ ਨੇ ਮਰਨੈ।"

"ਮੌਤ ਨੂੰ ਮਾਊਂ ਕੌਣ ਕਹਿੰਦੈ।"

"ਪਰ ਉਹ ਤਾਂ ਹੁਣ ਰਿਹਾ ਨਹੀਂ।"

"ਉਹਨੇ ਤਾਂ ਆ ਕੇ ਤੇਰੀ ਰਾਖੀ ਨਹੀਂ ਕਰਨੀ।"

"ਬੜਾ ਭਲਾ ਮਾਨਸ ਬੰਦਾ ਸੀ।"

"ਜ਼ੋਰਾਵਰ ਵੀ ਬਹੁਤ ਸੀ।"

"ਪੂਰਾ ਕਾਮਾ - ਕਦੇ ਘਰ 'ਚ ਥੁੜ ਨਹੀਂ ਹੋਈ ਸੀ।"

"ਪੂਰਾਂ ਦੇ ਪੂਰ ਤੁਰੀ ਜਾਂਦੇ ਆ।"

"ਬਾਣੀ ਕਹਿੰਦੀ ਹੈ ਜੋ ਉਪਜਿਆ ਉਹ ਮਰੇਗਾ।"

"ਹੁਣ ਕੰਮ ਦੀ ਗੱਲ ਵੀ ਕਰੋ।" ਕੋਈ ਗੁੱਸੇ 'ਚ ਆ ਗਿਆ ਸੀ।

"ਅਸੀਂ ਭਾਈ ਸਾਰੇ ਵਿਹੜੇ ਦੇ ਸਿਆਣੇ ਬੰਦਿਆਂ ਨੇ ਸੋਚਿਐ ਤੂੰ ਰੱਬ ਮਜ਼ਹਬੀ ਨੂੰ ਸਿਰ ਧਰ ਲੈ - ਉਹਦੇ ਘਰ ਵਾਲੀ ਪਿਛਲੇ ਸਾਲ ਪੂਰੀ ਹੋ ਗਈ ਸੀ। ਵਿਚਾਰਾ ਕੱਲਾ ਰਹਿ ਗਿਆ। ਉਹ ਤੇਰੇ ਜਾਣ ਵਾਲੇ ਦਾ ਹੀ ਹਾਣੀ ਹੈ- ਸਗੋਂ ਰੱਬ ਦੀ ਕਾਠੀ ਜਾਣ ਵਾਲੇ ਨਾਲੋਂ ਤਕੜੀ ਹੈ, ਹੱਡਾਂ ਦਾ ਮੋਕਲੈ। ਦੇਖ ਪਚੈਤ ਨੂੰ ਨਾਂਹ ਨਾ ਕਰੀਂ- ਹੱਤਕ ਹੋ ਜਾਊ - ਅਸੀਂ ਸਾਰਿਆਂ ਨੇ ਤੇਰੇ ਭਲੇ ਦੀ ਗੱਲ ਸੋਚੀ ਹੈ।"

"ਚੰਗਾ – ਪਚੈਤ ਨੂੰ ਤਾਂ ਕਲਗੀਆਂ ਵਾਲੇ ਵੀ ਨਾਂਹ ਨਹੀ ਕਰ ਸਕੇ ਸੀ – ਪਚੈਤ ਦਾ ਹੁਕਮ ਸਿਰ ਮੱਥੇ।"

ਭਾਟੀ ਨੇ ਹਾਂ ਕਹੀ ਤਾਂ ਵਿਹੜੇ ਵਿਚ ਖੁਸ਼ੀ ਦੀ ਲਹਿਰ ਫਿਰ ਗਈ। ਬੱਲੇ ਬੱਲੇ ਹੋ ਗਈ। ਭਾਟੀ ਦੇ 'ਸ਼ਾਬਾਸ਼ੇ' ਹੋ ਗਈ। ਰੱਬ ਨੂੰ ਵਧਾਈਆਂ ਮਿਲਣੀਆਂ ਸ਼ੁਰੂ ਹੋ ਗਈਆਂ।

ਰੱਬ ਦਾ ਭਾਟੀ ਦੇ ਘਰੇ ਮੰਜਾ ਪਹੁੰਚ ਗਿਆ। ਜੁਲੀ ਵੀ ਪਹੁੰਚ ਗਈ। ਰੱਬ ਨੂੰ ਪੈਰ ਧੋਣ ਲਈ ਗਰਮ ਪਾਣੀ ਮਿਲਣ ਲੱਗ ਪਿਆ। ਰੱਬ ਹਰ ਸਮੇਂ 'ਵਾਗੁਰੂ ਵਾਗੁਰੂ' ਬੋਲਦਾ ਸੀ। ਦੋਵੇਂ ਵੇਲੇ ਦੀ ਗਰਮ ਰੋਟੀ ਖਾ ਕੇ ਰੱਬ ਮੰਜੀ ਤੋਂ ਉਠਣ ਬੈਠਣ ਲੱਗ ਪਿਆ। ਬਾਹਰ ਅੰਦਰ ਵੀ ਜਾਣ ਲੱਗ ਪਿਆ। ਉਸ ਦੇ ਚਿਹਰੇ 'ਤੇ ਜਿਵੇਂ ਜ਼ਿੰਦਗੀ ਹੱਸ ਪਈ ਸੀ।

"ਭਾਈ ਜ਼ਨਾਨੀ ਦੀ ਸੇਵਾ ਤਾਂ ਸੁਕਿਆਂ ਨੂੰ ਹਰਾ ਕਰ ਦਿੰਦੀ ਹੈ।"

"ਰੱਬ ਸੁਕਿਆ ਕੱਖ ਹੀ ਸੀ, ਦੇਖੋ ਕਿਵੇਂ ਕਰੁੰਬਲਾਂ ਕੱਢ ਆਇਆ।"

"ਇਸ ਦੀ ਤਾਂ ਚਾਲ ਦੀ ਬਦਲ ਗਈ। ਬਗੈਰ ਸੋਟੀ ਦੇ ਤੁਰਨ ਲੱਗ ਪਿਆ।"

ਜਿਵੇਂ ਰੱਬ ਨੂੰ ਭੈੜੀ ਨਜ਼ਰ ਲੱਗ ਗਈ। ਲੋਕਾਂ ਨੂੰ ਉਸ ਦੀ ਖੁਸ਼ੀ ਚੰਗੀ ਨਹੀਂ ਲੱਗ ਰਹੀ ਸੀ ਤੇ ਇਕ ਸਵੇਰ ਉਹ ਮੰਜੇ 'ਚੋਂ ਮਰਿਆ ਮਿਲਿਆ। ਮਰਨ ਵੇਲੇ ਉਸ ਨੇ ਹੂੰਗਰ ਵੀ ਨਹੀਂ ਮਾਰੀ, ਘੋਰੜੂ ਨਹੀਂ ਵਜਿਆ। ਚੁੱਪ ਚਾਪ ਹੀ ਉਡਾਰੀ ਮਾਰ ਗਿਆ।

ਜਿਵੇਂ ਭਾਟੀ ਨੇ ਉਸ ਦੀ ਜਿਉਂਦੇ ਦੀ ਸੇਵਾ ਕੀਤੀ ਸੀ, ਜਿਵੇਂ ਰੱਬ ਉਸ ਦਾ ਸਿਹਰਿਆਂ ਦਾ ਵਰ੍ਹਿਆ ਸੀ। ਉਸ ਤਰ੍ਹਾਂ ਉਸ ਦਾ ਮਰਨਾ ਵੀ ਕੀਤਾ। ਸਸਕਾਰ ਕੀਤਾ – ਗੁਰੂ ਘਰ ਉਸਦੇ ਨਾਂ ਦਾ ਅਰਦਾਸਾ ਕੀਤਾ। ਵਿਹੜੇ ਵਿਚ ਮਰਨੇ ਦੇ ਚੌਲ ਵੀ ਵੰਡੇ।

"ਭਾਟੀ ਪਿਛਲੇ ਜਨਮਾਂ ਦਾ ਕੋਈ ਲੇਖਾ ਹੁੰਦੈ – ਤੂੰ ਉਸ ਦਾ ਕੁਸ਼ ਦੇਣਾ ਸੀ – ਸੇਵਾ ਦੇ ਬਹਾਨੇ ਲੈ ਗਿਆ।" ਸਿਆਣੇ ਬੰਦੇ ਕਹਿ ਰਹੇ ਸਨ।

"ਭਾਟੀ ਤੇਰੇ ਸ਼ਾਬਾਸ਼ੇ।"

"ਤੇਰਾ ਕੋਈ ਲੇਖਾ ਨਹੀਂ।"

"ਰੱਬ ਦੇ ਘਰ ਨਿਆਂ ਨਹੀਂ।"

"ਦੱਸ ਰੱਬ ਨੂੰ ਆਸਰਾ ਖੋਹਣਾ ਚਾਹੀਦਾ ਸੀ ?"

ਲੋਕ ਤਰ੍ਹਾਂ ਤਰ੍ਹਾਂ ਦੀ ਭਾਸ਼ਾ ਬੋਲਦੇ ਸਨ।

ਵਿਹੜੇ ਦੀ ਪੰਚਾਇਤ ਜੁੜ ਕੇ ਆ ਗਈ। ਅਜੇ ਪਰਸੋਂ ਭਾਟੀ ਰੱਬ ਦੇ ਫੁੱਲ ਪਾ ਕੇ ਆਈ ਸੀ। ਮਰਨਾ ਕਰਨ ਤੇ ਫੁੱਲ ਪਾ ਕੇ ਆਨ ਨਾਲ ਉਸ ਦੇ ਹੱਡ ਚਸਕਣ ਲੱਗ ਪਏ ਸਨ। ਥੋੜ੍ਹੇ ਸਮੇਂ ਵਿਚ ਉਸ ਨੇ ਦੋ ਬੰਦਿਆਂ ਦੇ ਫੁੱਲ ਪਾਏ ਸਨ। ਉਹ ਔਖੀ ਸੌਖੀ ਹੋ ਕੇ ਦੋਹਾਂ ਲਈ ਗੰਗਾ ਜੀ ਪਹੁੰਚੀ ਸੀ। ਫਰਜ਼ ਪੂਰਾ ਕਰਕੇ ਆਈ ਸੀ। ਗੰਗਾ ਦੇ ਪੰਡਿਆਂ ਨੇ ਉਸਦੀ ਹਾਲਤ ਖ਼ਰਾਬ ਕਰ ਦਿੱਤੀ ਸੀ। ਪੰਚਾਇਤ ਬੜੀ ਚੁੱਪਚਾਪ ਸੀ। ਭਾਟੀ ਵੀ ਚੁੱਪ ਸੀ। ਭਾਟੀ ਨੂੰ ਇਸ ਜੁੜੀ ਪੰਚਾਇਤ ਦੀ ਕੋਈ ਸਮਝ ਨਹੀਂ ਸੀ। ਪਰ ਪੰਚਾਇਤ ਤਾਂ ਰੱਬ ਹੈ- ਉਸ ਨੂੰ ਆਈ ਨੂੰ ਮੋੜਿਆ ਨਹੀਂ ਜਾ ਸਕਦਾ ਸੀ। ਇਹ ਭਾਈ ਦਾ ਸੋਚਣਾ ਸੀ।

"ਗੁਰੂ ਪਰਕਾਰ ਭਾਈ।"

"ਘੱਲੇ ਆਏ ਨਾਨਕਾ ਸੱਦੇ ਉਠ ਜਾਏ।"

"ਬਹੁਤ ਮਾੜਾ ਹੋਇਆ – ਉਹਦੀਆਂ ਉਹੀ ਜਾਣੇ।"

"ਜਿਨ੍ਹਾਂ ਦੀ ਐਥੇ ਲੋੜ ਹੈ, ਉਹਨਾਂ ਦੀ ਉਸਨੂੰ ਵੀ ਲੋੜ ਹੈ।"

"ਉਹਦਾ ਲੇਖਾ ਕੋਈ ਨਹੀਂ ਜਾਣਦਾ।"

"ਭਾਟੀ ਅਸੀਂ ਤਾਂ ਇਕ ਕੰਮ ਆਏ ਹਾਂ। ਪਰ ਹੀਆ ਨਹੀਂ ਪੈਂਦਾ।"

"....................."

ਭਾਟੀ ਚੁੱਪ ਸੀ।

"ਤੂੰ ਸੋਚਦੀ ਹੈਂ ਕਿਹੋ ਜਾ ਕੰਮ ਹੈ ਜੋ ਹੀਆ ਨਹੀਂ ਪੈਂਦਾ।"

"ਅਸੀਂ ਤਾਂ ਤੇਰੇ ਹੀ ਭਲੇ ਦੀ ਸੋਚਦੇ ਹਾਂ।"

"ਦੱਸੋ ਪੰਚਾਇਤੇ – ਬੋਲੇ ਬਿਨ ਤਾਂ ਪਤਾ ਨਹੀਂ ਲਗਦਾ।"

"ਹਾਂ ਭਾਟੀ ਬੋਲਣਾ ਤਾਂ ਪਏਗਾ ਹੀ।"

"ਅਸੀਂ ਸੋਚਦੇ ਹਾਂ ਤੂੰ ਗਿਟਲ ਬੁੜ੍ਹਾ ਸਿਰ ਧਰ ਲੈ।"

"ਨਾਂਹ ਨਾ ਕਹੀਂ।"

"ਪਚੈਤ ਧਕਣੀ ਰੱਬ ਧਕਣਾ ਹੁੰਦੈ।"

"ਯਾਰ ਇਹ ਕਮਲੀ ਤਾਂ ਨਹੀਂ ਜਿਹੜੀ ਨਾਂਹ ਕਰੇਗੀ।"

"ਇਹਦੇ 'ਚ ਦੋਹਾਂ ਦਾ ਹੀ ਭਲਾ ਹੈ।"

"ਗਿਟਲ ਬੁੜ੍ਹੇ ਦਾ ਤਾਂ ਕਦੇ ਮੱਥਾ ਵੀ ਨਹੀਂ ਦੁਖਿਆ।"

"ਉਹ ਤਾਂ ਮਖਿਆ ਕਾਠਾ ਬੰਦੈ - ਕਾਠ ਦੀ ਧਰਤੀ ਦਾ।"

"ਉਹ ਤਾਂ ਕਮਾਈ ਬਹੁਤ ਕਰਦੈ।"

"ਉਹਨਾਂ ਤਾਂ ਮੱਝ ਵੀ ਰੱਖੀ ਹੈ - ਦੁੱਧ ਦਿੰਦੀ ਹੈ ਵਾਧੂ।"

"ਤੂੰ ਚੁੱਪ ਹੈਂ - ਕੀ ਤੇਰੀ ਚੁੱਪ ਨੂੰ ਸਤਿਬਚਨ ਸਮਝੀਏ ?"

"ਸ਼ਾਬਾਸ਼ ਤੂੰ ਸਾਡੀਆਂ ਦਾਹੜੀਆਂ ਦੀ ਰੱਖ ਤੀ।"

"ਮਖਿਆ ਭਾਟੀ ਸਤਜੁਗੀ ਬੁੜ੍ਹੀ ਹੈ।"

"ਫਿਰ ਅੱਜ ਹੀ ਉਹਦਾ ਮੰਜਾ ਲੈ ਆਈਏ ?"

"........................."

"ਸ਼ਾਬਾਸ਼ੇ - ਤੇਰਾ ਸੁਰਗਾਂ 'ਚ ਵਾਸਾ ਹੋਵੇਗਾ।"

"ਲਿਆ ਓਏ ਗਿਟਲ ਦਾ ਮੰਜਾ।"

"ਮੰਜਾ ਤਾਂ ਅਸੀਂ ਬਾਹਰ ਹੀ ਰੱਖਿਐ ਤੇ ਗਿਟਲ ਵੀ ਬਾਹਰ ਹੀ ਬੈਠੇ।"

"ਸਤਬਚਨ" ਕਹਿ ਕੇ ਭਾਟੀ ਨੇ ਹੱਥ ਜੋੜੇ "ਪਚੈਤ ਨੂੰ ਤਾਂ ਕਲਗੀਆਂ ਵਾਲੇ ਵੀ ਧੱਕ ਨਹੀਂ ਸਕੇ ਸਨ।" ਭਾਟੀ ਦੇ ਬੋਲ ਵਿਚ ਹੰਝੂ ਕੰਬ ਰਹੇ ਸਨ।

ਪੰਚਾਇਤ ਉਹਦੇ ਘਰ ਸਤਿਗੁਰੂ ਦਾ ਰੂਪ ਧਾਰਕੇ ਆਈ ਸੀ।

ਗਿਟਲ ਬੁੜ੍ਹਾ ਆਦੀ ਛੜਾ ਸੀ। ਉਸਨੂੰ ਕੰਮਾਂ ਤੋਂ ਹੀ ਵਿਹਲ ਨਹੀਂ ਮਿਲੀ ਸੀ। ਸ਼ਾਇਦ ਉਸਨੂੰ ਵਿਆਹ ਯਾਦ ਵੀ ਨਹੀਂ ਰਿਹਾ ਸੀ - ਯਾਦ ਆਇਆ ਤਾਂ ਉਸ ਦੀ ਉਮਰ ਲੰਘ ਗਈ ਸੀ। ਦਾਹੜੀ ਤੇ ਸਿਰ ਦੇ ਵਾਲ ਇਸ ਤਰ੍ਹਾਂ ਚਿੱਟੇ ਹੋ ਗਏ ਸਨ, ਜਿਸ ਤਰ੍ਹਾਂ ਫੱਗਣ ਮਹੀਨੇ ਜਵਾਂ ਦੀ ਫ਼ਸਲ ਨੂੰ ਬੁਲਾ ਚਿੱਟਾ ਕਰ ਦਿੰਦਾ ਹੈ - ਬੱਸ ਫੇਰ ਉਹ ਕਹੀ ਵਾਹੁਣ ਜੋਗਾ ਹੀ ਰਹਿ ਗਿਆ ਸੀ। ਉਸਨੂੰ ਕੋਈ ਸਕੀ ਧੀ ਦੇਣ ਲਈ ਤਿਆਰ ਨਹੀਂ ਸੀ। ਉਹ ਮੱਥੇ ਤੇ ਹੱਥ ਧਰ ਕੇ ਬਹੁਤ ਪਛਤਾਇਆ ਸੀ। ਪਰ ਹੁਣ ਤਾਂ ਚਿੜੀਆਂ ਖੇਤ ਚੁਗ ਗਈਆਂ ਸਨ। ਲੰਘੇ ਸਮੇਂ ਨੂੰ ਤਾਂ ਵਾਜ ਮਾਰ ਕੇ ਬੁਲਾਇਆ ਨਹੀਂ ਜਾ ਸਕਦਾ ਸੀ। ਸੂਰਜ ਗਰੀਬ ਦੇ ਦੀਵੇ ਵਾਂਗ ਬੁਝ ਗਿਆ ਸੀ। ਉਮਰਾਂ ਦਾ ਸੂਰਜ ਢਲਦਾ ਵੀ ਛੇਤੀ ਹੈ।

ਗਿਟਲ ਨੇ ਭਾਟੀ ਸਿਰ ਧਰਨ ਦੀ ਖੁਸ਼ੀ ਵਿਚ ਸਾਰੇ ਵਿਹੜੇ ਵਿਚ ਚੌਲ ਵੰਡੇ ਸਨ ਤੇ ਗੁਰਦੁਆਰਾ ਸਾਹਿਬ ਮੱਥਾ ਵੀ ਟੇਕਿਆ ਸੀ। ਸਰੀਰ ਦੀ ਕਾਠੀ ਬਹੁਤ

ਮਜ਼ਬੂਤ ਸੀ ਪਰ ਕਿਸੇ ਵੇਲੇ ਕਲੇਜਾ ਫਿੜਕ ਫਿੜਕ ਵਾਂਗ ਵੱਜਣਾ ਸ਼ੁਰੂ ਹੋ ਜਾਂਦਾ ਸੀ। ਗਿਟਲ ਨੂੰ ਦਾਰੂ ਦੀ ਵੀ ਫਿੜਕ ਸੀ। ਲੋਕਾਂ ਤੋਂ ਚੋਰੀ ਉਹ ਵੱਡੀ ਘੁੱਟ ਮਾਰ ਛੱਡਦਾ ਸੀ ਤੇ ਉਸ ਮਗਰੋਂ ਆਪਣੀ ਭਰਜਾਈ ਨੂੰ ਰਾਤ ਤੱਕ ਗਾਲ੍ਹਾਂ ਦਿੰਦਾ ਸੀ ਜਿਸ ਨੇ ਉਸਨੂੰ ਆਪਣੀ ਸਕੀ ਭੈਣ ਦਾ ਸਾਕ ਨਹੀਂ ਕਰਾਇਆ ਸੀ। ਉਸ ਦਾ ਘਰ ਨਹੀਂ ਵਸਾਇਆ ਸੀ।

ਅੱਜ ਉਸ ਦੇ ਘਰ ਖੁਸ਼ੀ ਦਾ ਦੀਵਾ ਜਗਿਆ ਸੀ। ਭਾਟੀ ਉਸ ਲਈ ਹੂਰ ਪਰੀ ਸੀ ਤੇ ਉਹ ਭਾਟੀ ਦਾ ਰਾਂਝਾ ਸੀ। ਭਾਟੀ ਉਹਦਾ ਜੱਗ ਜਹਾਨ ਸੀ ਤੇ ਉਹ ਜਗ ਜਹਾਨ ਦਾ ਮਾਲਕ। ਓਏ ਮੈਂ ਚੱਕ ਦੂੰ ਬਗੌੜ – ਲੱਸੀ ਅਗਲੇ ਘਰਾਂ ਤੋਂ ਪੀਣੀ – ਮੈਂ ਸੇਲਾ ਮਾਰ ਕੇ ਰੱਬ ਦਾ ਢਿੱਡ ਪਾੜ ਸਕਦਾਂ – ਅੱਜ ਮੈਂ ਬਹੁਤ ਖੁਸ਼ ਹਾਂ" ਗਿਟਲ ਮਿਰਜ਼ਾ ਬਣਿਆ ਵਿਹੜੇ 'ਚ ਖੜਾ ਬੁੱਕ ਰਿਹਾ ਸੀ।

"ਹੁਣ ਬਹਿਜਾ – ਖੜਾ ਚੰਗੀ ਤਰ੍ਹਾਂ ਹੋਇਆ ਨਹੀਂ ਜਾਂਦਾ – ਤੂੰ ਰੱਬ ਦਾ ਢਿੱਡ ਪਾੜੀ ਜਾਨੈ – ਕਮਲਿਆ ਰੱਬ ਨਾਲ ਵੈਰ ਨਹੀਂ ਕਮਾਈਦਾ।" ਭਾਟੀ ਕਹਿ ਰਹੀ ਸੀ। ਹਨੇਰੇ ਵਿਹੜੇ 'ਚ ਖੜੀ ਉਹ ਗਿਟਲ ਨੂੰ ਸਮਝਾ ਰਹੀ ਸੀ। ਗਿਟਲ ਨੂੰ ਉਸ ਨੇ ਆਪਣਾ ਸਾਈਂ ਮੰਨ ਲਿਆ ਸੀ। ਪੰਚਾਇਤ ਨੂੰ ਉਸ ਨੇ ਸਿਰ ਮੱਥੇ ਮੰਨਿਆ ਸੀ।

ਗਿਟਲ ਨੂੰ ਚਾਣਚੱਕ ਪਤਾ ਨਹੀਂ ਕੀ ਹੋਣ ਲੱਗ ਗਿਆ। ਉਸ ਦੀ ਹਿੱਕ ਵਿਚ ਹੁਜਾਂ ਜੇਹੀਆਂ ਵੱਜਣੀਆਂ ਸ਼ੁਰੂ ਹੋਣ ਲੱਗੀਆਂ ਤੇ ਉਹ ਸੁੰਡੀ ਵਾਂਗ ਕੱਠਾ ਹੁੰਦਾ ਜਾ ਰਿਹਾ ਸੀ। ਪਲ ਪਲ ਗੱਠੜੀ ਬਣਦਾ ਜਾ ਰਿਹਾ ਸੀ ਤੇ ਉਹ ਪੀਡੀ ਗੰਢ ਬਣ ਗਿਆ। ਮੂੰਹ ਗਰੀਬ ਦੇ ਘਰ ਦੇ ਕਬਾੜ ਵਾਂਗ ਖੁੱਲ੍ਹ ਗਿਆ ਤੇ ਮਰੇ ਗਿੱਦੜ ਦੇ ਜਬਾੜਿਆਂ ਵਾਂਗ ਦੰਦ ਬਾਹਰ ਆ ਗਏ ਸਨ। ਭਾਟੀ ਨੇ ਹਾਲਦੁਹਾਈ ਮਚਾਈ ਤੇ ਵਿਹੜਾ ਜਮਾਂ ਹੋ ਗਿਆ ਸੀ। ਪਰ ਵਿਹੜੇ ਦੇ ਜਮਾਂ ਹੋਣ ਤੋਂ ਪਹਿਲਾਂ ਹੀ ਗਿਟਲ ਹਨੇਰੇ 'ਚ ਪੰਛੀ ਵਾਂਗ ਉਡਾਰੀ ਮਾਰ ਗਿਆ ਸੀ। ਉਹ ਮੁੱਠੀ ਜਿੰਦਾ ਬਣਿਆ ਪਿਆ ਸੀ। ਭੌਰ ਉਡ ਗਿਆ ਸੀ। ਕਿਹੜੀਆਂ ਕੂਟਾਂ ਵਿਚ – ਪਤਾ ਨਹੀਂ ਸੀ।

ਭਾਟੀ ਨੇ ਸਵੇਰੇ ਸਸਕਾਰ ਕੀਤਾ। ਸਾਰਾ ਵਿਹੜਾ ਉਸ ਦੀ ਸਹਾਇਤਾ ਕਰ ਰਿਹਾ ਸੀ। ਸਾਰੇ ਵਿਹੜੇ ਨੂੰ ਭਾਟੀ ਨਾਲ ਹਮਦਰਦੀ ਸੀ। ਭਾਟੀ ਨੇ ਵਿਹੜੇ ਦੀ ਪੰਚਾਇਤ ਨੂੰ ਸਿਰ ਮੱਥੇ ਰੱਖਿਆ ਸੀ।

ਭਾਟੀ ਨੇ ਗਿਟਲ ਦੇ ਗੰਗਾ ਜੀ ਜਾ ਕੇ ਫੁੱਲ ਪਾਏ – ਉਹ ਸੋਚਦੀ ਸੀ ਕੋਈ ਪਿਛਲੇ ਜਨਮ ਦਾ ਲੈਣਾ-ਦੇਣਾ ਸੀ – ਗੰਗਾ ਜੀ ਫੁੱਲ ਪਾਣ ਨਾਲ ਮੁਕਤੀ ਹੋ ਜਾਣੀ ਸੀ। ਇਸ ਲਈ ਉਸ ਨੇ ਗਰੀਬ ਹੋ ਕੇ ਵੀ ਹੂਲਾ ਫੱਕਿਆ ਸੀ – ਨਹੀਂ ਤਾਂ ਗੰਗਾ ਜੀ ਜਾਣ ਦੀ ਹੁਣ ਸਮਰੱਥਾ ਨਹੀਂ ਰਹੀ ਸੀ – ਭਲਾ ਹੋਵੇ ਮੇਰੇ ਬਾਪੂ ਦਾ ਜਿਸ

ਨੇ ਸੌ ਰੁਪਏ ਦੀ ਮਦਦ ਕੀਤੀ ਸੀ – ਭਾਟੀ ਨੇ ਹੱਥ ਜੋੜ ਜੋੜ ਬਾਪੂ ਦਾ ਧੰਨਵਾਦ ਕੀਤਾ ਸੀ।

ਭਾਟੀ ਨਾਲ ਜਗੋਂ ਤੇਹਰਵੀਂ ਹੀ ਹੋਈ ਸੀ। ਤਿੰਨ ਮਹੀਨੇ 'ਚ ਤਿੰਨ ਮਨੁੱਖ ਤੁਰ ਗਏ – ਭਾਟੀ ਨੇ ਤਿੰਨਾਂ ਦੇ ਪੂਰੀ ਸ਼ਰਧਾ ਨਾਲ ਕਿਰਿਆ ਕਰਮ ਕੀਤੇ ਤੇ ਗੰਗਾ ਜੀ ਤੱਕ ਪਹੁੰਚੀ ਤਾਂ ਕਿ ਕਿਸੇ ਦੀ ਰੂਹ ਗਤੀ ਖੁਣੋਂ ਭਟਕਦੀ ਨਾ ਫਿਰੇ। ਉਹ ਕਰਮਾਂ ਦੇ ਲੇਖੇ ਤੋਂ ਬਹੁਤ ਡਰਦੀ ਸੀ।

ਸ਼ਾਮ ਦਾ ਸਮਾਂ ਸੀ। ਉਹ ਥੱਕੀ ਵਿਹੜੇ 'ਚ ਬੋਰੀ ਤੇ ਬੈਠੀ ਸੀ। ਇਤਨੀ ਥੱਕੀ ਤੇ ਹਾਰੀ ਸੀ ਕਿ ਸਰੀਰੋਂ ਮੱਖੀ ਵੀ ਨਹੀਂ ਉਡਦੀ ਸੀ।

ਅਗੜ ਪਿਛੜ ਪੰਚਾਇਤ ਵਿਹੜੇ ਵਿਚ ਆ ਗਈ। ਸਾਰੇ ਚੁੱਪ ਸਨ। ਭਾਟੀ ਭਰੀਆਂ ਅੱਖਾਂ ਨਾਲ ਝਾਕ ਰਹੀ ਸੀ। ਪਤਾ ਨਹੀਂ ਪੰਚਾਇਤ ਨੇ ਕੀ ਹੁਕਮ ਕਰਨਾ ਸੀ।

"ਭਾਟੀਏ ਜੋ ਹੋਇਆ ਬੁਰਾ ਹੋਇਆ – ਘਲੇ ਆਏ ਨਾਨਕਾ ਸੱਦੇ ਉਠ ਜਾਏ।"

"ਸਾਨੂੰ ਇਸ ਦੁਖ ਦੀ ਘੜੀ 'ਚ ਤੇਰੇ ਨਾਲ ਬਹੁਤ ਹਮਦਰਦੀ ਹੈ।"

"ਹੁਣ ਕੀਹਦਾ ਨਾਂ ਲੈ ਕੇ ਆਏ ਹੋ ?" ਭਾਟੀ ਨੇ ਦੰਦ ਘੁੱਟ ਕੇ ਪੁੱਛਿਆ।

"ਗਿਡਲ ਦਾ – ਉਸ ਦੀ ਉਮਰ ਛੋਟੀ ਹੈ।"

"ਮੇਰੇ ਪਿਓ ਦੇ ਸਾਲਿਓ.... ਮੈਂ ਫੁੱਲ ਪਾਉਣ ਵਾਸਤੇ ਹੀ ਰਹਿ ਗਈ – ਤੁਸੀਂ ਜੋ ਮਰਨ ਵਾਲਾ ਹੈ ਮੇਰੇ ਵਾਸਤੇ ਰੱਖੀ ਬੈਠੇ ਹੋ – ਨਿਕਲੋ ਮੇਰੇ ਘਰੋਂ।"

ਭਾਟੀ ਸ਼ੀਹਣੀ ਵਾਂਗ ਕੁੱਦੀ ਤੇ ਭੱਜਦੀ ਪੰਚਾਇਤ ਦੇ ਡੰਡੇ ਵਰ੍ਹਾ ਦਿੱਤੇ – ਕਈ ਬੁੱਢੇ ਪੰਚਾਇਤੀ ਭੱਜਦੇ ਡਿੱਗ ਪਏ ਤੇ ਗੋਡਿਆਂ ਪਰਨੇ ਰਿੜ੍ਹ ਕੇ ਘਰੋਂ ਬਾਹਰ ਨਿਕਲੇ। ਭਾਟੀ ਤੂਫ਼ਾਨ ਵਾਂਗ ਬੁੱਕ ਰਹੀ ਸੀ।

*

ਕੁੱਤਾ-ਬੰਦਾ

ਇਹ ਸਾਲ 1975 ਦੀ ਗੱਲ ਹੈ। ਕੋਈ ਯਾਰਬਾਸ਼ ਬੰਬਈ ਆਇਆ। ਕਈ ਦਿਨ ਮੇਰੇ ਕੋਲ ਠਹਿਰਿਆ। ਮੈਨੂੰ ਉਸ ਦੀ ਕੋਈ ਦਿੱਕਤ ਨਹੀਂ ਸੀ ਪਰ ਉਸ ਦੀ ਦਾਰੂ ਖਲਦੀ ਸੀ। ਬੰਬਈ ਦੀ ਦਾਰੂ ਮਹਿੰਗੀ ਤਾਂ ਸੀ ਹੀ ਪਰ ਉਹ ਪੀਂਦਾ ਪੀਂਦਾ ਦੇਰ ਰਾਤ ਤੱਕ ਬੈਠਦਾ ਸੀ ਤੇ ਨਾਲ ਸਿਗਰਟਾਂ ਵੀ ਫੂਕਦਾ ਸੀ। ਪਰ ਯਾਰ ਬਹੁਤ ਪਿਆਰਾ ਸੀ। ਕੁਝ ਵੀ ਕਹਿ ਨਹੀਂ ਸਕਦੇ ਸੀ। ਯਾਰ ਦਾ ਭਲਾ ਬੋਝ ਕਾਹਦਾ ? ਇਕ ਦਿਨ ਉਸ ਨੇ ਕਿਹਾ "ਮੈਂ ਛੇਤੀ ਹੀ ਜਾਣ ਵਾਲਾ ਹਾਂ, ਪਰ ਅਚਾਨਕ ਕੁਝ ਰੁਪਏ ਚਾਹੀਦੇ ਨੇ- ਮੈਂ ਚੰਡੀਗੜ੍ਹ ਪਹੁੰਚ ਕੇ ਤੁਰੰਤ ਹੀ ਭੇਜ ਦੇਵਾਂਗਾ।"

"ਕਿੰਨੇ ਚਾਹੀਦੇ ਨੇ ?"

"ਬਸ ਐਵੇਂ ਚਿੱਲਰ ਸਮਝੋ।"

"ਫਿਰ ਭੀ ਚਿੱਲਰ ਦਾ ਨਾਂ ਤਾਂ ਦੱਸੋ।"

"ਵੈਸੇ ਮੰਗਦਿਆਂ ਸ਼ਰਮ ਵੀ ਆਂਦੀ ਹੈ।"

"ਯਾਰਾਂ 'ਚ ਸ਼ਰਮ ਕਾਹਦੀ।"

"ਫਿਰ ਵੀ ਹੁੰਦਾ ਹੀ ਹੈ ਮੈਂ ਕਦੇ ਮੰਗੇ ਨਹੀਂ।"

"ਕਦੇ ਅਚਾਨਕ ਲੋੜ ਪੈ ਜਾਂਦੀ ਹੈ- ਸ਼ਰਮ ਨਾ ਮੰਨੋ - ਦੱਸ ਕੀ ਚਾਹੀਦੈ।"

"ਬਸ ਐਵੇਂ ਲੱਖ ਸਵਾ ਲੱਖ ਚਿੱਲਰ।"

"ਲੱਖ ਜਾਂ ਸਵਾ ਲੱਖ ?" ਮੇਰੀ ਅੰਦਰੋਂ ਫੂਕ ਨਿਕਲ ਗਈ ਸੀ। ਕਾਫ਼ੀ ਵੱਡੀ ਰਕਮ ਸੀ ਪਰ ਯਾਰ ਬਹੁਤ ਪਿਆਰਾ ਸੀ - ਨਾਂਹ ਨਹੀਂ ਕੀਤੀ ਜਾ ਸਕਦੀ ਸੀ। ਵੈਸੇ ਮੇਰੀ ਫ਼ਿਲਮ ਦੀ ਸ਼ੂਟਿੰਗ ਸ਼ੁਰੂ ਹੋਣ ਵਾਲੀ ਸੀ- ਲੱਖ ਰੁਪਿਆ ਪਾਸੇ ਕਰਨਾ ਔਖਾ ਸੀ। ਪਰ ਯਾਰ ਨੂੰ ਨਾਂਹ ਕਰਨਾ ਵੀ ਨਮੋਸ਼ੀ ਵਾਲੀ ਗੱਲ ਸੀ। ਫਿਰ ਮੈਂ ਫ਼ਿਲਮ ਨਿਰਮਾਤਾ ਸਾਂ। ਸ਼ਾਨ ਵੀ ਤਾਂ ਜਾਂਦੀ ਸੀ। ਵੈਸੇ ਸ਼ਾਨ ਹੀ ਸ਼ਾਨ ਹੁੰਦੀ ਹੈ ਅੰਦਰੋਂ ਨਿਰਮਾਤਾ ਖਾਖੀ ਨੰਗ ਹੀ ਹੁੰਦੇ ਨੇ।

"ਚਲੋ ਲੱਖ ਨਾਲ ਸਾਰ ਲਵਾਂਗਾ - ਤੈਨੂੰ ਬਹੁਤ ਤੰਗ ਕੀ ਕਰਨੈ।" ਤੇ ਉਹ ਨਹਾਣ ਚਲਾ ਗਿਆ।

"ਕਦੋਂ ਚਾਹੀਦੇ ਨੇ ?" ਮੈਂ ਲੰਮੀ ਆਵਾਜ਼ ਦੇ ਕੇ ਪੁੱਛਿਆ।

"ਅੱਜ ਹੀ।" ਉਹ ਸ਼ਾਵਰ ਲੈ ਰਿਹਾ ਬੋਲ ਰਿਹਾ ਸੀ। ਲਗਦਾ ਸੀ ਉਸ ਦੀਆਂ ਅੱਖਾਂ ਬੰਦ ਸਨ।

ਮੈਨੂੰ ਪਸੀਨਾ ਜ਼ਰੂਰ ਆਇਆ ਪਰ ਸ਼ਾਨ ਤਾਂ ਬਚਾਣੀ ਸੀ ਨਾ।

ਉਹ ਤਿਆਰ ਹੋ ਗਿਆ, ਮੈਂ ਤਾਂ ਸਵੇਰੇ ਤੋਂ ਹੀ ਤਿਆਰ ਸੀ। ਅਸੀਂ ਨਾਸ਼ਤਾ ਕੀਤਾ ਤੇ ਗੱਡੀ 'ਚ ਬਹਿ ਕੇ ਪੰਜਾਬ ਐਂਡ ਸਿੰਧ ਬੈਂਕ ਪਹੁੰਚ ਗਏ। ਮੈਂ ਲੱਖ ਰੁਪਏ ਦਾ ਚੈੱਕ ਭਰਿਆ ਤੇ ਦਫ਼ਤਰ ਦੇ ਹੀ ਕਾਰਕੁੰਨ ਨੂੰ ਕੈਸ਼ ਲਿਆਉਣ ਲਈ ਕਹਿ ਕੇ ਅਸੀਂ ਮੈਨੇਜਰ ਸਾਹਿਬ ਦੀ ਅਦਬੀ ਚਾਹ ਪੀਣ ਲੱਗ ਪਏ। ਚਾਹ ਬਹੁਤ ਸਵਾਦ ਸੀ ਤੇ ਭਾਫਾਂ ਵੀ ਛੱਡ ਰਹੀ ਸੀ। ਕਾਰਕੁੰਨ ਨੇ ਲੱਖ ਰੁਪਿਆ ਸਾਹਮਣੇ ਲਿਆ ਕੇ ਰੱਖ ਦਿੱਤਾ।

"ਐਨਾ ਹੀ ਹੋਰ ਹੈ ?"

"ਨਹੀਂ ਹੈ।" ਮੈਂ ਪਤਾ ਨਹੀਂ ਕਿਵੇਂ ਕਹਿ ਦਿੱਤਾ। ਮੈਂ ਸ਼ਾਨ ਦੀ ਪਰਵਾਹ ਨਾ ਕੀਤੀ।

"ਮੈਨੂੰ ਕੋਈ ਖਰਚਾ ਯਾਦ ਆ ਗਿਆ ਸੀ। ਮੈਂ ਜਾਂਦੇ ਹੀ ਭੇਜ ਦਿਆਂਗਾ।" ਉਸ ਦੀਆਂ ਕੱਚ ਦੀਆਂ ਗੋਲੀਆਂ ਵਰਗੀਆਂ ਅੱਖਾਂ ਮੇਰੇ ਚਿਹਰੇ 'ਤੇ ਖੜੀਆਂ ਸਨ। ਮੇਰਾ ਚਿਹਰਾ ਸ਼ਰਮਾ ਗਿਆ ਸੀ – ਮੇਰੀ ਸ਼ਾਨ ਚਲੀ ਗਈ ਸੀ।

"ਨਹੀਂ ਹੋਰ ਨਹੀਂ ਹੈ।" ਮੈਂ ਇਕ ਦਮ ਹੀ ਲੱਤ ਚੁਕ ਗਿਆ।

"ਵੇਖ ਲਓ – ਬੈਂਕ ਨੂੰ ਪੁੱਛ ਲਓ – ਮੈਂ ਗੱਡੀ ਤੋਂ ਉਤਰਦਿਆਂ ਹੀ ਭੇਜ ਦਿਆਂਗਾ।"

"........................" ਮੈਂ ਚਾਹ ਖ਼ਤਮ ਕਰਕੇ ਚੈਕਬੁੱਕ ਸੰਭਾਲ ਕੇ ਬਾਹਰ ਆ ਗਿਆ। ਉਹ ਮੇਰੇ ਪਿੱਛੇ ਸੀ। ਉਹ ਸਫ਼ਾਰੀ ਦੀ ਜੇਬ 'ਚ ਲੱਖ ਰੁਪਿਆ ਬੇਕਦਰਾਂ ਵਾਂਗ ਪਾ ਰਿਹਾ ਸੀ। ਨੋਟਾਂ ਨੂੰ ਤੁੰਨ ਜਿਹਾ ਰਿਹਾ ਸੀ।

ਉਹ ਸ਼ਾਮ ਦੀ ਰਾਜਧਾਨੀ ਚੜ੍ਹ ਗਿਆ ਸੀ। ਲੱਖ ਰੁਪਿਆ ਲੈ ਕੇ ਮੈਥੋਂ ਵਿਦਾਈ ਲੈ ਲਈ ਸੀ। ਨਿਖੜਨ ਵੇਲੇ ਉਸ ਨੇ ਨਹੀਂ ਕਿਹਾ ਕਿ ਉਹ ਚੰਡੀਗੜ੍ਹ ਪੁਜਦਿਆਂ ਹੀ ਮੈਨੂੰ ਲੱਖ ਰੁਪਿਆ ਭੇਜ ਦੇਵੇਗਾ।

ਮੇਰੀ ਸ਼ੂਟਿੰਗ ਸ਼ੁਰੂ ਹੋਈ। ਸੁਰਤ ਜੇਹੀ ਮਾਰੀ ਗਈ। ਪੈਸੇ ਦੀ ਕਿੱਲਤ ਸੀ ਪਰ ਮੈਂ ਸ਼ਾਨ, ਨਹੀਂ ਝੂਠੀ ਸ਼ਾਨ ਰੱਖਣ ਲਈ ਉਸ ਨੂੰ ਯਾਦ ਦਹਾਨੀ ਦਾ ਫ਼ੂਨ ਨਹੀਂ ਕੀਤਾ। ਛੇ ਮਹੀਨੇ ਗੁਜ਼ਰ ਗਏ। ਕੋਈ ਉਗਸੁਘ ਨਹੀਂ ਸੀ ਉਸ ਦੀ, ਨਾ ਲੱਖ ਰੁਪਏ ਦੀ। ਮੈਂ ਯਾਦ ਕਰਕੇ ਪਰੇਸ਼ਾਨ ਜੇਹਾ ਹੋਣ ਲੱਗ ਪਿਆ ਸੀ।

ਮੈਂ ਉਸਨੂੰ ਫ਼ੂਨ ਕਰਨੇ ਸ਼ੁਰੂ ਕੀਤੇ ਪਰ ਫੋਨ ਲਾਈਨ ਖ਼ਰਾਬ ਬੋਲਣ ਲੱਗ ਪਿਆ, "ਕੌਣ ਬੋਲਦੈ, ਆਵਾਜ਼ ਦੀ ਸਮਝ ਨਹੀਂ ਆ ਰਹੀ, "ਕੌਣ ਸ਼ਾਦ", ਮੈਨੂੰ ਤਾਂ ਸਮਝ ਨਹੀਂ ਆ ਰਹੀ ਤੁਸੀਂ ਕੌਣ ਲੱਖ ਰੁਪਏ ਦੀ ਗੱਲ ਕਰ ਰਹੇ ਹੋ- ਲੱਖ ਸਾਡੇ ਲਈ ਚਿੱਲਰ ਹੈ। ਅਸੀਂ ਕਿਸੇ ਕੋਲੋਂ ਉਧਾਰ ਕਿਉਂ ਲਵਾਂਗੇ..." ਤੇ ਫ਼ੂਨ ਬੰਦ ਕਰਨਾ ਸ਼ੁਰੂ ਕੀਤਾ। "ਹੈਲੋ" ਬੋਲ ਕੇ ਆਵਾਜ਼ ਸਮਝਕੇ ਫ਼ੂਨ ਸੁਟਣਾ ਸ਼ੁਰੂ ਕਰ ਦਿੱਤਾ।

ਮੈਂ ਚੰਡੀਗੜ੍ਹ ਜਾਣ ਦਾ ਪ੍ਰੋਗਰਾਮ ਬਣਾਇਆ। ਦਿੱਲੀ ਵਿਚ ਉਸ ਦਾ ਵੱਡਾ ਵੀਰ ਟਰੈਵਲ ਏਜੰਸੀ ਦਾ ਕੰਮ ਕਰਦਾ ਸੀ। ਮੈਂ ਉਸ ਨੂੰ ਮਿਲਣ ਚਲਾ ਗਿਆ। ਉਹ ਬਹੁਤ ਮਿਲਾਪੜਾ ਬੰਦਾ ਸੀ। ਮੇਰੀ ਚਾਹ ਪਾਣੀ ਦੀ ਬਹੁਤ ਸੇਵਾ ਕੀਤੀ, "ਇਹ ਦੱਸੋ ਤੁਸੀਂ ਚੱਲੇ ਕਿੱਥੇ ਹੋ ?" ਉਸ ਦੇ ਵੱਡੇ ਵੀਰ ਨੇ ਮੈਨੂੰ ਪੁੱਛਿਆ।

"ਮੈਂ ਚੰਡੀਗੜ੍ਹ ਜਾ ਰਿਹਾਂ।"

"ਓਥੇ ਕਿੱਥੇ ਠਹਿਰੋਗੇ ?"

"......................."

"ਛੋਟੇ ਦੀ ਕੋਠੀ ਠਹਿਰੋ, ਮੈਂ ਉਸ ਨੂੰ ਫ਼ੂਨ ਕਰ ਦਿਨਾਂ। ਤੁਸੀਂ ਨਾਈਟ ਸਰਵਿਸ ਬੱਸ ਤੇ ਚੜ੍ਹੋ, ਢਾਈ ਵਜੇ ਚੰਡੀਗੜ੍ਹ ਪਹੁੰਚੋ। ਰਿਕਸ਼ਾ ਲੈ ਕੇ ਸਿਧਾ ਨੌ ਸੈਕਟਰ ਕੋਠੀ ਨੰ : 511- ਲੋਹੇ ਦਾ ਆਊਟਰ ਗੇਟ ਖੋਲ੍ਹ ਕੇ ਲਾਣ 'ਚ ਪਹੁੰਚੋ। ਤੁਹਾਡਾ ਬੈੱਡ ਲੱਗਿਆ ਹੋਵੇਗਾ। ਉਪਰ ਮੱਛਰਦਾਨੀ ਵੀ ਲੱਗੀ ਹੋਵੇਗੀ। ਆਰਾਮ ਨਾਲ ਸੱਤ ਵਜੇ ਤੱਕ ਸੌਂ ਕੇ ਉਠੋ। ਚਾਹ ਨਾਸ਼ਤਾ-ਇਸ਼ਨਾਨ-ਪਾਣ ਕਰਕੇ ਆਪਣੇ ਕੰਮ ਚਲੇ ਜਾਓ" ਮੇਰੇ ਨਾਲ ਗੱਲਾਂ ਕਰਦਿਆਂ ਉਸ ਨੇ ਛੋਟੇ ਨੂੰ ਫ਼ੂਨ ਕਰ ਕੇ ਸਾਰੀ ਹਦਾਇਤ ਜਾਰੀ ਕਰ ਦਿੱਤੀ।

ਮੈਂ ਰਾਤ ਭਰ ਸਫ਼ਰ ਕਰਕੇ ਢਾਈ ਬਜੇ ਸਵੇਰੇ ਕੋਠੀ ਪਹੁੰਚ ਗਿਆ। ਕੋਠੀ ਥੋੜ੍ਹੀ ਸੁੰਨੀ ਜਿਹੀ ਸੀ। ਦੂਜੀਆਂ ਕੋਠੀਆਂ ਥੋੜ੍ਹੀਆਂ ਹਟ ਕੇ ਸਨ। ਕੋਠੀ ਚੁੱਪ ਤੇ ਨੀਂਦ ਵਿਚ ਡੁੱਬੀ ਹੋਈ ਸੀ। ਮੈਂ ਅੱਗੇ ਵਧ ਕੇ ਦੇਖਿਆ ਇਕ ਬੈੱਡ ਸਫੇਦ ਮੱਛਰਦਾਨੀ ਵਿਚ ਸਜਿਆ ਸੀ। ਮੈਨੂੰ ਨੀਂਦਰ ਚੜ੍ਹੀ ਹੋਈ ਸੀ। ਮੈਂ ਗਹਿਰੀ ਨੀਂਦ ਵਿਚ ਸੌਂ ਗਿਆ। ਮੈਨੂੰ ਮਹਿਸੂਸ ਹੋਇਆ ਪੈਰਾਂ ਵੱਲ ਕੋਈ ਕੁੱਤਾ ਚੂੰ ਚੂੰ ਕਰ ਰਿਹਾ ਸੀ। ਮੈਂ ਅੱਖਾਂ ਖੋਹਲੀਆਂ। ਚਿੱਟਾ ਦਿਨ ਚੜ੍ਹ ਗਿਆ ਸੀ। ਕੋਈ ਵੱਡਾ ਕੁੱਤਾ ਮੇਰੀ ਪੈਂਦ 'ਤੇ ਮੂੰਹ ਧਰਕੇ ਸੁੱਤਾ ਸੀ ਤੇ ਇਕ ਅੱਖ ਖੋਲ੍ਹ ਕੇ ਮੇਰੇ ਵੱਲ ਝਾਕ ਰਿਹਾ ਸੀ। ਕੁੱਤੇ ਨੂੰ ਦੇਖ ਕੇ ਮੈਂ ਡਰ ਜੇਹਾ ਗਿਆ ਪਰ ਕੁੱਤਾ ਸੁੰਦਰ ਬਹੁਤ ਸੀ। ਉਸ ਦੇ ਵਾਲ ਰੇਸ਼ਮ ਦੇ ਲੱਗਦੇ ਸਨ। ਮੂੰਹ ਬੜਾ ਤਿੱਖਾ ਤੇ ਕੰਨ ਲੰਮੇ ਸਨ। ਮੈਨੂੰ ਮੂਤ ਬਹੁਤ ਜ਼ੋਰ ਦਾ ਆਇਆ ਸੀ ਪਰ ਮੈਂ ਘੁੱਟ ਲਿਆ। ਮੈਂ ਡਰਦੇ ਮਾਰੇ ਮੰਜੇ 'ਚ ਹੀ ਛੁਪ ਕੇ, ਸਹਿਮ ਕੇ ਥੋੜ੍ਹਾ ਸਮਾਂ ਪਿਆ ਕਿਹਾ। ਪਰ ਬਹੁਤੀ ਦੇਰ ਮੂਤ ਘੁਟੀ ਰੱਖਣ ਦੀ ਹਿੰਮਤ ਨਹੀਂ

ਸੀ। ਮੇਰੀ ਖੁਸ਼ਕਿਸਮਤ ਨੂੰ ਇਕ ਨੌਕਰ ਆ ਗਿਆ। ਉਸ ਦਾ ਆਸਰਾ ਲੈ ਕੇ ਮੈਂ ਲੱਤਾਂ ਬਾਹੀ ਤੋਂ ਬਾਹਰ ਕੱਢੀਆਂ।

"ਇਸ ਨੂੰ ਸੰਭਾਲ।" ਮੈਂ ਨੌਕਰ ਨੂੰ ਕਿਹਾ।

"ਇਹ ਕੱਟਦਾ ਨਹੀਂ।"

"ਪਰ ਮੈਂ ਓਪਰਾ ਹਾਂ।"

"ਫਿਰ ਵੀ ਨਹੀਂ ਕਟਦਾ।"

"ਪਰ ਕੁੱਤੇ ਦਾ ਕੀ ਭਰੋਸਾ– ਇਸ ਦਾ ਤਾਂ ਕੰਮ ਹੀ ਕੱਟਣਾ ਹੈ।"

"ਪਰ ਭਰੋਸਾ ਕਰੋ ਬਹੁਤ ਪਿਆਰਾ ਕੁੱਤਾ ਹੈ।" ਤੇ ਕੁੱਤੇ ਨੇ ਮੇਰੇ ਪੈਰ ਸੁੰਘਣੇ ਤੇ ਚੱਟਣੇ ਸ਼ੁਰੂ ਕਰ ਦਿੱਤੇ। ਮੈਂ ਡਰਦੇ ਡਰਦੇ ਆਪਣਾ ਇਕ ਹੱਥ ਉਸ ਦੇ ਸਿਰ 'ਤੇ ਰੱਖਿਆ ਤੇ ਉਹ ਲਾਡ ਵਿਚ ਚਊਂ ਚਊਂ ਕਰਨ ਲੱਗ ਪਿਆ। ਫੇਰ ਮੈਂ ਬਾਹਰ ਵਾਲੇ ਬਾਥਰੂਮ ਚਲਾ ਗਿਆ ਤੇ ਮੇਰੇ ਬਾਹਰ ਆਣ ਤੱਕ ਕੁੱਤਾ ਬਾਹਰ ਲੱਤਾਂ ਤੇ ਮੂੰਹ ਧਰ ਕੇ ਬੈਠਾ ਸੀ ਜਿਵੇਂ ਮੇਰਾ ਇੰਤਜ਼ਾਰ ਕਰ ਰਿਹਾ ਸੀ। ਮੇਰੇ ਨਾਲ ਤੁਰ ਪਿਆ। ਮੈਂ ਬੈਡ ਕੋਲ ਜਾ ਕੇ ਆਪਣਾ ਛੋਟਾ ਬੈਗ ਚੁੱਕਿਆ ਤੇ ਨੌਕਰ ਨਾਲ ਕਮਰੇ ਅੰਦਰ ਚਲਾ ਗਿਆ।

ਮੈਂ ਤਿਆਰ ਹੋ ਕੇ ਸੋਫ਼ੇ 'ਤੇ ਬੈਠ ਗਿਆ।

"ਸਾਹਬ ਨਾਸ਼ਤਾ ਕਰ ਲਉ" ਨੌਕਰ ਨੇ ਕਿਹਾ। ਸਾਹਮਣੇ ਗੋਲ ਮੇਜ਼ ਉਪਰ ਨਾਸ਼ਤਾ ਲੱਗਿਆ ਹੋਇਆ ਸੀ।

"ਹੰਸ ਜੀ ਆ ਰਹੇ ਨੇ ?"

"ਉਹ ਤਾਂ ਜਲੰਧਰ ਚਲੇ ਗਏ ਕੰਮ ਸੀ।"

"ਬਿਨਾਂ ਮਿਲੇ ?" ਮੈਨੂੰ ਝਟਕਾ ਲੱਗਿਆ।

"ਤੁਸੀਂ ਸੁੱਤੇ ਸੀ।"

"ਮੈਨੂੰ ਜਗਾ ਲੈਂਦੇ।" ਮੈਂ ਕਿਹਾ।

"..............." ਨੌਕਰ ਨੇ ਜਵਾਬ ਨਹੀਂ ਦਿੱਤਾ।

"ਕਦੋਂ ਆਣਗੇ ?"

"ਰਾਤ ਨੂੰ ਹੀ ਆਣਗੇ, ਲੇਟ।"

"ਉਸਨੂੰ ਪਤੈ ਮੈਂ ਬੰਬਈ ਤੋਂ ਉਸ ਨੂੰ ਹੀ ਮਿਲਣ ਆਇਆਂ।" ਮੈਂ ਰੋਣਹਾਕਾ ਜਿਹਾ ਸੀ।

"............" ਨੌਕਰ ਚੁੱਪ ਸੀ। ਮੇਰੇ ਕੱਪ ਵਿਚ ਚਾਹ ਪਾ ਰਿਹਾ ਸੀ। ਮੇਰਾ ਨਾਸ਼ਤਾ ਕਰਨ ਦਾ ਮੂਡ ਉਡ ਗਿਆ ਸੀ।

"ਨਾਸ਼ਤਾ ਕਰ ਲਓ।" ਨੌਕਰ ਨੇ ਹਮਦਰਦੀ ਜੇਹੀ ਨਾਲ ਕਿਹਾ, ਜਿਵੇਂ ਉਹ ਵੀ ਮਜਬੂਰ ਸੀ। ਕੁੱਤਾ ਮੇਰੇ ਪੈਰਾਂ 'ਚ ਬੈਠਾ ਸੀ। ਉਹ ਆਪਣਾ ਪੇਟ ਖੁਜਾ ਰਿਹਾ ਸੀ।

ਮੈਂ ਨਾਸ਼ਤਾ ਕੀਤਾ। ਆਮਲੇਟ ਅੱਧਾ ਕੁੱਤੇ ਨੂੰ ਦਿੱਤਾ ਜਿਹੜਾ ਉਸ ਨੇ ਰੱਜਿਆ ਵਾਂਗ ਖਾਧਾ ਤੇ ਫੇਰ ਪੇਟ ਖੁਜਾਨ ਲੱਗ ਪਿਆ।

ਮੈਂ ਪਰੇਸ਼ਾਨ ਜੇਹਾ ਬਾਹਰ ਆ ਕੇ ਬੈਠ ਗਿਆ। ਕੁੱਤਾ ਮੇਰੇ ਕੋਲ ਬੈਠਾ ਰਿਹਾ ਤੇ ਖੁਜਾਂਦਾ ਰਿਹਾ।

ਮੈਂ ਸਮਾਂ ਬਿਤਾਣ ਲਈ ਬਾਹਰ ਗਲੀ ਵਿਚ ਨਿਕਲ ਗਿਆ। ਕੁੱਤਾ ਮੇਰੇ ਪਿੱਛੇ ਪਿੱਛੇ ਆ ਗਿਆ। ਮੈਂ ਕੋਠੀ ਤੋਂ ਬਹੁਤ ਦੂਰ ਆ ਗਿਆ। ਸਾਹਮਣੇ ਇਕ ਹਸਪਤਾਲ ਸੀ ਜਿਸ ਤੇ ਲਿਖਿਆ ਸੀ "ਡੰਗਰਾਂ ਦਾ ਹਸਪਤਾਲ"। ਮੈਂ ਸੋਚਿਆ ਕਿਉਂ ਨਾ ਕੁੱਤੇ ਲਈ ਖੁਰਕ ਦੀ ਕੋਈ ਦਵਾਈ ਲੈ ਲਵਾਂ। ਅੰਦਰ ਦੇਖਿਆ, ਇਕ ਪਤਲਾ ਜਿਹਾ ਡਾਕਟਰ ਬੈਠਾ ਸੀ।

"ਡਾਕਟਰ ਸਾਹਿਬ! ਕੁੱਤਾ ਖੁਜਾਂਦਾ ਬਹੁਤ ਹੈ?"

"ਤੁਹਾਡਾ ਕੁੱਤੈ?"

"ਨਹੀਂ, ਜਿਸ ਕੋਠੀ 'ਚ ਮੈਂ ਆਇਆਂ, ਉਹਨਾਂ ਦਾ ਹੈ।"

"ਪਰ ਇਸ ਨੂੰ ਸੰਭਾਲੇਗਾ ਕੌਣ?"

"ਸਰ ਇਹ ਬਹੁਤ ਸ਼ਰੀਫ਼ ਕੁੱਤੈ।"

"ਪਰ ਜਦੋਂ ਇਸ ਨੂੰ ਛਿਲਾਂਗਾ ਮਾਲਕ ਹੀ ਸੰਭਾਲ ਸਕਦੈ।" ਉਸ ਨੇ ਕੁੱਤਾ ਵੇਖ ਪਰਖ ਲਿਆ ਸੀ। ਉਸ ਦੇ ਪੇਟ ਤੇ ਬੀਮਾਰੀ ਦੀਆਂ ਤਿੰਨ ਧਾਰੀਆਂ ਸਨ ਜਿਹੜੀਆਂ ਔਜ਼ਾਰ ਨਾਲ ਛਿਲਣੀਆਂ ਪੈਣੀਆਂ ਸਨ। ਕੁੱਤਾ ਉਲਟਾ ਸੁੱਤਾ ਹੋਇਆ ਮੇਰੇ ਵੱਲ ਝਾਕ ਰਿਹਾ ਸੀ। "ਮੈਂ ਸੰਭਾਲਾਂਗਾ।" ਮੈਂ ਛੇਤੀ ਨਾਲ ਕਿਹਾ ਜਿਵੇਂ ਮੈਨੂੰ ਲੋਭ ਹੋ ਗਿਆ ਕਿ ਕੁੱਤੇ ਦੀ ਬੀਮਾਰੀ ਖ਼ਤਮ ਹੋਣ ਲੱਗੀ ਸੀ।

ਡਾਕਟਰ ਨੇ ਕੁੱਤੇ ਨੂੰ ਪੂਰੀ ਤਰ੍ਹਾਂ ਜਕੜਿਆ ਤੇ ਉਸ ਦੇ ਪੇਟ ਦੀਆਂ ਧਾਰੀਆਂ ਤੇਜ਼ ਔਜ਼ਾਰ ਨਾਲ ਛਿਲ ਦਿੱਤੀਆਂ। ਕੁੱਤਾ ਚਊਂ ਚਊਂ ਜ਼ਰੂਰ ਕਰ ਰਿਹਾ ਸੀ ਪਰ ਛੁਡਾਨ ਦੀ ਕੋਸ਼ਿਸ਼ ਨਹੀਂ ਕਰ ਰਿਹਾ ਸੀ, ਜਿਵੇਂ ਉਸ ਨੂੰ ਸੁਖ ਮਿਲ ਰਿਹਾ ਸੀ। ਉਹ ਲਗਾਤਾਰ ਮੇਰੇ ਵੱਲ ਝਾਕ ਰਿਹਾ ਸੀ। ਸ਼ਾਇਦ ਉਸ ਦੀਆਂ ਅੱਖਾਂ ਵਿਚ ਸ਼ੁਕਰਾਨਾ ਸੀ।

"ਇਹ ਕੁੱਤਾ ਨਹੀਂ ਬੰਦਾ ਵਿਗੜਿਆ ਹੈ।" ਡਾਕਟਰ ਨੇ ਕੁੱਤੇ ਦੇ ਪੂਰੀ ਦਵਾਈ ਤੇ ਪੱਟੀ ਲਗਾ ਕੇ ਕਿਹਾ। ਸ਼ਾਇਦ ਕੁੱਤਾ ਸ਼ਾਂਤ ਹੋ ਗਿਆ ਸੀ ਜਿਵੇਂ ਉਸ ਨੂੰ ਸੁਖ ਦੀ ਨੀਂਦ ਆ ਰਹੀ ਸੀ। ਉਸ ਦੀਆਂ ਅੱਖਾਂ ਮਿਚ ਰਹੀਆਂ ਸਨ। ਡਾਕਟਰ ਹੱਥ ਧੋ ਕੇ ਆ ਗਿਆ।

"ਕਿੰਨੇ ਪੈਸੇ ?"

"ਪੱਚੀ ਰੁਪਏ।"

"ਇਹ ਤਿੰਨ ਖੁਰਾਕਾਂ ਦਵਾਈ ਹੈ। ਦੁੱਧ ਵਿਚ ਮਿਲਾ ਕੇ ਚਾਰ ਚਾਰ ਘੰਟਿਆਂ ਮਗਰੋਂ ਪਿਲਾ ਦੇਣੀਆਂ। ਇਕ ਖੁਰਾਕ ਅੱਧੇ ਘੰਟੇ ਬਾਦ ਦੇ ਦੇਣੀ, "ਡਾਕਟਰ ਨੇ ਮੈਨੂੰ ਦਵਾਈ ਦਿੱਤੀ ਤੇ ਰੁਪਏ ਫੜੇ, "ਕਲ ਏਸੇ ਸਮੇਂ ਫਿਰ ਇਸ ਦੀ ਪੱਟੀ ਕਰਨੀ ਪਏਗੀ।"

ਮੈਂ ਬਾਹਰ ਆ ਗਿਆ। ਚੰਡੀਗੜ੍ਹ ਦੀ ਗਲੀ ਵਿਚ ਕੋਈ ਦੁੱਧ ਦਾ ਢਾਬਾ ਨਜ਼ਰ ਨਹੀਂ ਆਇਆ ਤੇ ਮੈਂ ਤੁਰਦਾ ਗਿਆ ਤੇ ਕੁੱਤਾ ਵੀ ਮੇਰੇ ਨਾਲ ਤੁਰਦਾ ਗਿਆ। ਉਹ ਕਦੇ ਕਦੇ ਮੇਰੇ ਹੱਥ ਨਾਲ ਸਿਰ ਘਸਾਂਦਾ ਸੀ।

ਬਹੁਤ ਦੂਰ ਬਾਹਰ - ਸ਼ਹਿਰ ਦੀ ਹੱਦ ਤੋਂ ਬਾਹਰ ਇਕ ਢਾਬਾ ਸੀ। ਦੁੱਧ ਚਾਹ ਦੀ ਦੁਕਾਨ।

"ਦੁੱਧ ਹੈ ?"

"ਹੈ, ਕਿੰਨਾ ?"

"ਅੱਧਾ ਕਿਲੋ ਤੇ ਖੁੱਲ੍ਹੇ ਭਾਂਡੇ ਵਿਚ ਪਾ ਦੇ।" ਉਸ ਨੇ ਏਸੇ ਤਰ੍ਹਾਂ ਹੀ ਕੀਤਾ। ਮੈਂ ਇਕ ਖੁਰਾਕ ਦੁੱਧ ਵਿਚ ਘੋਲ ਦਿੱਤੀ। ਬਰਤਨ ਕੁੱਤੇ ਅੱਗੇ ਰੱਖਿਆ। ਉਸ ਨੇ ਮੇਰੇ ਵੱਲ ਤੱਕਿਆ ਜਿਵੇਂ ਪਰਮਿਸ਼ਨ ਮੰਗੀ ਹੋਵੇ ਤੇ ਸਾਰਾ ਦੁੱਧ ਚੱਟ ਗਿਆ - ਬਰਤਨ ਨੂੰ ਜੀਭ ਨਾਲ ਚੱਟਿਆ - ਫੇਰ ਚੱਟਿਆ ਤੇ ਦੁੱਧ ਤੇ ਦਵਾਈ ਦਾ ਅਸਰ ਸ਼ਹਿਦ ਵਾਂਗ ਚੱਟ ਲਿਆ। ਮੇਰੇ ਪੈਰਾਂ 'ਚ ਆ ਕੇ ਬੈਠ ਗਿਆ। ਮੈਂ ਦੁੱਧ ਦੇ ਪੈਸੇ ਦੇ ਦਿੱਤੇ। ਕੋਠੀ ਆਣ ਲਈ ਤੁਰ ਪਿਆ। ਦਿਨ ਕਾਫ਼ੀ ਸਿਖ਼ਰ 'ਤੇ ਆ ਗਿਆ ਸੀ। ਧੁੱਪ ਵਾਂਗ ਭੁੱਖ ਵੀ ਚਮਕ ਪਈ ਸੀ। ਸੋਚਿਆ ਹੋਟਲ ਦਾ ਖਾਣਾ ਖਾ ਕੇ ਜਾਵਾਂ ਫੇਰ ਸੋਚਿਆ ਕੋਠੀ 'ਚ ਖਾਣਾ ਬਣਿਆ ਹੋਵੇ - ਕਿਤੇ ਹੰਸ ਹੀ ਆ ਗਿਆ ਹੋਵੇ - ਬੁਰਾ ਮੰਨੇਗਾ ਤੇ ਮੈਂ ਕੋਠੀ ਆ ਗਿਆ। ਹੰਸ ਨਹੀਂ ਆਇਆ ਸੀ। ਨੌਕਰ ਨੇ ਖਾਣਾ ਬਣਾਇਆ ਸੀ। ਮੈਂ ਖਾਣਾ ਖਾ ਕੇ ਪਤਾ ਨਹੀਂ ਕਦੋਂ ਸੌਂ ਗਿਆ। ਮੇਰੀ ਜਾਗ ਖੁੱਲ੍ਹੀ ਤਾਂ ਕੁੱਤਾ ਮੇਰੇ ਪੈਰਾਂ ਵੱਲ ਸੁੱਤਾ ਸੀ। ਜਿਹੜਾ ਜਾਗ ਪਿਆ। ਸ਼ਾਇਦ ਉਸ ਦੀ ਖੁਰਾਕ ਦਾ ਵਕਤ ਹੋ ਗਿਆ ਸੀ।

"ਤੇਰੇ ਕੋਲ ਕੁੱਤੇ ਲਈ ਦੁੱਧ ਹੈ ?" ਮੈਂ ਪੁੱਛਿਆ। "ਅੱਧਾ ਕਿਲੋ।"

"ਹੈ।"

"ਵੱਡੀ ਡੂੰਘੀ ਪਲੇਟ ਵਿਚ ਲੈ ਕੇ ਆ।" ਉਹ ਲੈ ਆਇਆ ਜਿਸ ਵਿਚ ਮੈਂ ਦਵਾਈ ਘੋਲੀ ਤੇ ਕੁੱਤੇ ਅੱਗੇ ਰੱਖ ਦਿੱਤੀ। ਕੁੱਤੇ ਨੇ ਦੁੱਧ ਬੜੇ ਪ੍ਰੇਮ ਨਾਲ ਚੱਟਿਆ ਤੇ ਪਲੇਟ ਚੱਟ ਚੱਟ ਕੇ ਚਮਕਾ ਦਿੱਤੀ। ਉਸਦੇ ਸਰੀਰ 'ਤੇ ਡਾਕਟਰ ਦੀ ਪੱਟੀ ਸੀ।

"ਇਸ ਨੂੰ ਡਾਕਟਰ ਕੋਲੇ ਲਿਜਾਣ ਲਈ ਬਹੁਤ ਬਾਰ ਹੰਸ ਜੀ ਨੂੰ ਕਿਹਾ ਪਰ ਸੁਣਦੇ ਹੀ ਨਹੀਂ।" ਨੌਕਰ ਕੁੱਤੇ ਵੱਲ ਵੇਖ ਰਿਹਾ ਸੀ। "ਇਹ ਬਹੁਤ ਚੰਗੀ ਨਸਲ ਦਾ ਕੁੱਤਾ ਹੈ।" ਨੌਕਰ ਤਾਰੀਫ਼ ਕਰ ਰਿਹਾ ਸੀ। " ਕਿਉਂ ਕਾਲੂ।" ਕੁੱਤਾ ਪੂਛ ਹਿਲਾ ਰਿਹਾ ਸੀ।

"ਇਸ ਦਾ ਨਾਂ ਕਾਲੂ ਹੈ ?"

"ਹਾਂ ਜੀ – ਇਹਦੇ ਵਾਲ ਦੇਖੋ – ਰੇਸ਼ਮ ਵਰਗੇ।" ਨੌਕਰ ਉਸ ਦੀ ਗਰਦਨ, ਕੰਨਾਂ ਦੇ ਵਾਲ ਛੇੜ ਰਿਹਾ ਸੀ।

ਰਾਤ ਸਮੇਂ ਫੇਰ ਮੈਂ ਪਹਿਲੇ ਹੀ ਢਾਬੇ ਤੋਂ ਕੁੱਤੇ ਨੂੰ ਦਵਾਈ ਵਾਲਾ ਦੁੱਧ ਪਿਲਾ ਲਿਆਇਆ। ਮੈਂ ਸੋਚਿਆ ਕੋਠੀ 'ਚ ਦੁੱਧ ਘੱਟ ਨਾ ਜਾਏ।

ਮੈਂ ਵੱਡੀ ਰਾਤ ਤੱਕ ਹੰਸ ਦੀ ਉਡੀਕ ਕੀਤੀ। ਉਹ ਨਹੀਂ ਆਇਆ। ਨੌਕਰ ਦੇ ਬਾਰ ਬਾਰ ਕਹਿਣ ਤੇ ਮੈਂ ਖਾਣਾ ਖਾ ਲਿਆ ਤੇ ਮੱਛਰਦਾਨੀ ਲਗਾਕੇ ਮੈਂ ਜਾਗਦਾ ਲੰਮਾ ਪਿਆ ਰਿਹਾ। ਮੈਂ ਦੇਖ ਰਿਹਾ ਸਾਂ ਕੁੱਤਾ ਬਹੁਤ ਸੁੱਖ ਮਾਣ ਰਿਹਾ ਸੀ ਜਿਵੇਂ ਦਵਾਈ ਨੇ ਉਸ ਦੀ "ਚੁਰਾਸੀ" ਕੱਟ ਦਿੱਤੀ ਸੀ। ਮੈਨੂੰ ਪਤਾ ਨਹੀਂ ਕਿਹੜੇ ਸਮੇਂ ਗੂਹੜੀ ਨੀਂਦ ਆ ਗਈ। ਜਾਗ ਖੁੱਲ੍ਹੀ ਤਾਂ ਚਿੱਟਾ ਦਿਨ ਚੜ੍ਹਿਆ ਸੀ। ਕੁੱਤਾ ਕੰਨ ਹਿਲਾ ਰਿਹਾ ਸੀ। ਮੈਂ ਚੁੱਪਚਾਪ ਕੋਠੀ ਦੇ ਸੁੰਨੇ ਵਿਹੜੇ ਨੂੰ ਤੱਕਿਆ – ਹੰਸ ਨਾ ਹੰਸ ਦਾ ਪਰਛਾਵਾਂ। ਮੈਂ ਬਾਹਰ ਵਾਲੇ ਬਾਥਰੂਮ 'ਚ ਹੋ ਕੇ ਆਇਆ ਤਾਂ ਨੌਕਰ ਕਿਧਰੋਂ ਆ ਗਿਆ।

ਉਸ ਨੇ ਮੈਨੂੰ ਚਾਹ ਦਿੱਤੀ।

"ਹੰਸ ਜੀ ?"

"ਰਾਤ ਲੇਟ ਆਏ ਸਨ – ਸਵੇਰੇ ਜਲਦੀ ਚਲੇ ਗਏ। ਤੁਸੀਂ ਗਹਿਰੀ ਨੀਂਦ ਵਿਚ ਸੁੱਤੇ ਸੀ।"

"ਪਰ ਉਹ ਹੁਣ ਕਦ ਆਣਗੇ ?"

"ਰਾਤ ਨੂੰ ਆਣਗੇ।"

"ਗਏ ਕਿੱਥੇ ?"

"ਅੰਮ੍ਰਿਤਸਰ"

ਮੈਂ ਚਾਹ ਰੱਖ ਕੇ ਸਿਰ ਫੜ੍ਹ ਕੇ ਬੈਠ ਗਿਆ ਤੇ ਬੈਠਾ ਰਿਹਾ। ਹੰਸ ਮੇਰੇ ਨਾਲ ਕੀ ਲੁਕਣ ਮੀਚੀ ਖੇਡ ਰਿਹਾ ਸੀ। ਆਖ਼ਿਰ ਮੇਰਾ ਕੀ ਕਸੂਰ ਸੀ। ਮੈਨੂੰ ਪੈਸੇ ਦੀ ਬਹੁਤ ਤੰਗੀ ਸੀ। ਮੇਰੀ ਸ਼ੂਟਿੰਗ ਸਿਰ 'ਤੇ ਸੀ। ਮੈਂ ਬੰਬਈ ਪਹੁੰਚਣਾ ਸੀ – ਮੈਂ ਕਿਸ ਨੂੰ ਸੁਣਾਵਾਂ – ਕੋਠੀਆਂ ਦੀਆਂ ਸੁੰਨੀਆਂ ਕੰਧਾਂ ਚੁੱਪ ਸਨ।

ਮੈਂ ਤਿਆਰ ਹੋਇਆ। ਨਾਸ਼ਤਾ ਕਰਨ ਬੈਠ ਗਿਆ। ਬੰਦਾ ਬੰਦੇ ਨਾਲ ਨਰਾਜ਼ ਹੋ ਸਕਦੈ ਪਰ ਖਾਣੇ ਨਾਲ ਨਹੀਂ – ਮੈਂ ਮਨ 'ਚ ਸੋਚ ਰਿਹਾ ਸੀ। ਕੁੱਤਾ ਮੇਰੇ ਪੈਰਾਂ 'ਚ ਸ਼ਾਂਤ ਬੈਠਾ ਸੀ। ਮੈਂ ਬਰੈੱਡ ਤੇ ਆਮਲੇਟ ਉਸ ਨੂੰ ਵੀ ਦਿੱਤਾ ਜਿਹੜਾ ਉਸ ਨੇ ਖੁਸ਼ ਹੋ ਕੇ ਖਾਧਾ।

ਮੈਂ ਬਗੈਰ ਸੋਚੇ ਬਾਹਰ ਆ ਗਿਆ। ਸੜਕ ਸੁੰਨੀ ਸੀ। ਅੱਸੂ ਦਾ ਮਹੀਨਾ ਸੀ ਤੇ ਖਾਲੀ ਪਲਾਟਾਂ ਦਾ ਘਾਹ ਸੜਕ ਨੂੰ ਸਜਾ ਕੇ ਬੈਠਾ ਸੀ। ਤੁਰਦਿਆਂ ਮੈਂ ਹਸਪਤਾਲ ਪਹੁੰਚ ਗਿਆ। ਕੁੱਤਾ ਮੇਰੇ ਵਲ ਤਕਦਾ ਹਸਪਤਾਲ ਦੇ ਅੰਦਰ ਚਲਾ ਗਿਆ। ਮੈਂ ਉਸ ਦੇ ਮਗਰ ਮਗਰ।

"ਆ ਗਿਆ ਵਿਗੜਿਆ ਬੰਦਿਆ ?" ਡਾਕਟਰ ਨੇ ਹੱਥ ਵਧਾ ਕੇ ਕੁੱਤੇ ਨੂੰ ਕਿਹਾ। ਕੁੱਤੇ ਨੇ ਉਸ ਦੇ ਹੱਥ ਸੁੰਘੇ। ਡਾਕਟਰ ਨੇ ਪੱਟੀ ਚੈਕ ਕੀਤੀ। ਕੁੱਤਾ ਥਾਂ ਤੇ ਪੁੱਠਾ ਲਿਟ ਗਿਆ। ਡਾਕਟਰ ਨੇ ਪੱਟੀ ਕੱਟੀ ਤੇ ਜ਼ਖ਼ਮ ਦੇਖੇ ਜਿਹੜੇ ਆਠਰ ਗਏ ਸਨ। ਜ਼ਖ਼ਮ ਧੋਤੇ-ਕੁੱਤਾ ਬੰਦੇ ਵਾਂਗ ਹੀ ਪੀੜ ਅੱਖਾਂ ਵਿਚ ਦੀ ਦਬਦਾ ਦਵਾਈ ਲਗਵਾ ਰਿਹਾ ਸੀ। ਡਾਕਟਰ ਨੇ ਦਵਾਈ ਲਾ ਕੇ ਪੱਟੀ ਕਰ ਦਿੱਤੀ।

"ਹੁਣ ਪੱਟੀ ਦੀ ਲੋੜ ਨਹੀਂ ਪਰ ਇਹ ਤਿੰਨ ਖੁਰਾਕਾਂ ਦੁੱਧ 'ਚ ਘੋਲ ਕੇ ਪਿਲਾ ਦੇਣੀਆਂ।"

"ਕਿੰਨੇ ਪੈਸੇ।"

"ਦੱਸ ਰੁਪਏ।"

ਮੈਂ ਹਸਪਤਾਲੋਂ ਬਾਹਰ ਆਇਆ। ਕੁੱਤਾ ਮੇਰੇ ਮਗਰ ਮਗਰ ਚਲਦਾ ਆਇਆ। ਮੈਂ ਕੱਲ ਵਾਲੇ ਢਾਬੇ ਤੇ ਪਹੁੰਚਿਆ। ਢਾਬੇ ਵਾਲੇ ਨੇ ਦੇਖਦਿਆਂ ਹੀ ਅੱਧਾ ਕਿੱਲੋ ਦੁੱਧ ਡੂੰਘੀ ਪਲੇਟ ਵਿਚ ਪਾ ਦਿੱਤਾ। ਮੈਂ ਦਵਾਈ ਘੋਲੀ – ਕੁੱਤੇ ਨੇ ਸੁੰਘਿਆ ਤੇ ਪਲੇਟ ਨੂੰ ਚੱਟ ਕੇ ਸਾਫ਼ ਕੀਤਾ।

ਸ਼ਾਮ ਤੱਕ ਤਿੰਨੇ ਖੁਰਾਕਾਂ ਦਿੱਤੀਆਂ ਗਈਆਂ।

"ਹੰਸ ਜੀ ਆਣ – ਜਿਸ ਸਮੇਂ ਵੀ ਆਣ ਮੈਨੂੰ ਮਿਲਣ" ਮੈਂ ਨੌਕਰ ਨੂੰ ਤਾੜਨਾ

ਕੀਤੀ। ਨੌਕਰ ਨੂੰ ਤਾੜਨਾ ਬੇਮਾਹਣੀ ਸੀ। ਡਿੱਗੀ ਖੋਤੇ ਤੋਂ ਗੁੱਸਾ ਘੁਮਾਰ 'ਤੇ। ਪਰ ਹੋਰ ਕਰ ਵੀ ਕੀ ਸਕਦਾ ਸੀ।

ਮੈਂ ਮੱਛਰਦਾਨੀ ਵਿਚੋਂ ਵਿੜਕ ਰੱਖੀ ਪਰ ਸਾਰੀ ਰਾਤ ਹੰਸ ਨਹੀਂ ਪਰਤਿਆ।

"ਹੰਸ ਜੀ।" ਮੈਂ ਪੁੱਛਿਆ।

"ਮੁੜੇ ਹੀ ਨਹੀਂ।"

"ਕਦ ਮੁੜੇਗਾ।"

"ਮੈਨੂੰ ਤਾਂ ਕੋਈ ਇਲਮ ਨਹੀਂ।"

"ਉਹਨੂੰ ਪਤੈ ਮੈਂ ਘਰੇ ਬੈਠਾਂ ?"

"ਸਾਰਾ ਪਤੈ।" ਨੌਕਰ ਦੇ ਚਿਹਰੇ ਤੇ ਖਚਰਾ ਹਾਸਾ ਸੀ।

ਹਫ਼ਤਾ ਲੰਘ ਗਿਆ ਸੀ। ਹੰਸ ਉਡਾਰੀ ਮਾਰ ਗਿਆ ਸੀ। ਮੁੜਿਆ ਨਹੀਂ ਸੀ। ਮੈਂ ਅੱਕ ਥੱਕ ਗਿਆ। ਮੇਰੀ ਸ਼ੂਟਿੰਗ ਵਿਚ ਇਕ ਹੀ ਹਫ਼ਤਾ ਬਾਕੀ ਸੀ ਤੇ ਮੈਂ ਕੁੱਤੇ ਨੂੰ ਧੋਖਾ ਦੇ ਕੇ ਅੰਬਾਲੇ ਤੋਂ ਡੀਲਕਸ ਗੱਡੀ ਫੜ ਕੇ ਬੰਬਈ ਪਹੁੰਚ ਗਿਆ।

ਸ਼ੂਟਿੰਗ ਹੋ ਗਈ। ਹੰਸ ਜੀ ਨੂੰ ਬਹੁਤ ਫ਼ੂਨ ਕੀਤੇ। ਪਰ ਹੱਥ ਨਹੀਂ ਆਇਆ। ਦਿੱਲੀ ਉਸ ਦੇ ਵੱਡੇ ਭਾਈ ਨੂੰ ਫ਼ੂਨ ਕੀਤਾ। ਪਰ ਉਸ ਦੇ ਹੱਥ ਵਸ ਕੁਝ ਨਹੀਂ ਸੀ। ਹੰਸ ਆਜ਼ਾਦ ਸੀ। ਖਾਤਾ ਵਖ਼ਰਾ ਸੀ। ਮਰਜ਼ੀ ਦਾ ਮਾਲਿਕ ਸੀ – ਲੈਣ ਦੇਣ ਵੱਖਰਾ ਸੀ। ਉਸ ਨੂੰ ਦਖ਼ਲ ਪਸੰਦ ਨਹੀਂ ਸੀ। ਵੱਡੇ ਭਾਈ ਨੇ ਬਿਆਨ ਦਿੱਤਾ।

ਤਿੰਨ ਸਾਲ ਲੰਘ ਗਏ।

ਮੈਂ ਚੰਡੀਗੜ੍ਹ ਪਹੁੰਚਿਆ। ਰਾਤ ਸਮੇਂ ਹੰਸ ਦੀ ਕੋਠੀ ਤੇ ਪਹੁੰਚਿਆ। ਹੰਸ ਕੋਠੀ ਵਿਚ ਟਹਿਲ ਰਿਹਾ ਸੀ।

"ਹੰਸ ਜੀ।" ਮੈਂ ਮਿੱਠੀ ਜਿਹੀ ਆਵਾਜ਼ ਕੱਢੀ। ਮੇਰੇ ਸਾਹਾਂ 'ਚ ਸਾਹ ਆ ਗਏ ਸਨ ਕਿ ਹੰਸ ਨਾਲ ਮੁਲਾਕਾਤ ਹੋ ਗਈ।

ਹੰਸ ਕੁਝ ਪਲ ਮੇਰੇ ਵੱਲ ਤੱਕਦਾ ਰਿਹਾ। ਮੈਂ ਫਿਰ "ਹੰਸ ਜੀ" ਕਿਹਾ।

"ਕੌਣ ਹੰਸ ਜੀ ?" ਹੰਸ ਨੇ ਗੁੱਸੇ ਵਿਚ ਕਿਹਾ।

"ਹੰਸ ਜੀ ਮੈਂ ਸ਼ਾਦ ਬੰਬਈ ਵਾਲਾ।"

"ਕੌਣ ਸ਼ਾਦ ਮੈਂ ਕਿਸੇ ਸ਼ਾਦ ਨੂੰ ਨਹੀਂ ਜਾਣਦਾ। ਦਫ਼ਾ ਹੋ ਜਾ – ਮੁੜ ਤੇਰੇ ਦਰਸ਼ਨ ਨਹੀਂ ਹੋਣੇ ਚਾਹੀਦੇ।"

"ਹੰਸ ਯਾਰ ਤੂੰ ਮੇਰਾ ਲੱਖ ਰੁਪਿਆ ਦੇਣਾ ਹੈ।"

"ਕਿਹੜਾ ਲੱਖ ? ਚਿੱਲਰ ਪਾਰਟੀ – ਮੈਥੋਂ ਲੱਖ ਮੰਗਦੀ ਹੈ – ਦਫ਼ਾ ਹੋ ਜਾ ਨਹੀਂ ਤਾਂ ਪੁਲਿਸ ਬੁਲਾ ਕੇ ਅੰਦਰ ਕਰਵਾ ਦੇਵਾਂਗਾ – ਇਕ ਇਜ਼ਤਦਾਰ ਬੰਦੇ ਨੂੰ ਪਰੇਸ਼ਾਨ ਕਰ ਰਿਹੈਂ।"

"ਮੇਰੀ ਗੱਲ ਤਾਂ ਸੁਣੋ।"

"ਕੀ ਗੱਲ ਸੁਣਾਂ ਉਏ – ਪਿੱਛੇ ਹਟ ਨਹੀਂ ਤਾਂ ਮਾਰਾਂਗਾ।" ਉਸ ਨੇ ਹੱਥ ਵਾਲੀ ਸਟਿਕ ਨਾਲ ਮੈਨੂੰ ਪਿੱਛੇ ਧਕਿਆ। ਸਟਿਕ ਦੀ ਨੁਕਰ ਮੇਰੀ ਛਾਤੀ ਵਿਚ ਚੁਭ ਗਈ। ਮੈਨੂੰ ਅੰਤਾਂ ਦੀ ਪੀੜ ਹੋਈ ਜਿਵੇਂ ਕੋਈ ਸੇਲਾ ਮੇਰੇ ਸਰੀਰ ਵਿਚ ਚਲਾ ਗਿਆ ਹੋਵੇ।

ਗੁੱਸੇ ਦੀ ਝੱਗ ਮੇਰੇ ਮੂੰਹੋਂ ਡਿੱਗੀ। ਬੋਲ ਮੈਂ ਕੁਝ ਵੀ ਨਹੀਂ ਸਕਦਾ ਸਾਂ ਤੇ ਮੈਂ ਹਨੇਰੀ ਤੇ ਚੁੱਪ ਗਲੀ– ਸੜਕ ਤੇ ਤੁਰਦਾ ਆ ਰਿਹਾ ਸਾਂ। ਮੈਂ ਚੌਂਕਿਆ, ਮੇਰੀ ਪਿੱਠ ਤੇ ਕੋਈ ਜੰਗਲੀ ਜਾਨਵਰ ਨੇ ਹਮਲਾ ਕੀਤਾ। ਮੇਰਾ ਤਰ੍ਹਾ ਨਿਕਲਿਆ। ਡਰ ਨਾਲ ਮੇਰਾ ਸਰੀਰ ਕਿਰ ਗਿਆ ਸੀ। ਪਰ ਦੂਜੇ ਹੀ ਪਲ ਮੈਨੂੰ ਮਹਿਸੂਸ ਹੋਇਆ ਕਾਲੂ ਕੁੱਤਾ ਮੈਨੂੰ ਪਿਆਰ ਕਰ ਰਿਹਾ ਸੀ। ਮੈਂ ਉਸਨੂੰ ਬਾਹਾਂ ਵਿਚ ਲਿਆ। ਉਹ ਅੰਤਾਂ ਦਾ ਲਾਡ ਕਰ ਰਿਹਾ ਸੀ ਜਿਵੇਂ ਉਹ ਵਿਰਲਾਪ ਕਰ ਰਿਹਾ ਸੀ ਕਿ ਮੈਂ ਉਸ ਨੂੰ ਭੁੱਲ ਕਿਵੇਂ ਗਿਆ ਸੀ।

ਮੈਂ ਉਸ ਨੂੰ ਪੁੱਠਾ ਮੋੜਿਆ– ਮੁੜਿਆ ਨਹੀਂ। ਮੈਂ ਨਾਈਟ ਦੀ ਬੱਸ 'ਤੇ ਚੜ੍ਹ ਕੇ ਦਿੱਲੀ ਪਹੁੰਚਿਆ। ਮੈਥੋਂ ਪਹਿਲਾਂ ਸੀਟ ਦੇ ਥੱਲੇ ਬੈਠ ਗਿਆ। ਮੈਂ ਇਕ ਹੋਰ ਟਿਕਟ ਕਟਾਈ। ਟਰੇਨ ਤੇ ਮੇਰੇ ਨਾਲ ਦੀ ਸੀਟ ਤੇ ਬੈਠਾ – ਮੈਂ ਟਿਕਟ ਕਟਾ ਲਈ – ਸਹਿ ਮੁਸਾਫ਼ਰਾਂ ਨੇ ਚਾਹੁੰਦੇ ਵੀ ਇਤਰਾਜ਼ ਨਹੀਂ ਕੀਤਾ – ਸਾਰੇ ਉਸ ਨੂੰ ਪਿਆਰ ਕਰਨ ਲੱਗ ਪਏ ਸਨ। ਮੈਂ ਬੰਬਈ ਘਰ ਪਹੁੰਚ ਗਿਆ।

ਮੇਰਾ ਪ੍ਰੋਡਕਸ਼ਨ ਮੈਨੇਜਰ ਆਇਆ, "ਸਰ ਹੰਸ ਤੋਂ ਲੱਖ ਲੈ ਆਏ ?"

"ਹਾਂ – ਪਰ ਰੁਪਏ ਨਹੀਂ ਕੁੱਤਾ ਲੈ ਆਇਆ ਹਾਂ।" ਮੈਂ ਕੁੱਤੇ ਵਲ ਤੱਕਦਿਆਂ ਕਿਹਾ।

ਮੈਨੇਜਰ ਅਚੰਭਾ ਜਿਹਾ ਮੇਰੇ ਤੇ ਕੁੱਤੇ ਵੱਲ ਤਕ ਰਿਹਾ ਸੀ।

ਕੁੱਤਾ ਵੀ ਸਾਡੇ ਦੋਹਾਂ ਵੱਲ ਤਕ ਰਿਹਾ ਸੀ।

"ਕੁਛ ਤਾਂ ਮਿਲਿਆ।" ਮੈਨੇਜਰ ਨੇ ਕਿਹਾ।

*

ਇਕ ਭੁੱਲ

ਕੁਝ ਦਿਨਾਂ ਤੋਂ ਬਾਪੂ ਤੇ ਉਸ ਦੇ ਸਾਥੀ ਥਾਂ ਥਾਂ ਤੇ ਮੂੰਹ ਜੋੜ ਜੋੜ ਗੱਲਾਂ ਕਰਦੇ ਸਨ। ਬਾਬਾ ਸਿੱਖ ਉਹਨਾਂ ਦੇ ਵਿਚ ਹੁੰਦਾ ਸੀ। ਉਸ ਦੇ ਸਿਰ ਖੱਟੀ ਪੱਗ, ਤੇੜ ਚਿੱਟਾ ਕਛਹਿਰਾ ਤੇ ਨੰਗੇ ਪਿੰਡੇ ਤੇ ਗਾਤਰਾ ਸਜਾਇਆ ਹੁੰਦਾ ਸੀ। ਬਾਬਾ ਕੋਚਰ ਅੱਖਾ ਸੀ। ਗੱਲ ਸੁਣਦਾ ਟਾਕੂਏ ਦੀ ਪਿੱਠ 'ਤੇ ਠੋਡੀ ਰੱਖ ਕੇ ਅੱਖਾਂ ਮੀਚ ਲੈਂਦਾ ਸੀ ਤੇ ਕਈ ਵਾਰੀ ਮੀਚੀਆਂ ਅੱਖਾਂ ਨਾਲ ਹੀ ਗੱਲ ਦਾ ਫੈਸਲਾ ਕਰ ਦਿੰਦਾ ਸੀ। ਬਾਬਾ ਸਿੱਖ ਤੇ ਬਾਪੂ ਦੀ ਮਹਾਰਾਜਾ ਫਰੀਦਕੋਟ ਨਾਲ ਬੜੀ ਯਾਰੀ ਸੀ। ਰਾਜਾ ਹਰ ਚੌਥੇ ਦਿਨ ਮੋਟੇ ਪਹੀਈਆਂ ਵਾਲੇ ਜੀਪ ਤੇ ਚੜ੍ਹ ਕੇ ਸਾਡੇ ਪਿੰਡ ਪਹੁੰਚ ਜਾਂਦਾ ਸੀ ਜਿਸ ਦਾ ਕਾਲਾ ਧੂਆਂ ਗਲੀਆਂ ਭਰ ਜਾਂਦਾ ਸੀ, ਜਿਸ ਨੂੰ ਸੁੰਘਣਾ ਸਾਨੂੰ ਬੜਾ ਚੰਗਾ ਲਗਦਾ ਸੀ। ਕਈ ਵਾਰ ਤਾਜ਼ੇ ਧੂੰਏਂ ਵਿਚ ਅਸੀਂ ਗੁਆਚਣ ਦੀ ਵੀ ਬੜੀ ਕੋਸ਼ਿਸ਼ ਕਰਦੇ ਸੀ। - ਗੁਆਚ ਕੇ ਸਾਨੂੰ ਚਾਅ ਚੜ੍ਹ ਜਾਂਦਾ ਸੀ। ਖੁਸ਼ੀ ਦਾ ਆਰਪਾਰ ਨਹੀਂ ਰਹਿੰਦਾ ਸੀ।

ਅੱਜ ਬਾਪੂ ਹੁਰੀਂ ਇਕ ਪਿੜ ਵਿਚ ਕੁੰਡਲ ਬਣਾਈ ਬੈਠੇ ਸਨ। ਸਾਰੇ ਹੀ ਪੈਰਾਂ ਪਰਨੇ ਬੈਠੇ ਸਨ ਜਿਵੇਂ ਬਗਲੇ ਪਿੜ ਪਟਦੇ ਨੇ, ਜਿਵੇਂ ਕਾਂ ਜੀਵ ਖਾਂਦੇ ਹਨ।

"ਇਹ ਬੁੜੇ ਰੋਜ਼ ਪਤਾ ਨਹੀਂ ਕੀ ਗੱਲਾਂ ਕਰਦੇ ਨੇ।" ਕੰਡੀ ਵਾਲਿਆਂ ਦੇ ਮੁੰਡੇ ਨੇ ਕਿਹਾ। ਉਹ ਸਾਡਾ ਆੜੀ ਸੀ।

"ਕਿਹੜੇ ਬੁੜ੍ਹੇ ?" ਮੈਂ ਪੁੱਛਿਆ।

"ਆਹ ਜਿਹੜੇ ਪਿੜ 'ਚ ਡੱਕੇ ਮਾਰੀ ਜਾਂਦੇ ਐ।"

"ਇਹਨਾਂ 'ਚ ਤਾਂ ਮੇਰਾ ਬਾਪੂ ਵੀ ਹੈ।"

"ਇਹੀ ਬੁੜ੍ਹੇ।"

"ਮੇਰੇ ਬਾਪੂ ਨੂੰ ਬੁੜ੍ਹਾ ਕਹਿਨੈ ?"

"ਜਿਹੜਾ ਬਾਪੂ ਬਣ ਗਿਆ ਬੁੜ੍ਹਾ ਤਾਂ ਹੋ ਗਿਆ।"

"ਖ਼ਬਰਦਾਰ ਜੇ ਮੇਰੇ ਬਾਪੂ ਨੂੰ ਬੁੜ੍ਹਾ ਕਿਹਾ।"

"ਮੇਰਾ ਬਾਪੂ ਤਾਂ ਜਦੋਂ ਗਾਤਰਾ ਪਾ ਕੇ ਤੁਰਦੈ ਸ਼ੇਰ ਲਗਦੈ ਸ਼ੇਰ।" ਛੋਟੇ ਨੇ ਕਿਹਾ।

"ਬੱਬਰ ਸ਼ੇਰ ਓਏ।" ਮੈਂ ਕਿਹਾ। ਮੈਨੂੰ ਲੱਗਿਆ ਛੋਟੇ ਨੇ ਬਾਪੂ ਦੀ ਸਹੀ ਤੁਲਨਾ ਨਹੀਂ ਕੀਤੀ ਸੀ।

"ਐਂ ਲਗਦੈ ਬੱਬਰ ਸ਼ੇਰ। ਬੁੜ੍ਹਾ ਭਲਾ ਬੱਬਰ ਸ਼ੇਰ ਕਿਵੇਂ ਬਣਜੂ।"

"ਬਾਪੂ ਦਾ ਪੰਜਾ ਵੇਖਿਐ- ਥਾਪੇ ਵਰਗੈ।"

"ਬੁੜ੍ਹੇ ਬੰਦੇ ਨੂੰ ਕਿਵੇਂ ਵੰਝ ਤੇ ਚੜ੍ਹਾਈ ਜਾਂਦੇ ਐਂ।"

"ਤੂੰ ਦੁਬਾਰਾ ਬੁੜ੍ਹਾ ਕਿਹਾ ਤਾਂ ਨਾਸਾਂ ਭੰਨ ਦੂੰ।" ਮੈਂ ਮੁੱਕੀ ਵੱਟੀ।

"ਲੈ ਕਹੂੰਗਾ – ਬੁੜ੍ਹਾ ਬੁੜ੍ਹਾ" ਤੇ ਮੁੰਡਾ ਭੱਜ ਗਿਆ। ਉਹ ਸਿਰਪੱਟ ਭਜਿਆ ਸੀ।

"ਬਾਈ ਮਾਰਾਂ ਠਿੱਬੀ", ਛੋਟੇ ਨੇ ਕਿਹਾ ਤੇ ਭਜਣ ਲਈ ਤਿਆਰ ਹੋ ਰਿਆ।

"ਨਹੀਂ ਹੁਣ ਤਾਂ ਦੂਰ ਚਲਾ ਗਿਆ – ਕੀਲ 'ਚ ਨਹੀਂ ਆਣਾ।"

"ਕੋਈ ਨਹੀਂ ਸ਼ਾਮ ਨੂੰ ਛੱਪੜ ਤੇ ਮੱਝਾਂ ਨੂੰ ਪਾਣੀ ਪਿਲਾਣ ਆਏਗਾ – ਪੁਛਾਂਗਾ ਗੋਤ।"

"ਓਏ ਜੁਆਕੋ ਔਲੋ ਨਾ ਕਰੋ।" ਭੀੜ 'ਚੋਂ ਬਾਪੂ ਨੇ ਕਿਹਾ।

ਅਸੀਂ ਖ਼ਬਰਦਾਰ ਹੋ ਗਏ।

ਬਾਪੂ ਹੁਰਾਂ ਦੀ ਬੈਠਕ ਖ਼ਤਮ ਹੋ ਗਈ ਤੇ ਉਹ ਪਿੱਠਾਂ ਝਾੜ ਕੇ ਘਰਾਂ ਨੂੰ ਤੁਰ ਪਏ।

ਛੋਟਾ ਬਾਪੂ ਨੂੰ ਘੇਰ ਕੇ ਖੜਾ ਹੋ ਗਿਆ।

"ਕੀ ਗੱਲ ਹੈ?" ਬਾਪੂ ਨੇ ਪੁੱਛਿਆ।

"ਹੱਥ ਵਿਖਾਈਂ" ਛੋਟੇ ਨੇ ਬਾਪੂ ਦਾ ਹੱਥ ਫੜ ਲਿਆ ਤੇ ਪੁੱਠਾ ਸਿੱਧਾ ਕਰਕੇ ਦੇਖਿਆ ਤੇ ਛੱਡ ਦਿੱਤਾ। ਬਾਪੂ ਅਚੰਭੇ ਜਿਹੇ ਵਿਚ ਤੁਰ ਗਿਆ ਤੇ ਛੋਟਾ ਦੌੜ ਕੇ ਮੇਰੇ ਕੋਲ ਆ ਗਿਆ "ਬਾਈ ਥਾਪੇ ਵਰਗਾ ਨਹੀਂ ਪੱਕੀ ਇੱਟ ਵਰਗੈ – ਮੈਂ ਤਾਂ ਚੂੰਢੀ ਵੀ ਨਹੀਂ ਵੱਢ ਸਕਿਆ-ਮਖਿਆ ਗੁੱਸੇ 'ਚ ਆ ਕੇ ਬਾਪੂ ਮੱਝ ਦੀ ਵੱਖੀ 'ਚ ਮਾਰੇ ਤਾਂ ਵੱਖੀ ਭੰਨ ਦੇਵੇ।" ਛੋਟਾ ਖਿੜਖਿੜਾ ਕੇ ਹੱਸ ਪਿਆ ਤੇ ਸਾਰਾ ਦਿਨ ਹਸਦਾ ਰਿਹਾ।

"ਸਾਲਾ ਮੇਰੇ ਬਾਪੂ ਨੂੰ ਬੁੜ੍ਹਾ ਕਹਿੰਦੈ।" ਕਹਿ ਕੇ ਜਿਵੇਂ ਉਹ ਉਸ ਮੁੰਡੇ ਤੇ ਦੰਦ ਪੀਂਹਦਾ ਰਿਹਾ ਸੀ।

ਆਥਣ ਹੋ ਗਿਆ। ਵਗ ਮੁੜ ਆਇਆ। ਮੱਝਾਂ ਨੂੰ ਛੱਪੜ ਤੋਂ ਪਾਣੀ ਪਿਲ਼ਾਣ ਲਈ ਕੰਡੀ ਵਾਲਿਆਂ ਦਾ ਮੁੰਡਾ ਆਇਆ। ਉਹ ਮੱਝ ਦੇ ਉਪਰ ਕਾਂਗ ਵਾਂਗ ਬੈਠਾ

ਸੀ। ਛੋਟਾ ਉਸ ਦੀ ਤਾਕ ਵਿਚ ਛੱਪੜ ਤੇ ਪੱਥੀਆਂ ਪਾਲੀ ਦੀਆਂ ਇੱਟਾਂ ਦੇ ਪਿੱਛੇ ਸੋਟੀ ਲਈ ਸ਼ੀਂਹ ਵਾਂਗ ਬੈਠਾ ਸੀ। ਮੁੰਡੇ ਦੀ ਮੱਝ ਬਰਾਬਰ ਆਈ ਤਾਂ ਛੋਟਾ ਬਘਿਆੜ ਵਾਂਗ ਉਛਲਿਆ ਤੇ ਸੋਟੀ ਮੀਂਹ ਵਾਂਗ ਵਰ੍ਹਾ ਦਿੱਤੀ – ਮੁੰਡੇ ਦੇ ਨਾਲ ਨਾਲ ਮੱਝ ਦਾ ਪਿੰਡਾ ਤੇ ਕੰਨ ਵੀ ਛਾਂਗ ਦਿੱਤੇ ਪਰ ਮੁੰਡਾ ਬੱਚ ਕੇ ਚਿਤੜਾਂ ਨੂੰ ਅੱਡੀਆਂ ਲਾ ਗਿਆ। ਚੀਕ ਚਿਹਾੜਾ ਜਿਹਾ ਮੱਚ ਗਿਆ। ਕੰਡੀ ਵਾਲਿਆਂ ਦੇ ਕਈ ਬੰਦੇ ਡਾਂਗਾਂ ਲੈ ਕੇ ਆ ਗਏ। ਪਰ ਬਾਪੂ ਨੂੰ ਦੇਖ ਕੇ ਰੁਕ ਗਏ।

"ਇਹਨੂੰ ਮਾਰਿਆ ਕਿਉਂ ਓਏ ?" ਬਾਪੂ ਨੇ ਛੋਟੇ ਦੀ ਬਾਂਹ ਫੜੀ ਹੋਈ ਸੀ। ਛੋਟੇ ਦੀ ਗੁੱਸੇ ਨਾਲ ਅਜੇ ਤੱਕ ਵੀ ਸਾਹ ਚੜ੍ਹੀ ਹੋਈ ਸੀ। ਨਾਸ ਵੱਜ ਰਹੀ ਸੀ।

"ਇਹ ਮੇਰੇ ਬਾਪੂ ਨੂੰ ਬੁੜ੍ਹਾ ਕਹਿੰਦਾ ਸੀ!" ਛੋਟੇ ਨੇ ਅੱਧਾ ਰੋਕੇ ਗੁੱਸੇ ਨਾਲ ਕਿਹਾ। ਉਸ ਦੀਆਂ ਅੱਖਾਂ ਵਗ ਰਹੀਆਂ ਸਨ।

"ਮੈਂ ਬੁੜ੍ਹਾ ਤਾਂ ਹਾਂ।" ਬਾਪੂ ਨੇ ਕਿਹਾ।

"ਐਵੇਂ, ਬੱਬਰ ਸ਼ੇਰ ਵਰਗਾ ਤਾਂ ਤੂੰ ਹੈਂ... ਹੱਥ ਵੇਖ ਪੱਕੀ ਇੱਟ ਵਰਗਾ।" ਛੋਟੇ ਨੇ ਬਾਪੂ ਦਾ ਹੱਥ ਫੜਿਆ ਤੇ ਹਿਲਾਇਆ।

ਸਾਰੀ ਜਮਾਂ ਹੋਈ ਭੀੜ ਹੱਸ ਪਈ। ਗੁੱਸਾ ਮਿਟ ਗਿਆ। ਸਾਰੇ ਆਪਣੇ ਆਪਣੇ ਘਰਾਂ ਨੂੰ ਤੁਰ ਗਏ। ਇਸ ਗੱਲ ਤੇ ਲੋਕ ਕਈ ਦਿਨ ਹੱਸਦੇ ਰਹੇ ਕਿ ਛੋਟਾ ਆਪਣੇ ਬਾਪੂ ਨੂੰ "ਬੁੜ੍ਹਾ" ਨਹੀਂ ਅਖਵਾ ਸਕਦਾ ਸੀ।

ਅਸਲ 'ਚ ਬਾਪੂ ਤੇ ਬੁੜ੍ਹੇ ਰੋਜ਼ ਇਕ ਸਮੱਸਿਆ ਨੂੰ ਹੱਲ ਕਰਨ ਲਈ ਬੈਠਕਾਂ ਕਰਦੇ ਸਨ। ਸਾਡੇ ਪਿੰਡ ਕੋਈ ਮਜ਼ਬੀ ਸਿੰਘ ਫ਼ੌਜ ਵਿਚੋਂ ਰਿਟਾਇਰ ਹੋ ਕੇ ਆ ਗਿਆ ਸੀ ਤੇ ਉਹ ਲੈਂਪ ਦੀ ਸਿਗਰਟ ਪੀਂਦਾ ਧਤੂੰਆਂ ਦੀ ਗਲੀ 'ਚੋਂ ਲੰਘਿਆ ਸੀ ਤੇ ਉਸ ਗਲੀ ਦੀ ਅਖੀਰ ਤੇ ਸਿੱਖ ਬਾਬਾ ਦਾ ਘਰ ਸੀ। ਸਿਗਰਟ ਦੀ ਬਦਬੋ ਬਾਬੇ ਦੇ ਨੱਕ ਨੂੰ ਚੜ੍ਹ ਗਈ ਸੀ। ਬਾਬਾ ਸਿੱਖ ਨੇ ਉਸ ਬਦਬੋ ਦੀ ਖੋਜ ਕੀਤੀ ਤੇ ਬਾਪੂ ਤੇ ਬਾਕੀ ਗੁਰਸਿੱਖ ਬੰਦੇ ਜਮਾਂ ਹੋ ਗਏ। ਗੁਰਮਤਾ ਕਰਕੇ ਉਹ ਫ਼ੌਜੀ ਦੇ ਘਰ ਪਹੁੰਚ ਗਏ।

"ਫੌਜੀ ਸਿਆਂ ਭਾਈ ਪੰਚਾਇਤ ਤੇਰੇ ਘਰ ਚਲ ਕੇ ਆਈ ਹੈ।"

"ਹੁਕਮ ਕਰੋ ਸਰਦਾਰ ਜੀ – ਮੈਨੂੰ ਬੁਲਾ ਲੈਂਦੇ।" ਉਹ ਹੱਥ ਜੋੜੀ ਖੜਾ ਸੀ। ਬਹੁਤ ਸਾਰੇ ਬੰਦੇ ਦੇਖਕੇ ਉਹ ਕੰਬ ਰਿਹਾ ਸੀ ਜਿਵੇਂ ਉਸ ਤੋਂ ਬਹੁਤ ਵੱਡੀ ਖੁਨਾਮੀ ਹੋ ਗਈ ਸੀ।

"ਭਾਈ ਤੂੰ ਪੀਂਦੈ ਸਿਗਰਟ – ਸਾਡੇ ਪਿੰਡ ਵਿਚ ਇਹ ਮਨ੍ਹਾ ਹੈ।"

"ਇਕ ਮੁੰਡੇ ਨੇ ਤੈਨੂੰ ਰਾਤ ਨੂੰ ਸਿਗਰਟ ਪੀਂਦੇ ਦੇਖਿਆ। ਤੇਰੇ ਮੂੰਹ ਤੇ ਮਚਦੀ

ਸਿਗਰਟ ਉਸ ਨੂੰ ਤਾਰੇ ਵਾਂਗ ਚਮਕਦੀ ਚੰਗੀ ਲੱਗੀ। ਇਸ ਤਰ੍ਹਾਂ ਤਾਂ ਬੱਚੇ ਖ਼ਰਾਬ ਹੋ ਜਾਣਗੇ।"

"ਸਾਡਾ ਫੈਸਲਾ ਹੈ – ਤੂੰ ਸਾਡਾ ਭਰਾ ਹੈਂ – ਜਾਂ ਤਾਂ ਸਿਗਰਟ ਛੱਡ ਦੇ ਜਾਂ ਪਿੰਡ ਛੱਡਦੇ।" ਸਿੱਖ ਬਾਬਾ ਨੇ ਬੜੇ ਭਾਰੀ ਮਨ ਨਾਲ ਕਿਹਾ ਸੀ।

ਫ਼ੌਜੀ ਅੰਦਰ ਗਿਆ ਤੇ ਸਿਗਰਟ ਦੀ ਡੱਬੀ ਲਿਆ ਕੇ, ਤੋੜ ਕੇ ਪੈਰਾਂ ਨਾਲ ਮਲ ਦਿੱਤੀ।

"ਭਰਾਵੋ ਮੈਂ ਪਿੰਡੋਂ ਕਿਤੇ ਨਹੀਂ ਜਾ ਸਕਦਾ। ਇਹ ਬੀਮਾਰੀ ਸਦਾ ਲਈ ਛੱਡੀ।"

"ਤੇ ਇਹ ਦੱਸ – ਤੂੰ ਇਹ ਪਿੰਡ ਦੀ ਕਿਸ ਦੁਕਾਨ ਤੋਂ ਖਰੀਦੀ ਸੀ ?" ਬਾਪੂ ਨੇ ਪੁੱਛਿਆ।

"ਨਹੀਂ ਸਰਦਾਰ ਜੀ – ਆਪਣੇ ਪਿੰਡ ਦੀ ਕਿਸੇ ਦੁਕਾਨ ਤੋਂ ਨਹੀਂ ਮਿਲਦੀ। ਮੈਂ ਤਾਂ ਮੰਡੀਓਂ ਲੈ ਕੇ ਆਇਆ ਸਾਂ – ਫ਼ੌਜ ਵਿਚ ਫਿਰਕ ਪੈ ਗਈ ਸੀ। ਚੰਗਾ ਹੋਇਆ ਜੂੜ ਵੱਢਿਆ ਗਿਆ। ਮੈਨੂੰ ਬਾਬਾ ਜੀ ਅੰਮ੍ਰਿਤ ਛਕਾ ਕੇ ਗੁਰਸਿੱਖ ਬਣਾ ਲਓ।"

ਸਿੱਖ ਬਾਬਾ ਨੇ ਉਸ ਨੂੰ ਬਾਹਾਂ ਵਿਚ ਲੈ ਲਿਆ ਤੇ "ਜੋ ਬੋਲੇ ਸੋ ਨਿਹਾਲ" ਦਾ ਨਾਅਰਾ ਲਾ ਦਿੱਤਾ। ਨਾਹਰਾ ਜ਼ਰੂਰ ਸਾਰੇ ਪਿੰਡ ਵਿਚ ਗੂੰਜਿਆ ਸੀ। ਫ਼ੌਜੀ ਦੀ ਸਿਗਰਟ ਛੱਡਣ ਦੀ ਗੱਲ ਸਾਰੇ ਪਿੰਡ ਵਿਚ ਮਸ਼ਹੂਰ ਹੋ ਗਈ ਸੀ।

ਬਾਪੂ ਹੋਰੀਂ ਫਿਰ ਮੂੰਹ ਜੋੜ ਜੋੜ ਕੇ ਬੈਠਕਾਂ ਕਰਦੇ ਅਸੀਂ ਦੇਖ ਰਹੇ ਹਾਂ।

"ਲਗਦੈ ਕੋਈ ਗੱਲ ਹੈ।" ਮੈਂ ਛੋਟੇ ਨੂੰ ਕਿਹਾ।

"ਹਾਂ – ਏਵੇਂ ਹੀ ਲਗਦੈ।" ਛੋਟਾ ਮੇਰੀ ਗੱਲ ਦਾ ਇਸ਼ਾਰਾ ਸਮਝ ਗਿਆ ਸੀ।

"ਬੇਬੇ ! ਬਾਪੂ ਹੁਰੀਂ ਕੀ ਝੇੜਾ ਛੇੜਨ ਵਾਲੇ ਆ ?" ਮੈਂ ਪੁੱਛਿਆ।

"ਕਿਉਂ – ਕਾਹਦਾ ਝੇੜਾ ਵੇ ?"

"ਪਿੜਾਂ 'ਚ ਬੈਠੇ ਹੁੰਦੇ ਆ।"

"ਅਕਾਲ ਤਖ਼ਤ ਤੋਂ ਸੁਨੇਹਾ ਆਇਐ।"

"ਕਾਲ ਤਖ਼ਤ ? ਉਹ ਕਿਹੜਾ ਤਖ਼ਤ ਹੈ ?"

"ਪੁਤ ਗੁਰੂ ਮਹਾਰਾਜ ਦਾ ਸਿੱਖ ਕੌਮ ਨੂੰ ਸੁਨੇਹਾ ਅਕਾਲ ਤਖ਼ਤ ਤੋਂ ਦਿੱਤਾ ਜਾਂਦੈ।"

"ਉਹ ਕਿੱਥੇ ਹੈ ?"

"ਅੰਬਰਸਰ ਸਾਹਿਬ।"

"ਕੀ ਸੁਨੇਹਾ ?"

"ਪੁੱਤ ਮੈਨੂੰ ਨਹੀਂ ਪਤਾ ਆਪਣੇ ਬਾਪੂ ਤੋਂ ਪੁੱਛ, ਮੈਨੂੰ ਕੰਮ ਕਰਨ ਦੇ।"

ਮੈਂ ਬਾਪੂ ਹੁਰਾਂ ਨੂੰ ਸੁੰਘਣਾ ਸ਼ੁਰੂ ਕਰ ਦਿੱਤਾ। ਬਾਪ ਦੀ ਪਿੱਠ ਤੇ ਲਗ ਕੇ ਬੈਠ ਗਿਆ ਤੇ ਛੋਟਾ ਵੀ ਮੇਰੇ ਨਾਲ ਚਿਪਕਿਆ ਹੋਇਆ ਸੀ।

"ਯਾਰੋ ਸਾਡੇ ਭਰਾ ਲਗਦੇ ਨੇ ਅਸੀਂ ਇਨ੍ਹਾਂ ਨੂੰ ਛੋਟੇ ਕਿਉਂ ਸਮਝਦੇ ਹਾਂ। ਸਾਡੇ ਨਾਲ ਖੇਤੀ ਕਮਾਈ ਕਰਦੇ ਐ – ਅਸੀਂ ਇਨ੍ਹਾਂ ਨੂੰ ਦੂਰੋਂ ਰੋਟੀ ਸੁਟਦੇ ਹਾਂ। ਇਹ ਸਾਡੇ ਘੜੇ 'ਚੋਂ ਪਾਣੀ ਨੀ ਪਾ ਕੇ ਪੀ ਸਕਦੇ, ਲੱਸੀ ਨਹੀਂ ਪਾ ਕੇ ਪੀ ਸਕਦੇ। ਭਿੱਟੇ ਜਾਣ ਦਾ ਡਰ ਹੈ। ਅਸੀਂ ਤਾਂ ਫਿਰ ਬਾਣੀ ਦੀ ਸਿੱਖਿਆ ਤੋਂ ਬਹੁਤ ਦੂਰ ਹਾਂ। ਬਾਣੀ ਕਹਿੰਦੀ ਹੈ "ਮਾਨਸ ਕੀ ਜਾਤ ਸਭ ਏਕ ਹੀ ਪਹਿਚਾਨਬੋ" ਜਾਤਾਂ ਪਾਤਾਂ ਸਭ ਮਨੁੱਖ ਦੀਆਂ ਬਣਾਈਆਂ ਹੋਈਐਂ। ਗੁਰੂ ਮਹਾਰਾਜ ਦੇ ਪੰਜ ਪਿਆਰੇ ਵੀ ਸਾਰੀਆਂ ਜਾਤਾਂ ਦੇ ਸਨ – ਸਗੋਂ ਸਾਰੇ ਦੇਸ਼ ਦੇ ਵੱਖ ਵੱਖ ਸੂਬਿਆਂ 'ਚੋਂ ਸਨ– ਫਿਰ ਵਿਤਕਰਾ ਕਿਉਂ। ਜੇ ਅਸੀਂ ਗੁਰੂ ਦਾ ਅੰਮ੍ਰਿਤ ਪੀਤਾ ਹੈ ਤਾਂ ਸਭ ਨੂੰ ਬਰਾਬਰ ਸਮਝੋ – ਸਾਡੇ ਸੀਰੀ ਗਰੀਬ ਗੁਰਬੇ ਸਭ ਅਕਾਲ ਪੁਰਖ ਦੇ ਜੀਵ ਹਨ। ਉਨ੍ਹਾਂ ਨੂੰ ਚੂਹੜਾ, ਚਪੜਾ, ਚਮਾਰ, ਛੀਂਬਾ, ਝਿਊਰ ਕਹਿਣਾ ਪਾਪ ਹੈ। ਅੱਜ ਤੋਂ ਸਾਨੂੰ ਇਸ ਗੱਲ ਤੇ ਪਹਿਰਾ ਦੇਣਾ ਚਾਹੀਦਾ ਹੈ। ਦੂਜੀ ਗੱਲ ਗੁਰਬਾਣੀ ਕਹਿੰਦੀ ਹੈ– ਸੋ ਕਿਉਂ ਮੰਦਾ ਆਖੀਐ ਜਿਤ ਜਮੇ ਰਾਜਾਨ ਧੀਆਂ ਤਾਂ ਬੜਾ ਪਿਆਰਾ ਧਨ ਹੈ ਇਨ੍ਹਾਂ ਨੂੰ ਜਮਦਿਆਂ ਜਾਂ ਜਮਣ ਤੋਂ ਪਹਿਲਾਂ ਮਾਰ ਦੇਣਾ ਘੋਰ ਪਾਪ ਹੈ। ਅਕਾਲ ਤਖ਼ਤ ਦਾ ਹੋਕਾ ਬਹੁਮੁੱਲਾ ਹੈ ਕਿ ਧੀਆਂ ਮਾਰਨ ਵਾਲਿਆਂ ਨਾਲ ਨਾਤਾ ਨਾ ਰੱਖੋ – ਦੁਰਕਾਰੋ ਉਹਨਾਂ ਨੂੰ। ਇਸ ਹੋਕੇ ਨੇ ਧੀਆਂ ਮਾਰਨ ਨੂੰ ਬਹੁਤ ਠੱਲ ਪਾਈ ਆ। ਇਸ ਹੋਕੇ ਨੂੰ ਦੁਬਾਰਾ ਦੁਬਾਰਾ ਤਾਜ਼ਾ ਕਰਨਾ ਚਾਹੀਦੈ। ਮਨੁੱਖ ਬੜਾ ਬੱਦ ਹੈ। ਛੇਤੀ ਕੀਤੇ ਪਾਪ ਤੋਂ ਟਲਦਾ ਨਹੀਂ। ਪਰ ਸਾਡੇ ਪਿੰਡ ਤੇ ਤਾਂ ਗੁਰੂ ਦੀ ਕਿਰਪਾ ਹੈ ਧੀ ਮਾਰਨ ਦੀ ਘਟਨਾ ਕਦੇ ਨਹੀਂ ਹੋਈ। ਵੱਡੇ ਸਰਦਾਰਾਂ ਦੇ ਪਿੰਡਾਂ 'ਚ ਇਹ ਪਾਪ ਹੁੰਦੈ – ਸਾਡਾ ਭਰਾਵਾਂ ਦਾ ਪਿੰਡ ਹੈ। ਆਪਾਂ ਪੂਰੇ ਜ਼ੋਰ ਨਾਲ ਜ਼ੋਰ ਲਾ ਕੇ ਜਾਤ ਪਾਤ – ਭਿੱਟ – ਸੁੱਚ ਤੋਂ ਪਿੰਡ ਨੂੰ ਰਹਿਤ ਕਰੋ। ਕੋਈ ਕਿਸੇ ਨੂੰ ਚੂਹੜਾ ਨਾ ਕਹੇ– ਚਮਾਰ ਨਾ ਕਹੇ– ਮੋਚੀ ਨਾ ਕਹੇ। ਭਰਾ ਕਹੇ। ਸੀਰੀ ਨੂੰ ਦੂਰੋਂ ਰੋਟੀ ਨਾ ਸੁਟੇ, ਉਹ ਕੁੱਤਾ ਨਹੀਂ। ਸੀਰੀ ਦਾ ਮਤਲਬ ਤੁਹਾਡੇ ਹਰ ਕੰਮ ਵਿਚ ਸੀਰ ਰੱਖਣ ਵਾਲਾ। ਦੁਖ ਸੁੱਖ ਦੇ ਸੀਰੀ ਤੇ ਬੈਠਕ ਮੁੱਕ ਗਈ। ਸਾਰੇ ਘਰਾਂ ਨੂੰ ਤੁਰ ਗਏ। ਅਸੀਂ ਬਾਪੂ ਦੀਆਂ ਦੋਹਾਂ ਬਾਹਾਂ ਨਾਲ ਕਦੂਆਂ ਵਾਂਗ ਲਟਕਦੇ ਜਾ ਰਹੇ ਸੀ। ਬਾਪੂ

ਬੜੇ ਆਰਾਮ ਨਾਲ ਚੁਕੀ ਲਈ ਜਾਂਦਾ ਸੀ ਜਿਵੇਂ ਸਾਡੇ ਵਿਚ ਭਾਰ ਹੀ ਨਹੀਂ ਸੀ।

ਐਤਵਾਰ ਸੀ ਤੇ ਸਕੂਲੋਂ ਛੁੱਟੀ ਸੀ। ਮੇਰੀ ਤੇ ਛੋਟੇ ਦੀ ਖੇਤ ਰੋਟੀ ਲੈ ਕੇ ਜਾਣ ਦੀ ਡਿਊਟੀ ਲੱਗੀ ਸੀ। ਖੇਤ ਬਹੁਤ ਦੂਰ ਸੀ। ਅੱਜ ਬੰਦੇ ਕਾਮੇ ਬਹੁਤ ਸਨ ਤੇ ਮੇਰੇ ਸਿਰ 'ਤੇ ਬੇਬੇ ਨੇ ਲੱਸੀ ਦਾ ਵੱਡਾ ਰਿੜਕਣਾ ਰੱਖ ਦਿੱਤਾ ਸੀ ਤੇ ਛੋਟੇ ਦੇ ਸਿਰ ਤੇ ਰੋਟੀਆਂ ਦੀ ਪੰਡ ਸੀ। ਤਾਜ਼ੀਆਂ ਰੋਟੀ ਦਾ ਸੇਕ ਛੋਟੇ ਨੇ ਖੇਤ ਤਕ ਮਸਾਂ ਹੀ ਝਲਿਆ ਸੀ। ਅਸੀਂ ਲੱਸੀ ਤੇ ਰੋਟੀਆਂ ਬੇਰੀ ਹੇਠ ਰੱਖ ਕੇ ਬਾਪੂ ਹੁਰਾਂ ਨੂੰ ਆਵਾਜ਼ ਦਿੱਤੀ। ਗਿੱਦੜ ਚੀਕ ਮਾਰੀ। ਸਾਰੇ ਮਿੰਟਾਂ 'ਚ ਰੋਟੀ ਖਾਣ ਬੇਰੀ ਥੱਲੇ ਬੈਠ ਗਏ। ਸਾਰੇ ਸੀਰੀਆਂ ਨੂੰ ਬਾਪੂ ਨੇ ਰੋਟੀਆਂ ਵੰਡੀਆਂ ਤੇ ਮੈਂ ਉਹਨਾਂ ਦੀਆਂ ਬਾਟੀਆਂ ਵਿਚ ਲੱਸੀ ਪਾਈ। ਮੈਂ ਲੱਸੀ ਬਰਤਨ ਉੱਚਾ ਕਰਕੇ ਪਾ ਰਿਹਾ ਸਾਂ ਤੇ ਲੱਸੀ ਬਹੁਤ ਸਾਰੀ ਡੁੱਲ੍ਹ ਰਹੀ ਸੀ।

"ਪੁਤ ਬਰਤਨ ਨੂੰ ਬਾਟੀ ਦੇ ਨਾਲ ਲਾ ਕੇ ਪਾ।"

"......." ਮੈਂ ਜਿਵੇਂ ਬਾਪੂ ਦੀ ਗੱਲ ਅਣਸੁਣੀ ਕਰ ਦਿੱਤੀ। ਮੈਨੂੰ ਲੱਗਿਆ ਮੇਰਾ ਬਰਤਨ ਭਿੱਟਿਆ ਜਾਵੇਗਾ।

ਅਸੀਂ ਮੁੜੇ ਆ ਰਹੇ ਸੀ ਤਾਂ ਛੋਟੇ ਨੇ ਕਿਹਾ "ਬਾਈ ਅੱਜ ਤੂੰ ਬਾਪੂ ਦੀ ਗਊ ਦੀ ਤਾੜ ਵਰਗੀ ਚਪੇੜ ਤੋਂ ਬਚ ਗਿਆ। ਉਹ ਬਹੁਤ ਗੁੱਸੇ ਨਾਲ ਝਾਕ ਰਿਹਾ ਸੀ ਜਦੋਂ ਤੂੰ ਉੱਚਾ ਕਰਕੇ ਲੱਸੀ ਪਾ ਰਿਹਾ ਸੀ ਤੇ ਅੱਧੀ ਲੱਸੀ ਡੁੱਲ੍ਹ ਰਹੀ ਸੀ। ਬਾਪੂ ਦੀਆਂ ਅੱਖਾਂ 'ਚ ਲਹੂ ਉਤਰ ਆਇਆ ਸੀ। ਮੈਨੂੰ ਤਾਂ ਲੱਗਿਆ ਸੀ ਤੇਰਾ ਮੂੰਹ ਅੱਜ ਚਿੱਬਾ ਹੋਇਆ ਸਮਝੋ। ਬਸ ਬਚਤ ਰਹਿ ਗਈ। ਪਰ ਤੂੰ ਬਾਪੂ ਦੀ ਗੱਲ ਸੁਣ ਕਿਉਂ ਨਹੀਂ ਰਿਹਾ ਸੀ ? ਜਦੋਂ ਬਾਪੂ ਕਹਿੰਦੈ ਕਿਸੇ ਨੂੰ ਚੂਹੜਾ ਚਪੜਾ ਜਾਂ ਚਮਾਰ ਨਹੀਂ ਮੰਨਣਾ ਤਾਂ ਤੂੰ ਇਹ ਗੱਲ ਕਿਉਂ ਨਹੀਂ ਸੁਣਦਾ। ਪਰ ਮੈਂ ਚੁੱਪ ਰਿਹਾ। ਮੈਂ ਚੁੱਪ ਸਾਂ ਜਿਵੇਂ ਛੋਟਾ ਕੰਧ ਨਾਲ ਗੱਲ ਕਰ ਰਿਹਾ ਸੀ। "ਪਰ ਬਾਈ ਤੈਨੂੰ ਪਤੈ ਬਾਪੂ ਦਾ ਗੁੱਸਾ ਬਹੁਤ ਭੈੜੇ ਤੇ ਹੱਥ ਵੀ ਇੱਟ ਵਰਗੈ। ਮੂੰਹ ਨੂੰ ਗੋਹੀ ਮਿੱਟੀ ਵਾਂਗ ਢਾਹ ਕੇ ਰਖਦੂ- ਤੂੰ ਮੇਰੀ ਗੱਲ ਗੌਲਦਾ ਨਹੀਂ- ਪਛਤਾਏਂਗਾ। ਛੋਟਾ ਮੈਨੂੰ ਤਾੜਨਾ ਕਰ ਰਿਹਾ ਸੀ ਪਰ ਮੈਂ ਜਿਵੇਂ ਘੇਸਲ ਵੱਟ ਰੱਖੀ ਸੀ।

ਸ਼ਾਮ ਦਾ ਸਮਾਂ ਸੀ। ਬਾਪੂ ਵਿਹੜੇ 'ਚ ਹੀ ਪਟੜੇ ਤੇ ਨਹਾ ਰਿਹਾ ਸੀ। ਬੇਬੇ ਚੁੱਲ੍ਹੇ ਤੇ ਰੋਟੀਆਂ ਪਕਾ ਰਹੀ ਸੀ। ਮੈਂ ਸਾਹਮਣੇ ਸੁਆਲ ਕੱਢ ਰਿਹਾ ਸੀ। ਸਕੂਲੋਂ ਅੱਜ ਕਾਫ਼ੀ ਕੰਮ ਮਿਲਿਆ ਸੀ। ਛੋਟਾ ਵੀ ਮੇਰੇ ਨਾਲ ਹੀ ਕੋਈ ਖੇਡ ਖੇਡ ਰਿਹਾ ਸੀ। ਵਿਹੜੇ ਵਿਚ ਸਾਡਾ ਸੀਰੀ ਆ ਕੇ ਬੈਠ ਗਿਆ, "ਲਿਆਉ ਭਾਈ ਰੋਟੀ" ਉਹ ਪੈਰਾਂ ਤੇ ਬੈਠਾ ਸੀ। ਲੱਗਦਾ ਸੀ ਉਹ ਦਿਨ ਭਰ ਦੇ ਕੰਮ ਤੋਂ ਬਹੁਤ ਥੱਕਿਆ ਸੀ। ਉਸ ਦਾ ਸਰੀਰ ਹਿਲ ਨਹੀਂ ਰਿਹਾ ਸੀ।

"ਵੱਡਿਆ ਐਧਰ ਆ – ਆਪਣੇ ਤਾਏ ਨੂੰ ਰੋਟੀ ਦੇ।" ਬੇਬੇ ਨੇ ਕਿਹਾ।

"ਪਰਛਾਦਾ ਦੇ।" ਬਾਪੂ ਨੇ ਸੁਣ ਲਿਆ। ਜਿਵੇਂ ਉਹ ਰੋਟੀ ਦੀ ਪਰਛਾਦੇ ਨਾਲ ਤਰਮੀਮ ਕਰ ਰਿਹਾ ਸੀ।

"ਹਾਂ ਪਰਛਾਦਾ ਦੇ।" ਤੁਰੰਤ ਹੀ ਸੁਧਾਰ ਕੀਤਾ। ਬੇਬੇ ਬਾਪੂ ਤੋਂ ਬਹੁਤ ਡਰਦੀ ਸੀ।

"ਤਾਇਆ ਕੌਣ ?" ਮੈਂ ਬੇਬੇ ਨੂੰ ਪੁੱਛਿਆ।

"ਇੰਦਰ ਸਿਉਂ।"

"ਇਹ ਤਾਂ ਸੀਰੀ ਹੈ।"

"ਪਰ ਤੇਰਾ ਤਾਇਆ ਹੈ।"

"ਹਰੀਜਨ ਨੂੰ ਤਾਇਆ ਬਣਾਈ ਜਾਨੀ ਹੈਂ।" ਮੈਂ ਗੁਸਤਾਖ ਸਾਂ।

ਮੈਂ ਚਾਰ ਰੋਟੀਆਂ 'ਤੇ ਬਾਟੀ ਦਾਲ ਦੀ ਦੂਰੋਂ ਹੀ ਸੀਰੀ ਦੇ ਹੱਥ ਤੇ ਸੁਟੀਆਂ। ਰੋਟੀਆਂ ਹੱਥ ਤੋਂ ਧਰਤੀ ਤੇ ਡਿੱਗ ਪਈਆਂ ਜਿਹੜੀਆਂ ਉਸ ਨੇ ਮਿੱਟੀ ਝਾੜ ਕੇ ਫੂਕ ਮਾਰ ਕੇ ਭੁਖਿਆਂ ਵਾਂਗ ਖਾਣੀਆਂ ਸ਼ੁਰੂ ਕਰ ਦਿੱਤੀਆਂ। ਮੈਂ ਦਾਲ ਵੀ ਉੱਚੀ ਕਰਕੇ ਪਾਈ ਜਿਹੜੀ ਅੱਧੀ ਧਰਤੀ ਤੇ ਡੁੱਲ੍ਹ ਗਈ।

ਮੈਂ ਮੁੜਨ ਲੱਗਿਆ ਸਾਂ ਕਿ ਬਾਪੂ ਦਾ ਇੱਟ ਵਰਗਾ ਹੱਥ ਮੇਰੀ ਖੱਬੀ ਗੱਲ ਤੇ ਵਜਿਆ। ਸ਼ਾਮ ਦੇ ਸੂਰਜ ਦੀ ਰੌਸ਼ਨੀ ਵਿਚ ਬੈਠੇ ਪੰਛੀ ਉਡੇ ਜਿਹੜੇ ਆਸਮਾਨ ਨੂੰ ਚੜ੍ਹ ਗਏ। ਇਕ ਖੜਾਕ ਘਰ ਦੀਆਂ ਕੰਧਾਂ ਨਾਲ ਟਕਰਾ ਕੇ ਬੋਲਿਆ, "ਇਕ ਗੁਰਸਿੱਖ ਦੇ ਪੁੱਤ ਨੇ ਇਹ ਮੱਤ ਲਈ ਹੈ।" ਬਾਪੂ ਨੇ ਕਿਹਾ ਸੀ। ਛੋਟਾ ਥਾਂ ਤੇ ਹੀ ਢਹਿ ਗਿਆ। ਬੇਬੇ ਨੇ ਭੱਜ ਕੇ ਮੈਨੂੰ ਬੇਹੋਸ਼ ਹੁੰਦੇ ਨੂੰ ਸੰਭਾਲਿਆ। ਮੈਨੂੰ ਦੋ ਦਿਨਾਂ ਮਗਰੋਂ ਹੋਸ਼ ਆਈ ਸੀ। ਛੋਟਾ ਮੇਰੇ 'ਤੇ ਝੁਕਿਆ ਬੈਠਾ ਸੀ। ਬੇਬੇ ਮੈਨੂੰ ਪੱਖਾ ਝੱਲ ਰਹੀ ਸੀ। ਸੀਰੀ ਮੇਰੇ 'ਤੇ ਝੁਕਿਆ ਬੈਠਾ ਸੀ। ਬਾਪੂ ਜੀ ਕੋਲ ਬੈਠੇ ਚੁੱਪ ਹੰਝੂ ਵਹਾ ਰਹੇ ਸਨ। ਮੈਂ ਅੱਖਾਂ ਖੋਹਲੀਆਂ "ਬਾਪੂ ਮੈਥੋਂ ਭੁੱਲ ਹੋ ਗਈ।" ਮੈਂ ਰੋ ਕੇ ਕਿਹਾ ਤੇ ਬਾਪੂ ਨੇ ਡਡਿਆ ਕੇ ਮੈਨੂੰ ਛਾਤੀ ਨਾਲ ਲਾ ਲਿਆ ਤੇ ਕਿੰਨਾ ਹੀ ਚਿਰ ਛਾਤੀ ਨਾਲ ਘੁੱਟੀ ਰੱਖਿਆ, ਜਿਵੇਂ ਬਾਪੂ ਨੂੰ ਸਬਰ ਨਹੀਂ ਆ ਰਿਹਾ ਸੀ।

*

ਮੇਲਾ ਮੁਕਸਰ ਦਾ
ਜੁਤੀਆਂ ਤੋੜ ਵਿਸਾਖੀ

ਮੁੱਕਤਸਰ ਦਾ ਮੇਲਾ ਲੰਘ ਰਿਹਾ ਸੀ। ਪਾਲ਼ਾ ਵੀ ਛਣ ਗਿਆ ਸੀ। ਸਹੀ ਸਮੇਂ ਸਿਰ ਮੀਂਹ ਪਏ ਸਨ, ਜਿਸ ਕਰਕੇ ਹਾੜੀ ਦੀ ਫਸਲ ਭਰਪੂਰ ਦੱਖ ਦੇ ਰਹੀ ਸੀ। ਕਿਸਾਨਾਂ ਦੇ ਖ਼ੁਸ਼ੀ ਨਾਲ ਸੀਨੇ ਚੌੜੇ ਹੋ ਗਏ ਸਨ। ਬਾਪੂ ਹੁਰਾਂ ਨੇ ਕਈ ਸਾਲਾਂ ਤੋਂ ਮੁਕਤਸਰ ਤੋਂ ਦਮਦਮਾ ਸਾਹਿਬ ਨੂੰ ਜਾਂਦਾ ਬੁੱਢਾ ਦਲ ਪਿੰਡ ਨਹੀਂ ਬੁਲਾਇਆ ਸੀ ਕਿਉਂਕਿ ਨਿਹੰਗ ਸਿੰਘਾਂ ਦੇ ਘੋੜੇ ਫ਼ਸਲ ਦਾ ਬਹੁਤ ਉਜਾੜਾ ਕਰ ਜਾਂਦੇ ਸਨ ਪਰ ਇਸ ਬਾਰ ਫ਼ਸਲ ਦਾ ਰੰਗ ਹੀ ਹੋਰ ਸੀ। ਕਿਸਾਨਾਂ ਦੇ ਦਿਲ ਫੁਲ ਗਏ ਸਨ।

"ਗੁਰੂ ਨੇ ਸ਼ਾਇਦ ਸਿੰਘਾਂ ਦੇ ਘੋੜਿਆਂ ਲਈ ਚੰਗੀ ਫ਼ਸਲ ਦੇਈ ਹੈ।" ਬਾਪੂ ਹੋਰਾਂ ਨੇ ਕਿਹਾ ਤੇ ਪਿੜ 'ਚ ਬਹਿ ਕੇ ਬੁੱਢੇ ਦਲ ਨੂੰ ਵਾਪਸੀ ਤੇ ਪਿੰਡ ਦਾਨ ਸਿੰਘ ਵਾਲੇ ਦੋ ਰਾਤਾਂ ਠਹਿਰਣ ਦਾ ਨਿਉਂਦਾ ਭੇਜ ਦਿੱਤਾ। ਬਾਬਾ ਛਿਆਨਵੇਂ ਕਰੋੜੀ ਦੇ ਦਰਸ਼ਨ ਵੀ ਤਾਂ ਦੁਰਲਭ ਸਨ।

ਚਲਦਾ ਵਹੀਰ ਰਾਤ ਪਹੁੰਚਿਆ ਸੀ। ਪਿੰਡ ਦੇ ਹਰ ਬੰਦੇ ਵਿਚ ਇਕ ਜੋਸ਼ ਸੀ। ਚਾਅ ਸੀ। ਬਜ਼ੁਰਗ ਮਾਈਆਂ ਨਿਹੰਗ ਸਿੰਘਾਂ ਦੇ ਘੋੜਿਆਂ ਨੂੰ ਰੋਕ ਰੋਕ ਕੇ ਛੋਲੇ ਖੁਆ ਰਹੀਆਂ ਸਨ। ਪਿੰਡ ਦੀ ਹਰ ਗਲੀ ਵਿਚ ਬੋਲੇ ਸੋ ਨਿਹਾਲ ਦੇ ਜੈਕਾਰੇ ਗੂੰਜ ਰਹੇ ਸਨ। ਨਾਅਰਿਆਂ ਵਿਚ ਬੋਲੇ ਸੋ ਨਿਹਾਲ ਵਿਚ ਇਕ ਸ਼ਕਤੀ ਸੀ, ਇਕ ਤਾਜ਼ਗੀ ਸੀ ਕਿ ਪਿੰਡ ਦੀਆਂ ਗਲੀਆਂ ਦੀਆਂ ਇੱਟਾਂ ਵੀ ਸੁਚੀਆਂ ਹੋ ਕੇ ਜੈਕਾਰੇ ਛੱਡ ਰਹੀਆਂ ਸਨ। ਬਜ਼ੁਰਗ ਤੇ ਬਾਪੂ ਹੁਰੀਂ ਬਾਬਾ ਚੇਤ ਸਿੰਘ ਨੂੰ ਮਿਲ ਕੇ ਆਏ ਸਨ ਤੇ ਉਸ ਦੀ ਸ਼ਾਨ ਵਿਚ ਕੁਝ ਪੇਸ਼ ਕਰਕੇ ਆਏ ਸਨ। ਬਾਬਾ ਪਿੰਡ ਦੇ ਸਿੰਘ ਤੇ ਬਹੁਤ ਖ਼ੁਸ਼ ਸੀ। ਬਾਬਾ ਨੇ ਪਿੰਡ ਦੀ ਜੂਹ 'ਚ ਵੜਨ ਤੋਂ ਪਹਿਲਾਂ ਜੁੱਤੀ ਲਾਹ ਕੇ ਅਰਦਾਸ ਕੀਤੀ ਸੀ ਤੇ ਬਾਬਾ ਦਾਨ ਸਿੰਘ ਦੀ ਸ਼ਾਨ ਵਿਚ ਜੈਕਾਰੇ ਬੁਲਾਏ ਸਨ। ਗੁਰੂ ਮਹਾਰਾਜ ਗੁਰੂ ਗੋਬਿੰਦ ਸਿੰਘ ਜੀ ਨੇ ਬਾਬਾ ਦਾਨ ਸਿੰਘ ਦੀਆਂ ਨਿਸ਼ਕਾਮ ਸੇਵਾਵਾਂ ਬਦਲੇ ਪਿੰਡ ਦਾਨ ਸਿੰਘ ਵਾਲਾ ਨਾਮ ਬਖ਼ਸ਼ਿਸ਼ ਕੀਤਾ ਸੀ। ਬਾਬਾ ਜੀ ਦਾ ਨਾਮ ਦਾਨ ਸਿੰਘ ਸੀ। ਹਿਸਟਰੀ ਕਹਿੰਦੀ ਹੈ ਬਾਬਾ ਦਾਨ ਸਿੰਘ ਨੇ ਮਾਲਵੇ ਦੀ ਤੇ ਭਾਈ ਮਹਾਂ ਸਿੰਘ ਨੇ ਮਾਝੇ ਦੀ ਸਿੱਖੀ ਰੱਖੀ ਸੀ- ਅਥਵਾ ਸੰਕਟ ਸਮੇਂ ਗੁਰੂ ਮਹਾਰਾਜ ਤੋਂ ਤਲਾਂਬਾ ਨਹੀਂ ਲਇਆਂ ਸਨ।

ਜਥੇਦਾਰ ਬਾਬਾ ਚੇਤ ਸਿੰਘ ਬਾਬਾ ਦਾਨ ਸਿੰਘ ਦੇ ਪਿੰਡ ਆ ਕੇ ਬੇਹੱਦ ਖ਼ੁਸ਼ ਸੀ। ਬੁੱਢੇ ਦਲ ਦੇ ਘੋੜੇ ਖੇਤਾਂ ਵਿਚ ਹਵਾ ਵਾਂਗ ਫਿਰ ਰਹੇ ਸਨ। ਜੈਕਾਰੇ ਜਿਵੇਂ ਹਵਾ ਵਿਚ

ਰਲ ਗਏ ਸਨ। ਗੂੰਜ ਰਹੇ ਸਨ। ਛੋਟਾ ਜੈਕਾਰੇ ਸੁਣ ਸੁਣ ਬਹੁਤ ਖੁਸ਼ ਹੋ ਰਿਹਾ ਸੀ।

ਟਿਕੀ ਰਾਤ ਤੋਂ ਬਾਬਾ ਬੁੱਢਾ ਦਲ ਵਲੋਂ ਪਿੰਡ ਲਈ ਇਕ ਹੋਕਾ ਸੁਣਾਈ ਦਿੱਤਾ। ਸਾਰੇ ਪਿੰਡ ਨੂੰ, ਮਾਈ ਭਾਈ ਨੂੰ ਬਾਬਾ ਜੀ ਦੀ ਪੰਚਾਇਤ ਵਿਚ ਸ਼ਾਮਲ ਹੋਣ ਲਈ ਬੇਨਤੀ ਕੀਤੀ ਸੀ ਕਿ ਇਕ ਨਿਹੰਗ ਸਿੰਘ ਨੂੰ ਤਨਖਾਹੀਆ ਕਰਾਰ ਕਰਕੇ ਸਜ਼ਾ ਦੇਣੀ ਸੀ। ਨਿਹੰਗ ਸਿੰਘ ਨੇ ਗੁਰੂ ਦੇ ਅਸੂਲਾਂ ਦੀ ਉਲੰਘਣਾ ਕੀਤੀ ਸੀ। ਗੁਰੂ ਦਾ ਸਿੰਘ ਹੋ ਕੇ, ਉਸ ਦਾ ਅੰਮ੍ਰਿਤਪਾਨ ਕਰਕੇ ਉਸ ਵਿਚ ਸ਼ਰਧਾ ਨਹੀਂ ਰੱਖੀ ਸੀ ਤੇ ਕਿਸੇ ਮੀਏਂ ਦੀ ਕਬਰ ਤੇ ਸੁਖ ਦੇ ਪਤਾਸੇ ਚੜ੍ਹਾਉਂਦਾ ਫੜਿਆ ਗਿਆ ਸੀ। ਗੁਰਸਿੱਖ ਲਈ ਬਹੁਤ ਵੱਡੀ ਖੁਨਾਮੀ ਸੀ। ਉਸ ਨਿਹੰਗ ਸਿੰਘ ਨੂੰ ਮੁਛਕਾਂ ਦੇ ਕੇ ਬਹਾ ਰੱਖਿਆ ਸੀ ਜਿਸ ਨੂੰ ਸਵੇਰੇ ਬਾਬਾ ਜੀ ਦੀ ਅਦਾਲਤ ਵਿਚ ਪੇਸ਼ ਕਰਨਾ ਸੀ। ਇਹ ਸਾਰੇ ਪਿੰਡ ਦੀ ਹਾਜ਼ਰੀ ਵਿਚ ਫੈਸਲਾ ਹੋਣਾ ਸੀ। ਬੁੱਢਿਆਂ ਲਈ ਗੰਭੀਰ ਗੱਲ ਸੀ ਤੇ ਬੱਚਿਆਂ ਤੇ ਜਵਾਨਾਂ ਲਈ ਤਮਾਸ਼ਾ ਸੀ। ਬੱਚੇ ਕੱਛਾਂ ਵਜਾਂਦੇ ਫਿਰ ਰਹੇ ਸਨ ਕਿ ਨਿਹੰਗ ਨੂੰ ਘੇਸਲਿਆਂ ਨਾਲ ਕੁਟਣਾ ਸੀ ਤੇ ਕੀੜਿਆਂ ਵਾਲੇ ਜੰਡ ਨਾਲ ਵੀ ਬੰਨ੍ਹੇ ਜਾਣ ਦੀ ਸਜ਼ਾ ਹੋ ਸਕਦੀ ਸੀ। ਇਹ ਸਜ਼ਾ ਸੁਣ ਸੁਣ ਬੁੱਢੇ ਬੰਦਿਆਂ ਦੇ ਦੰਦ ਜੁੜ ਰਹੇ ਸਨ ਪਰ ਬੱਚੇ ਹੱਸਦੇ ਕੱਛਾਂ ਵਜਾਂਦੇ ਤਮਾਸ਼ੇ ਦੇ ਅਰੰਭ ਦੀ ਉਡੀਕ ਕਰ ਰਹੇ ਸਨ। ਨਿਹੰਗ ਸਿੰਘਾਂ ਦੇ ਅਸੂਲ ਤੇ ਤੌਰ ਤਰੀਕੇ ਆਪਣੇ ਹੀ ਸਨ ਜਿਸ ਵਿਚ ਕਿਸੇ ਸਰਕਾਰ ਦਾ ਦਖ਼ਲ ਨਹੀਂ ਸੀ। ਬਾਬਾ ਚੇਤ ਸਿੰਘ ਆਖ਼ਰੀ ਤਾਕਤ ਸੀ। ਉਸ ਨੇ ਵਾਹਿਗੁਰੂ ਕਹਿ ਕੇ ਜੋ ਬੋਲ ਦੇਣਾ ਸੀ ਫਤਹਿ ਸੀ। ਮਜ਼ੇ ਦੀ ਗੱਲ ਸੀ ਕਿ ਖੁਨਾਮੀ ਕਰਨ ਵਾਲੇ ਨਿਹੰਗ ਨੇ ਬਾਬਿਆਂ ਦੇ ਹੱਥੋਂ ਗੁਰੂ ਮਹਾਰਾਜ ਦਾ ਅੰਮ੍ਰਿਤ ਪਾਨ ਕੀਤਾ ਸੀ ਜਿਸ ਦੀ ਬੇਅਦਬੀ ਕੀਤੀ ਸੀ। ਬਾਬਾ ਜੀ ਇਹ ਗੱਲ ਬਰਦਾਸ਼ਤ ਨਹੀਂ ਕਰ ਸਕਦੇ ਸਨ ਤੇ ਨਾ ਹੀ ਬਾਕੀ ਦਲ ਇਹ ਗੱਲ ਸਹਿ ਸਕਦਾ ਸੀ। ਜੈਕਾਰਾ ਹੀ ਬੁਲਾਇਆ ਜਾ ਸਕਦਾ ਸੀ। ਸਰਦਈ ਵਾਂਗ ਘੋਟਿਆ ਜਾ ਸਕਦਾ ਸੀ।

ਬਾਪੂ ਜੀ ਫੈਸਲੇ ਤੇ ਜਾਣ ਲਈ ਤਿਆਰ ਹੋ ਰਹੇ ਸਨ। ਬਾਪੂ ਜੀ ਨੇ ਅੱਜ ਖੱਟੀ ਦਸਤਾਰ ਸਜਾਈ ਸੀ ਜਿਹੜੀ ਗੋਰੇ ਮੁੱਖ ਤੇ ਬਹੁਤ ਸੱਜ ਰਹੀ ਸੀ। ਲੰਮਾ ਚਿੱਟਾ ਕੁੜਤਾ, ਗੋਡਿਆਂ ਤੋਂ ਥੱਲੇ ਤਕ। ਉਪਰ ਗਾਤਰਾ ਬਹੁਤ ਸੱਜ ਰਿਹਾ ਸੀ। ਬਾਪੂ ਬੱਬਰ ਸ਼ੇਰ ਲੱਗ ਰਿਹਾ ਸੀ। ਛੋਟਾ ਚਿੱਬੜ ਦੀ ਚਟਨੀ ਨਾਲ ਟੁਕ ਖਾਂਦਾ ਬਾਪੂ ਨੂੰ ਤਿਆਰ ਹੁੰਦਾ ਦੇਖ ਕੇ ਖੁਸ਼ ਹੋ ਰਿਹਾ ਸੀ ਤੇ ਸੈਨਤਾਂ ਮਾਰ ਮਾਰ ਮੇਰੇ ਨਾਲ ਖੁਸ਼ੀ ਸਾਂਝੀ ਕਰ ਰਿਹਾ ਸੀ। ਉਸ ਨੇ ਬਾਪੂ ਦੀਆਂ ਲੱਤਾਂ ਨੂੰ ਹੱਥ ਨਾਲ ਪਲੂਸਿਆ।

"ਕੀ ਕਰਦੈਂ – ਔਲੋ ਨਾ ਕਰ।" ਬਾਪੂ ਨੇ ਕਿਹਾ।

ਬਾਪੂ ਨੇ ਚਿੱਟਾ ਪਜਾਮਾ ਪਾ ਲਿਆ। ਛੋਟੇ ਨੂੰ ਪਤਾ ਨਹੀਂ ਕੀ ਹੋ ਗਿਆ। ਹਥਲਾ ਟੁਕ ਸੁੱਟ ਕੇ ਉਹ ਬਾਪੂ ਕੋਲ ਪਹੁੰਚ ਗਿਆ।

"ਆ ਗੁਥਲਾ ਜਾ ਕੀ ਪਾ ਲਿਆ – ਲਾਹ ਇਹਨੂੰ", ਛੋਟੇ ਨੇ ਜਿਵੇਂ ਬਾਪੂ ਨੂੰ ਹੁਕਮ ਕੀਤਾ। ਬਾਪੂ ਦੇ ਹੱਥੋਂ ਨਾੜਾ ਖਿਚ ਲਿਆ।

"ਕੀ ਲਾਹਵਾਂ ?" ਬਾਪੂ ਨੇ ਪੁੱਛਿਆ। ਬਾਪੂ ਸੱਚ ਹੀ ਸਮਝਿਆ ਨਹੀਂ ਸੀ।

"ਆਹ ਗੁਥਲਾ ਜੇਹਾ।"

"ਇਹ ਪਜਾਮਾ ਹੈ।"

"ਇਹ ਨਹੀਂ ਪਾਣਾ।"

"ਕਿਉਂ ?"

"ਭੈੜਾ ਲਗਦੈ – ਛੇਤੀ ਛੇਤੀ ਲਾਹ ਨਹੀਂ ਤਾਂ ਮੈਂ ਪਾੜ ਦੇਵਾਂਗਾ।"

"ਹੈ ਕਮਲਾ..."

"ਮੈਂ ਨਹੀਂ ਤੂੰ ਕਮਲਾ।"

"ਬੱਚਾ ਮੈਂ ਬਾਬਿਆਂ ਕੋਲ ਜਾਣੈ – ਨੰਗੀਆਂ ਲੱਤਾਂ ਨਾਲ ਜਾਵਾਂ ?"

"ਹਾਂ ਹੋ – ਨੰਗੀਆਂ ਲੱਤਾਂ 'ਚ ਤੂੰ ਬੱਬਰ ਸ਼ੇਰ ਲਗਦੈਂ – ਐਂ ਤਾਂ ਤੂੰ ਗਧੇੜ ਲਗਦੈਂ।"

"ਮੈਂ ਮਾਰੂ ਲਪੜ।"

"ਮਾਰ ਭਾਵੇਂ ਲੈ ਪਰ ਇਹ ਲਾਹਦੇ।"

"ਕਮਲਿਆ ਬਾਬੇ ਕੀ ਕਹਿਣਗੇ ?"

"ਜੋ ਮਰਜ਼ੀ ਹੈ ਕਹਿਣ ਪਰ ਤੂੰ ਇਹ ਗੁਥਲਾ ਪਾ ਕੇ ਨਹੀਂ ਜਾਵੇਂਗਾ।" ਛੋਟੇ ਨੇ ਬਾਪੂ ਦਾ ਨਾੜਾ ਖਿਚ ਕੇ ਬਾਹਰ ਕੱਢ ਲਿਆ ਸੀ ਤੇ ਪਜਾਮਾ ਗੋਡਿਆਂ ਤੇ ਡਿਗ ਪਿਆ ਸੀ।

"ਸੁਣਦੀ ਹੈਂ ! ਐਸ ਲੂੰਬੜ ਨੂੰ ਸੰਭਾਲ।" ਬਾਪੂ ਨੇ ਬੇਬੇ ਨੂੰ ਕਿਹਾ। ਮੈਂ ਦੂਰ ਬੈਠਾ ਬਾਪੂ ਤੇ ਛੋਟੇ ਦਾ ਖੇੜਾ ਦੇਖ ਰਿਹਾ ਸਾਂ।

"ਮੇਰੇ ਵੱਸ ਦਾ ਨਹੀਂ ਇਹ। ਸਵੇਰੇ ਮੇਰੇ ਨਾਲ ਝਗੜਾ ਕਰ ਹਟਿਐ, ਕਹਿੰਦਾ ਮੈਂ ਰੋਜ਼ ਹੀ ਮੱਖਣ ਨਾਲ ਰੋਟੀ ਦੇ ਛੱਡਦੀ ਆਂ ਅੱਜ ਚਿੱਬੜਾਂ ਦੀ ਚਟਣੀ ਚਾਹੀਦੀ ਹੈ। ਮਸਾਂ ਨਾਲ ਦੇ ਘਰੋਂ ਚਿਬੜ ਮੰਗ ਕੇ ਲਿਆਈ – ਚਟਨੀ ਰਗੜੀ ਤਾਂ ਮੇਰਾ ਪਿੱਛਾ ਛੱਡਿਆ, ਹੁਣ ਤੇਰੇ ਨਾਲ ਝਗੜਾ ਕਰ ਰਿਹੈ।"

ਬਾਪੂ ਬਗੈਰ ਨਾਲੇ ਦੇ ਪਜਾਮਾ ਸੰਭਾਲ ਕੇ ਖੜਾ ਸੀ।

"ਪੁਤ ਬਾਬਿਆਂ ਦੇ ਜਾਣ ਤੋਂ ਦੇਰੀ ਹੋ ਰਹੀ ਹੈ – ਲਿਆ ਨਾੜਾ।"

"ਮੈਂ ਨਹੀਂ ਦਿੰਦਾ – ਬੱਚੇ ਮੈਨੂੰ ਟਿੱਚਰਾਂ ਕਰਨਗੇ ਤੇਰਾ ਬਾਪੂ ਕੀ ਗੁਥਲਾ ਜਿਹਾ ਪਾ ਕੇ ਤੁਰਿਆ ਜਾਂਦੈ – ਮੈਨੂੰ ਸੰਗ ਲੱਗੂ।"

ਪਰ ਬਾਪੂ ਨੇ ਜ਼ਬਰਦਸਤੀ ਨਾੜਾ ਖੋਹ ਲਿਆ ਤੇ ਪਜਾਮਾ ਨਾੜਾ ਪਾਣ ਲਈ ਬੇਬੇ ਨੂੰ ਦਿੱਤਾ।

"ਬੇਬੇ ਜੇ ਤੂੰ ਨਾੜਾ ਪਾਇਐ ਤਾਂ ਮੈਂ ਤੇਰਾ ਸਿਰ ਭਨ ਦੂੰ।"

"ਹੈ ਕੜਮਿਆ ਬੇਬੇ ਦਾ ਸਿਰ ਕਿਉਂ ਭੰਨੇਗਾ– ਆਪਣੇ ਬਾਪੂ ਨਾਲ ਝਗੜਾ ਕਰ।" ਬੇਬੇ ਨੇ ਨਾੜਾ ਪਾ ਕੇ ਪਜਾਮਾ ਬਾਪੂ ਨੂੰ ਦੇ ਦਿੱਤਾ। ਪਰ ਛੋਟੇ ਨੇ ਪਜਾਮਾ ਖੋਹ ਕੇ ਵਿਹੜੇ 'ਚ ਪਏ ਗੋਹੇ ਨਾਲ ਲਬੇੜ ਦਿੱਤਾ। ਬਾਪੂ ਨੂੰ ਗੁੱਸਾ ਚੜ੍ਹ ਗਿਆ। ਮੈਂ ਤੇ ਬੇਬੇ ਘਬਰਾ ਗਏ। ਅੱਜ ਛੋਟੇ ਦੀ ਖੈਰ ਨਹੀਂ ਸੀ। ਪਰ ਛੋਟਾ ਟਸ ਤੋਂ ਮਸ ਨਹੀਂ ਸੀ। ਬਾਪੂ ਉਸ ਨੂੰ ਕਾਬੂ ਕਰਨ ਲਈ ਵਿਹੜੇ 'ਚ ਦੌੜਿਆ ਫਿਰਦਾ ਸੀ ਤੇ ਛੋਟਾ ਕਬੱਡੀ ਦੇ ਖਿਡਾਰੀ ਵਾਂਗ ਹੱਥ ਨਹੀਂ ਆ ਰਿਹਾ ਸੀ।

"ਹੋਰ ਪਜਾਮਾ ਹੈ ?" ਬਾਪੂ ਨੇ ਬੇਬੇ ਨੂੰ ਪੁੱਛਿਆ। ਬਾਪੂ ਜਿਵੇਂ ਛੋਟੇ ਪਿੱਛੇ ਭੱਜਦਾ ਥੱਕ ਗਿਆ ਸੀ।

"ਹੈ ਮੈਂ ਸੰਦੂਖ ਵਿਚੋਂ ਕੱਢ ਕੇ ਦਿੰਦੀ ਹਾਂ।"

"ਬੇਬੇ ਜੇ ਤੂੰ ਸੰਦੂਖ ਨੂੰ ਹੱਥ ਲਾਇਆ ਮੈਂ ਸਾਰੇ ਸੰਦੂਖ ਨੂੰ ਅੱਗ ਲਾਦੂੰ।" ਬੇਬੇ ਰੁਕ ਗਈ।

"ਤੂੰ ਡਰ ਕਿਉਂ ਗਈ ?"

"ਇਹਨੇ ਨਹੀਂ ਹਟਣਾ।" ਬੇਬੇ ਡਰੀ ਖੜੀ ਸੀ।

"ਬਾਪੂ ਜੇ ਤੂੰ ਗੁਥਲਾ ਪਾ ਲਿਆ ਮੈਂ ਘਰੋਂ ਬਾਹਰ ਨਹੀਂ ਜਾਣ ਦੇਵਾਂਗਾ।" ਛੋਟੇ ਨੇ ਰਾਹ ਰੋ ਕੇ ਖੜ੍ਹਦਿਆਂ ਕਿਹਾ।

"ਸੰਤ ਸਿਉਂ ਜੀ ਆਪਾਂ ਨੂੰ ਦੇਰੀ ਹੋ ਰਹੀ ਹੈ।" ਸਿੱਖ ਬਾਬਾ ਨੇ ਬਾਹਰੋਂ ਆ ਕੇ ਕਿਹਾ।

"ਸਿੰਘ ਜੀ ਮੈਨੂੰ ਤਾਂ ਆ ਬਾਂਦਰ ਰੋਕੀ ਖੜੈ।"

"ਕਿਉਂ... ?"

"ਕਹਿੰਦਾ ਪਜਾਮਾ ਪਾ ਕੇ ਨਹੀਂ ਜਾਣ ਦਿੰਦਾ।"

"ਕਿਉਂ ?" ਬਾਬਾ ਸਿੱਖ ਹੈਰਾਨ ਸੀ।

"ਕਹਿੰਦੈ ਮੈਂ ਪਜਾਮੇ 'ਚ ਭੈੜਾ ਲਗਦਾਂ।"

"ਹੈਂ ?" ਬਾਬਾ ਹੈਰਾਨ ਹੋ ਕੇ ਹੱਸ ਪਿਆ।

"ਕੀ ਕਰਾਂ ਨੰਗੀਆਂ ਲੱਤਾਂ...।"

"ਮੇਰਾ ਬਾਪੂ ਨੰਗੀਆਂ ਲੱਤਾਂ ਨਾਲ ਬੱਬਰ ਸ਼ੇਰ ਲਗਦੈ।"

ਬਾਬਾ ਸਿੰਘ ਹੱਸ ਪਿਆ ਤੇ ਬਾਪੂ ਦੀਆਂ ਲੱਤਾਂ ਵੱਲ ਤਕਣ ਲੱਗ ਪਿਆ। "ਸੰਤ ਸਿਆਂ ਮੁੰਡਾ ਗੱਲ ਤਾਂ ਠੀਕ ਹੀ ਕਹਿੰਦੈ।"

"ਪਰ ਨੰਗੀਆਂ ਲੱਤਾਂ ਨਾਲ ਸਿੰਘ ਜੀ ਬੁਰੇ ਲੱਗਾਂਗੇ।"

"ਨਹੀਂ ਲੱਗਦੇ – ਤੇਰਾ ਕੁੜਤਾ ਲੰਮਾ ਹੈ – ਚੋਗਾ ਹੀ ਲਗਦੈ – ਚਲ ਬਾਬੇ ਉਡੀਕ ਰਹੇ ਹੋਣਗੇ" ਸਿੱਖ ਬਾਬੇ ਨੇ ਕਿਹਾ ਤੇ ਉਹ ਦੋਵੇਂ ਚਲੇ ਗਏ।

ਛੋਟੇ ਨੇ ਜਿੱਤ ਦੀ ਚੀਕ ਛੱਡੀ ਤੇ ਪੁਠੀਆਂ ਛਾਲਾਂ ਮਾਰਦਾ ਵਿਹੜਾ ਚੀਰ ਗਿਆ। ਪੁੱਠੀਆਂ ਛਾਲਾਂ ਮਾਰਦਾ ਉਹ ਲੱਭੂ ਬਾਜ਼ੀਗਰ ਲਗਦਾ ਸੀ।

ਅਸੀਂ ਗੁਰਦੁਆਰੇ ਪਹੁੰਚੇ। ਸਾਰਾ ਪਿੰਡ ਜਮਾਂ ਸੀ। ਬਾਬਾ ਚੇਤ ਸਿੰਘ ਚੌਕੜੀ ਮਾਰ ਕੇ ਬੈਠਾ ਸੀ ਤੇ ਲੋਕ ਦਰਸ਼ਨ ਪਾਂਦੇ ਪੈਸੇ ਚੜ੍ਹਾਉਂਦੇ ਮੱਥਾ ਟੇਕ ਟੇਕ ਜਾ ਰਹੇ ਸਨ। ਅਚਾਨਕ "ਜੋ ਬੋਲੇ ਸੋ ਨਿਹਾਲ... ਸਤਿ ਸ੍ਰੀ ਅਕਾਲ" ਦਾ ਜੈਕਾਰਾ ਗੂੰਜਿਆ – ਭੀੜ ਵਿਚ ਇਕ ਹਰਕਤ ਜੇਹੀ ਆ ਗਈ ਸੀ। ਇਕ ਪਾਸੇ ਤੋਂ ਦੋਸ਼ੀ ਨਿਹੰਗ ਨੂੰ ਮੁਸ਼ਕਾਂ ਬੰਨ੍ਹੀ – ਦੋਹਾਂ ਬਾਹਾਂ ਤੋਂ ਦੋ ਨਿਹੰਗ ਕਾਬੂ ਕਰਕੇ ਲਈ ਆ ਰਹੇ ਸਨ – ਸਮਝੋ ਧੂਈ ਆ ਰਹੇ ਸਨ ਪਰ ਦੋਸ਼ੀ ਨਿਹੰਗ ਜੈਕਾਰੇ ਲਾਂਦਾ ਆ ਰਿਹਾ ਸੀ। ਜੈਕਾਰੇ ਸਾਰੇ ਪਾਸੇ ਗੂੰਜ ਰਹੇ ਸਨ ਤੇ ਬੱਚੇ ਜ਼ੋਰ ਜ਼ੋਰ ਨਾਲ ਹੱਸ ਰਹੇ ਸਨ। ਕਿਸੇ ਬਹੁਤ ਵੱਡੇ ਤਮਾਸ਼ੇ ਦੀ ਉਮੀਦ ਸੀ।

"ਬਾਈ ਨਿਹੰਗ ਨੂੰ ਐਂ ਧੂਈ ਆਂਦੇ ਐ ਜਿਵੇਂ ਨਰਕਾਂ 'ਚ ਜੰਮ ਬੰਦਿਆਂ ਨੂੰ ਖਿੱਚਦੇ ਆ।

"ਤੈਨੂੰ ਪਤੈ ਜੰਮ ਕਿਵੇਂ ਖਿੱਚਦੇ ਐ।"

"ਮੈਂ ਸੁਣਿਐ ਮੁਰਦਾਰਾਂ ਵਾਂਗ ਖਿਚਦੇ ਆ ਪਰ ਇਹ ਨਿਹੰਗ ਤਾਂ ਜੈਕਾਰੇ ਛੱਡਦੈ ਤੇ ਹੱਸਦਾ ਵੀ ਹੈ – ਸ਼ਰਮ ਨਹੀਂ ਮੰਨਦਾ ਕਿ ਘੋਸਲੇ ਪੈਣ ਵਾਲੇ ਨੇ। ਨਿਹੰਗ ਇਸ ਨੂੰ ਮੱਕੀ ਦੇ ਗੁਲਾਂ ਵਾਂਗ ਕੁੱਟਣਗੇ। ਬਾਈ ਇਹਦਾ ਮੂੰਹ ਮੱਢੂ ਨੰਗ ਵਰਗੈ ਪਰ ਕੱਦ ਬਹੁਤੈ – ਬਾਈ ਇਕ ਤੇਰੀ ਉਮਰ ਦਾ ਨਿਹੰਗ – ਕਿੰਨਾ ਸੋਹਣਾ ਲਗਦੈ ਨਿਹੰਗਾਂ ਦੇ ਬਾਣੇ ਵਿਚ। ਬਾਈ ਬਾਪੂ ਨੂੰ ਕਹਿ ਕੇ ਇਕ ਬਾਣਾ ਲੈ ਲਾ।"

"ਪਹਿਲਾਂ ਅੰਮ੍ਰਿਤ ਛੱਕਣਾ ਪਊ।"

"ਛਕ ਲੈ – ਬਾਣਾ ਪਾ ਕੇ ਬਹੁਤ ਸੁਹਣਾ ਲਗੇਂਗਾ।"

"ਜੋ ਬੋਲੇ ਸੋ ਨਿਹਾਲ" "ਸਤਿ ਸ੍ਰੀ ਅਕਾਲ" ਚਾਰੇ ਪਾਸਿਓਂ ਜੈਕਾਰੇ ਗੂੰਜ ਰਹੇ ਸਨ। ਤੇ ਫਿਰ ਇਕ ਚੁਪ ਵਰਤ ਗਈ। ਮੌਤ ਵਰਗੀ ਚੁੱਪ।

ਇਕ ਲੰਮਾ ਨਿਹੰਗ ਗਤਕਾ ਖੇਡਦਾ ਬਾਬਿਆਂ ਦੇ ਸਾਹਮਣੇ ਆਇਆ। ਉਸ ਦੇ ਹੱਥ ਵਿਚ ਨੰਗੀ ਤਲਵਾਰ ਸੀ ਜਿਹੜੀ ਸੂਰਜ ਦੀ ਰੌਸ਼ਨੀ ਵਿਚ ਚਮਕਾਂ ਮਾਰ ਰਹੀ ਸੀ ਜਿਵੇਂ ਤਲਵਾਰ ਲਹੂ ਮੰਗਦੀ ਹੋਵੇ।

"ਬਾਈ ਤਲਵਾਰ ਤਾਂ ਗਾਜਰ ਵਾਂਗ ਨਿਹੰਗ ਦਾ ਗਾਟਾ ਲਾਹ ਦੂ।", ਛੋਟਾ ਹੱਸ ਰਿਹਾ ਸੀ।

ਉਹ ਹੱਸਦਾ ਸੀ ਜਿਵੇਂ ਸੱਚੀਂ ਦਾ ਗਾਟਾ ਨਹੀਂ ਸੀ ਤੇ ਲੋਕਾਂ ਦੇ ਹੱਸਣ ਲਈ ਮਦਾਰੀ ਦਾ ਤਮਾਸ਼ਾ ਸੀ।

ਤਲਵਾਰ ਵਾਲੇ ਨਿਹੰਗ ਨੇ ਹੱਥ ਜੋੜ ਕੇ ਅਕਾਲ ਪੁਰਖ ਤੋਂ ਆਗਿਆ ਮੰਗੀ ਤੇ ਬੋਲਣਾ ਸ਼ੁਰੂ ਕਰ ਦਿੱਤਾ।

"ਗੁਰੂਆਂ ਦੀ ਸਾਜੀ ਸੰਗਤ ਵਿਚ ਜਥੇਦਾਰ ਬਾਬਾ ਚੇਤ ਸਿੰਘ ਛਿਆਨਵੇਂ ਕਰੋੜੀ ਦੇ ਹੁਕਮ ਨਾਲ ਮੈਂ ਫ਼ੌਜਾ ਸਿੰਘ ਨਿਹੰਗ ਬੁੱਢਾ ਦਲ ਸੱਘੜ ਸਿੰਘ ਨਿਹੰਗ ਨੂੰ ਦੋਸ਼ੀ ਕਰਾਰ ਦਿੰਦਾ ਹਾਂ ਕਿ ਸੱਘੜ ਸਿੰਘ ਨੇ ਗੁਰੂ ਮਹਾਰਾਜ ਦਾ ਅੰਮ੍ਰਿਤ ਪੀਤਾ ਤੇ ਉਸ ਦਾ ਬਖ਼ਸ਼ਿਆ ਬਾਣਾ ਪਹਿਨਿਆ। ਜਿਸ ਨੂੰ ਬਾਬਿਆਂ ਨੇ ਸਵਾਰੀ ਕਰਨ ਲਈ ਇਕ ਘੋੜਾ ਸਿੰਘ ਵੀ ਬਖ਼ਸ਼ਿਸ਼ ਕੀਤਾ। ਪਰ ਸਘੜ ਸਿੰਘ ਨੇ ਗੁਰੂ ਦੇ ਅਸੂਲਾਂ ਦੀ ਉਲੰਘਣਾ ਕੀਤੀ। ਉਸ ਨੇ ਆਪਣੀ ਕੋਈ ਮਨੋਕਾਮਨਾ ਪੂਰੀ ਕਰਨ ਲਈ ਕਿਸੇ ਮੀਏਂ ਦੀ ਕਬਰ ਦੀ ਸੁਖ ਸੁਖੀ ਤੇ ਉਸ ਨੂੰ ਮਨੋਕਾਮਨਾ ਪੂਰੀ ਹੋਣ ਮਗਰੋਂ ਮੀਏ ਦੀ ਕਬਰ ਤੇ ਪਤਾਸਿਆਂ ਦੀ ਸੁਖ ਤਾਰਦਾ ਫੜਿਆ ਗਿਆ। ਇਹ ਇਕ ਬਹੁਤ ਭਾਰੀ ਉਲੰਘਣਾ ਹੈ। ਇਕ ਅੰਮ੍ਰਿਤਧਾਰੀ ਹੋ ਕੇ ਉਸਨੇ ਮੀਏਂ ਦੀ ਸੁਖ ਸੁਖੀ। ਕੀ ਉਸ ਨੂੰ ਆਪਣੇ ਗੁਰੂ ਤੇ ਭਰੋਸਾ ਨਹੀਂ ਸੀ ਕਿ ਗੁਰੂ ਉਸ ਦੀ ਮਨੋਕਾਮਨਾ ਪੂਰੀ ਕਰਨਗੇ ? ਕੀ ਗੁਰੂ ਵਿਚ ਸਮਰੱਥਾ ਨਹੀਂ ਸੀ – ਕੀ ਮੀਆਂ ਕਬਰ ਵਾਲਾ ਸਾਡੇ ਗੁਰੂ ਤੋਂ ਵੱਧ ਸਮਰੱਥਾ ਰੱਖਦਾ ਸੀ। ਇਸ ਵਾਸਤੇ ਬਾਬਾ ਚੇਤ ਸਿੰਘ ਛਿਆਨਵੇਂ ਕਰੋੜੀ ਚਲਦਾ ਵਹੀਰ ਬੁੱਢਾ ਦਲ ਸੱਘੜ ਸਿੰਘ ਨੂੰ ਚਾਲੀ ਕਰੋੜੀ, ਸੌ ਘੋਸਲੇ ਤੇ ਕੀੜਿਆਂ ਵਾਲੇ ਜੰਡ ਨਾਲ ਦਿਨ ਭਰ ਬਨਣ ਦੀ ਸਜ਼ਾ ਸੁਣਾਂਦੇ ਹਨ।

"ਜੋ ਬੋਲੇ ਸੋ ਨਿਹਾਲ, ਸਤਿ ਸ੍ਰੀ ਅਕਾਲ।" ਦੇ ਜੈਕਾਰੇ ਅਸਮਾਨ ਵਿਚ ਗੂੰਜ ਰਹੇ ਸਨ ਜਿਹੜੇ ਪੰਜ ਮਿੰਟ ਤੱਕ ਗੂੰਜਦੇ ਰਹੇ। ਫ਼ੈਸਲਾ ਸੁਣਾਉਣ ਵਾਲੇ ਨੇ ਫਿਰ ਬੋਲਣਾ ਸ਼ੁਰੂ ਕੀਤਾ। "ਪਰ ਘੋਸਲਾ ਪਰਸ਼ਾਦ ਸ਼ੁਰੂ ਕਰਨ ਤੋਂ ਪਹਿਲਾਂ ਸਘੜ ਸਿੰਘ ਨੂੰ ਇਹ ਦੱਸਣਾ ਪਏਗਾ ਕਿ ਉਸ ਦੀ ਕੀ ਮਨੋਕਾਮਨਾ ਸੀ ਜਿਹੜੀ ਉਸ ਨੇ ਮੀਏਂ ਤੋਂ ਪੂਰੀ ਕਰਾਈ।"

ਸਘੜ ਸਿੰਘ ਨੇ ਜੋ ਬੋਲੇ ਸੋ ਨਿਹਾਲ ਦਾ ਨਾਅਰਾ ਲਾਇਆ ਜਿਸ ਦੇ ਜਵਾਬ ਵਿਚ ਕਿਸੇ ਨੇ ਵੀ ਸਤਿ ਸ੍ਰੀ ਅਕਾਲ ਨਹੀਂ ਕਿਹਾ।

"ਖ਼ਾਲਸਾ ਜੀ ਤੇ ਨਗਰ ਵਾਸੀਓ ਮੈਂ ਬਹੁਤ ਖੁਸ਼ ਹਾਂ – ਫ਼ੌਜਾਂ ਪੂਰੀਆਂ ਖੁਸ਼ ਆ ਕਿ ਬਾਬਾ ਜੀ ਨੇ ਸਾਨੂੰ ਸਜ਼ਾ ਦਿੱਤੀ ਹੈ। ਪਰ ਮੈਂ ਗੁਰੂ ਦਾ ਪੂਰਨ ਸਿੱਖ ਹਾਂ :

"ਤੂੰ ਗੁਰੂ ਦਾ ਸਿੱਖ ਨਹੀਂ।"

"ਤੂੰ ਗੁਰੂ ਦੇ ਅੰਮ੍ਰਿਤ ਦੀ ਬੇਪਤੀ ਕੀਤੀ ਹੈ।"

"ਤੂੰ ਗੁਰੂ ਦਾ ਸਿੱਖ ਨਹੀਂ।" ਛੋਟੇ ਨੇ ਬੋਲਿਆ।

"ਤੂੰ ਕਿਵੇਂ ਬੋਲਤਾ – ਤੈਨੂੰ ਕੀ ਪਤੈ ?"

"ਮੈਨੂੰ ਪਤੈ।" ਛੋਟਾ ਬੋਲ ਰਿਹਾ ਸੀ।

"ਪਰ ਤੂੰ ਮੀਏਂ ਦੀ ਕਬਰ ਦੀ ਸੁੱਖ ਕਿਉਂ ਸੁਖੀ।"

"ਖ਼ਾਲਸਾ ਜੀ ਮੈਂ ਗੁਰੂ ਨੂੰ ਹਾਜ਼ਰ ਨਾਜ਼ਰ ਜਾਣ ਕੇ ਦਸਦਾ ਹਾਂ ਕਿ ਮੈਂ ਗੁਰੂ ਦਾ ਪੱਕਾ ਸਿੱਖ ਹਾਂ – ਮੇਰੇ ਘੋੜੇ ਨੂੰ ਬੰਨ੍ਹ ਪੈ ਗਿਆ ਸੀ। ਉਸ ਦਾ ਬੰਨ੍ਹ ਨਹੀਂ ਟੁੱਟਦਾ ਸੀ। ਮੈਂ ਮੀਏਂ ਦੀ ਪੰਜ ਪੈਸਿਆਂ ਦੇ ਪਤਾਸਿਆਂ ਦੀ ਸੁਖ ਸੁਖ ਲਈ ਤੇ ਉਸ ਨੇ ਮੇਰੇ ਘੋੜੇ ਦਾ ਬੰਨ੍ਹ ਖੋਲ੍ਹ ਦਿੱਤਾ। ਦੱਸੋ ਮੈਂ ਗੁਰੂ ਨੂੰ ਘੋੜੇ ਦੀ ਲਿੱਦ ਕੱਢਣ ਲਾ ਦਿੰਦਾ ਜਿਹੜਾ ਕੰਮ ਮੈਂ ਪੰਜ ਪੈਸਿਆਂ 'ਚ ਮੀਏਂ ਤੋਂ ਕਰਵਾ ਲਿਆ – ਮੈਂ ਗੁਰੂ ਦਾ ਪੱਕਾ ਸਿੱਖ ਹਾਂ – ਮੈਨੂੰ ਦਿੱਤੀ ਸਜ਼ਾ ਮਨਜ਼ੂਰ ਹੈ।"

ਇਕ ਚੁੱਪ ਵਰਤ ਗਈ ਜਿਵੇਂ ਲੋਕ ਨਿਹੰਗ ਸਿੰਘ ਦੇ ਬਿਆਨ ਦੀ ਸੱਚਾਈ ਤੇ ਗਹਿਰਾਈ ਬਾਰੇ ਸੋਚ ਰਹੇ ਸਨ। ਤੇ ਇਕ ਦਮ "ਜੋ ਬੋਲੇ ਸੋ ਨਿਹਾਲ–ਸਤਿ ਸ੍ਰੀ ਅਕਾਲ" ਦੇ ਜੈਕਾਰੇ ਅਸਮਾਨ ਨੂੰ ਚੜ੍ਹ ਗਏ। ਜਥੇਦਾਰ ਬਾਬਾ ਚੇਤ ਸਿੰਘ ਛਿਆਨਵੇਂ ਕਰੋੜੀ ਨੇ ਆਸਣ ਤੋਂ ਉੱਠ ਕੇ ਸੱਘੜ ਸਿੰਘ ਨੂੰ ਬੁਕਲ 'ਚ ਲੈ ਲਿਆ ਤੇ ਥਾਪੀ ਤੇ ਥਾਪੀ ਦਿੱਤੀ। ਜਿਵੇਂ ਇਕ ਕਾਵਾਂਰੌਲੀ ਮੱਚ ਗਈ ਸੀ। ਘੇਸਲਿਆਂ ਦੀ ਸਜ਼ਾ ਦੇਣ ਵਾਲੇ ਨਿਹੰਗ ਸਿੰਘ ਸਘੜ ਸਿੰਘ ਨੂੰ ਮੋਢਿਆਂ ਤੇ ਚੁੱਕੀ ਫਿਰਦੇ ਸਨ। ਸੱਘੜ ਸਿੰਘ ਜੈਕਾਰੇ ਛੱਡਦਾ ਜਾ ਰਿਹਾ ਸੀ। ਸੱਘੜ ਸਿੰਘ ਦੇ ਦਰਸ਼ਨ ਉਤਮ ਹੋ ਗਏ ਤੇ ਬਹੁਤ ਸਾਰੇ ਸੱਘੜ ਸਿੰਘ ਨੂੰ ਮੱਥਾ ਟੇਕ ਰਹੇ ਸਨ।

ਮਾਹੌਲ ਖ਼ੁਸ਼ੀ ਦੇ ਸਾਗਰ ਵਿਚ ਬਦਲ ਗਿਆ ਸੀ। ਜੈਕਾਰੇ ਹੀ ਸੁਣਾਈ ਦੇ ਰਹੇ ਸਨ। ਅਸੀਂ ਵੀ ਜੈਕਾਰੇ ਛੱਡਦੇ ਘਰਾਂ ਨੂੰ ਮੁੜ ਆਏ ਸੀ।

*

ਮੇਲਾ

"ਬਾਈ ਲੱਖੀ ਜੰਗਲ ਦਾ ਮੇਲਾ ਵੇਖਣ ਚੱਲੀਏ ?" ਛੋਟੇ ਨੇ ਮੈਨੂੰ ਪੁਛਿਆ। ਦੂਜੀ ਵੀਹੀ ਦੇ ਮੁੰਡੇ ਜਾਣ ਵਾਲੇ ਸਨ। ਲੱਖੀ ਜੰਗਲ ਪੁਨਿਆ ਮਸਿਆ ਦਾ ਮੇਲਾ ਲਗਦਾ ਸੀ। ਲੋਕ ਦੂਰੋਂ ਨੇੜਿਓਂ ਇਸ਼ਨਾਨ ਕਰਨ ਆਂਦੇ ਸਨ। ਮੇਲਾ ਭਰ ਜਾਂਦਾ ਸੀ। ਨਾਲੇ ਪੁੰਨ ਨਾਲੇ ਫਲੀਆਂ - ਇਸ਼ਨਾਨ ਕਰਨ ਦੀ ਸੁਖ ਸੁਖੀ ਹੁੰਦੀ ਸੀ। ਸੁਖਾਂ ਪੂਰੀਆਂ ਹੁੰਦੀਆਂ ਸਨ। ਲੱਖੀ ਜੰਗਲ ਦੇ ਮੇਲੇ ਵਿਚ ਸ਼ਕਤੀ ਦੱਸੀ ਜਾਂਦੀ ਸੀ।

"ਬਾਪੂ ਨੂੰ ਪੁੱਛਣਾ ਪਊ।"

"ਕਿਉਂ - ਇਹਦੇ 'ਚ ਪੁੱਛਣ ਵਾਲੀ ਭਲਾ ਕਿਹੜੀ ਗੱਲ ਹੈ ?" ਛੋਟਾ ਥੋੜ੍ਹਾ ਬਾਗੀ ਸੁਭਾ ਦਾ ਬੰਦਾ ਸੀ।

"ਬਾਪੂ ਕੰਨ ਗੁਲਗਲਿਆਂ ਵਰਗੇ ਕਰਦੂ ਜੇ ਬਗੈਰ ਪੁਛੇ ਗਏ - ਪਰ ਉਹ ਸਿੱਖ ਹੈ ਉਸਨੇ ਮੇਲੇ ਤੇ ਜਾਣ ਲਈ "ਹਾਂ" ਨਹੀਂ ਕਹਿਣੀ।" ਮੈਨੂੰ ਸ਼ੰਕਾ ਸੀ ਬਾਪੂ ਮੇਲੇ ਦੀ ਥਾਂ ਗੁਰਦੁਆਰੇ ਜਾਂਦਾ ਸੀ।

"ਮੈਂ ਜੁਗਤ ਦੱਸਾਂ ?" ਜਿਵੇਂ ਛੋਟੇ ਨੂੰ ਕੋਈ ਵਿਧੀ ਸੁਝੀ ਸੀ।

"ਦੱਸ" ਮੇਰੇ ਅੰਦਰ ਵੀ ਇਕ ਆਸ ਜਾਗੀ। ਮੇਲੇ ਦਾ ਮੈਨੂੰ ਵੀ ਚਾਅ ਸੀ। ਜਲੇਬੀਆਂ ਤੇ ਲੱਡੂ ਖਾਣੇ ਚਾਹੁੰਦਾ ਸਾਂ ਮੇਲੇ ਦੇ ਬਹਾਨੇ।

"ਤੂੰ ਕਹੀਂ ਪੁਨਿਆ ਦਾ ਲੱਖੀ ਜੰਗਲ ਇਸ਼ਨਾਨ ਕਰਨ ਜਾਣੈ।" ਛੋਟੇ ਨੇ ਜੁਗਤ ਦੱਸੀ ਤੇ ਚੂਹੇ ਵਰਗੀਆਂ ਦੰਦੀਆਂ ਵੀ ਕੱਢੀਆਂ - ਮਤਲਬ ਮੈਨੂੰ ਕੋਈ ਚਲਾਕੀ ਦੱਸੀ ਸੀ। ਮੈਂ ਬਾਪੂ ਨੂੰ ਪੁੱਛਿਆ। ਉਹ ਮੰਨ ਗਿਆ ਸਗੋਂ ਖੁਦ ਇਸ਼ਨਾਨ ਲਈ ਤਿਆਰ ਹੋ ਗਿਆ। "ਇਹ ਤਾਂ ਪੂਰਨਮਾਸ਼ੀ ਦਾ ਇਸ਼ਨਾਨ ਹੈ, ਚੰਗਾ ਯਾਦ ਕਰਵਾ ਦਿੱਤਾ।" ਬਾਪੂ ਜਿਵੇਂ ਧੰਨਵਾਦੀ ਹੋ ਗਿਆ ਸੀ।

ਬਾਪੂ ਨੇ ਨੀਲੀ ਪਗੜੀ ਸਜਾ ਲਈ ਤੇ ਗਲ 'ਚ ਗਾਤਰਾ ਵੀ ਪਾ ਲਿਆ ਤੇ ਲੰਮਾ ਚਿੱਟਾ ਕੁੜਤਾ ਪਾ ਕੇ ਦਰਸ਼ਨੀ ਸਿੰਘ ਬਣ ਗਿਆ।

"ਚਲੋ ਬਈ ਸ਼ੇਰੋ।" ਬਾਪੂ ਨੇ ਸਾਨੂੰ ਕਿਹਾ ਤੇ ਅਸੀਂ ਖੁਸ਼ੀ ਨਾਲ ਤਿੜ ਕੇ ਬਾਪੂ ਦੀਆਂ ਬਾਹਾਂ ਨਾਲ ਲਟਕ ਗਏ ਸੀ ਜਿਵੇਂ ਚੰਮਗਿੱਦੜ ਦਰੱਖਤ ਨਾਲ ਲਟਕਦਾ ਹੈ।

ਅਸੀਂ ਬਾਪੂ ਦੀਆਂ ਬਾਹਾਂ ਨਾਲ ਝੂਟਦੇ ਜਾ ਰਹੇ ਸੀ।

"ਹਟ ਜਾ ਹੁਣ ਬਾਪੂ ਦੀਆਂ ਬਾਹਾਂ ਥੱਕ ਜਾਣਗੀਆਂ।" ਛੋਟੇ ਨੇ ਮੈਨੂੰ ਖ਼ਬਰਦਾਰ ਕੀਤਾ। ਸੱਚ ਹੀ ਬਾਪੂ ਦੀਆਂ ਬਾਹਾਂ ਥੱਕ ਗਈਆਂ ਹੋਣਗੀਆਂ ਪਰ ਉਹ ਸਾਨੂੰ ਮਨ੍ਹਾ ਨਹੀਂ ਕਰ ਰਿਹਾ ਸੀ। ਝੂਟ ਕੇ ਸਾਨੂੰ ਤਾਂ ਸੁਆਦ ਆ ਰਿਹਾ ਸੀ ਤੇ ਸੁਆਦ ਦਾ ਕੋਈ ਹੱਦ ਬੰਨ੍ਹਾ ਨਹੀਂ ਹੁੰਦਾ। ਬਾਪੂ ਦੀ ਥਕਾਨ ਦੀ ਚਿੰਤਾ ਨਹੀਂ ਸੀ।

ਤੇ ਅਸੀਂ ਲੱਖੀ ਜੰਗਲ ਪਹੁੰਚ ਗਏ। ਮੇਲਾ ਭਰਿਆ ਸੀ। ਨਵੰਬਰ ਮਹੀਨੇ ਦਾ ਸੂਰਜ ਭਖਿਆ ਭਖਿਆ ਚੰਗਾ ਲਗਦਾ ਸੀ ਜਿਹੜਾ ਅਸਮਾਨ ਦੇ ਅੱਧ 'ਚ ਪਹੁੰਚਣ ਵਾਲਾ ਸੀ। ਲੋਕ, ਔਰਤਾਂ, ਬੱਚੇ, ਬੁੱਢੇ ਮੇਲੇ ਦੀ ਖੁਸ਼ੀ ਵਿਚ ਗੁਰਦੁਆਰਾ ਸਾਹਿਬ ਮੱਥਾ ਟੇਕਣ ਲਈ ਹੜ ਵਾਂਗ ਵੜ ਰਹੇ ਸਨ। ਗੁਰਦੁਆਰਾ ਸਾਹਿਬ ਮੱਥਾ ਟੇਕਣ ਤੋਂ ਪਹਿਲਾਂ ਜਾਂ ਪਿੱਛੋਂ ਸਰੋਵਰ ਵਿਚ ਨਹਾ ਕੇ ਪੁੰਨ ਖੱਟ ਰਹੇ ਸਨ। ਇਕ ਪਾਸੇ ਔਰਤਾਂ ਦੇ ਨਹਾਣ ਲਈ ਪਰਦਾ ਬਣਿਆ ਹੋਇਆ ਸੀ ਪਰ ਬੁੱਢੀਆਂ ਔਰਤਾਂ ਪਰਦੇ ਤੋਂ ਪਾਸੇ ਪੌੜੀਆਂ ਤੇ ਇਸ਼ਨਾਨ ਕਰ ਰਹੀਆਂ ਸਨ। ਸੁੱਕੇ ਸਰੀਰ ਮਲ ਮਲ ਕੇ ਉਮਰ ਦੀ ਮੈਲ ਉਤਾਰ ਕੇ ਪੁੰਨ ਖੱਟ ਰਹੀਆਂ ਸਨ। ਅਸੀਂ ਸਰੋਵਰ ਵਿਚ ਬਾਪੂ ਦੇ ਹੱਥ ਫੜ ਕੇ ਡਡੂਆਂ ਵਾਂਗ ਪਾਣੀ ਵਿਚ ਤੈਰੇ ਸੀ। ਬਹੁਤ ਸੁਆਦ ਆਇਆ ਸੀ। "ਚਲੋ ਬਈ ਸ਼ੇਰੋ ਬੱਸ ਕਰੋ – ਚਲੋ ਮੱਥਾ ਟੇਕ ਕੇ ਆਈਏ।" ਬਾਪੂ ਨੇ ਸਾਨੂੰ ਸਰੋਵਰ 'ਚੋਂ ਕੱਢ ਲਿਆ। ਕਪੜੇ ਬਦਲ ਲਏ। ਗਿੱਲੇ ਕਪੜੇ ਨਚੋੜਕੇ ਕਪੜੇ ਦੇ ਝੋਲੇ 'ਚ ਪਾ ਲਏ। ਅਸੀਂ ਮੱਥਾ ਟੇਕਿਆ। ਪਰਸ਼ਾਦ ਦੇ ਵਰਤਾਵੇ ਨੇ ਬਾਪੂ ਨੂੰ ਪਛਾਣ ਲਿਆ ਸੀ, "ਗੱਫਾ ਖੁੱਲ੍ਹੇ ਹੱਥ ਨਾਲ ਦਿੱਤਾ।" ਛੋਟਾ ਬਹੁਤ ਖੁਸ਼ ਸੀ। ਉਸ ਨੇ ਇਕ ਹੀ ਸੜ੍ਹਾਕੇ ਨਾਲ ਪਰਸ਼ਾਦ ਅੰਦਰ ਖਿਚ ਲਿਆ ਤੇ ਥੰਦੇ ਹੱਥ ਚੱਟ ਕੇ ਖੁਸ਼ਕ ਕਰ ਲਏ ਤੇ ਬਾਕੀ ਪਿੱਛੇ ਚਿਤੜਾਂ ਤੇ ਮਲ ਲਏ।

"ਬਾਈ ਬਾਪੂ ਤੋਂ ਪੈਸੇ ਵੀ ਮੰਗ।"

"ਪੈਸੇ?"

"ਤੇ ਹੋਰ – ਮੈਂ ਤਾਂ ਮੇਲੇ 'ਚੋਂ ਜਲੇਬੀਆਂ ਖਾਣ ਆਇਆਂ – ਨਾਲੇ ਲੱਡੂ ਤੇ ਬਦਾਨਾ ਵੀ – ਮੇਲਾ ਕਿਹੜਾ ਰੋਜ਼ ਲਗਦੈ।" ਛੋਟੇ ਨੇ ਮੇਲੇ ਆਣ ਦਾ ਮਕਸਦ ਦੱਸਿਆ।

"ਤੈਨੂੰ ਭੋਗ ਦਾ ਪਰਸ਼ਾਦ ਤਾਂ ਰਜਵਾਂ ਦੁਆਤਾ – ਹੋਰ ਤੈਨੂੰ ਕੀ ਚਾਹੀਦਾ?" ਬਾਪੂ ਨੇ ਛੋਟੇ ਦੀ ਮੈਨੂੰ ਕਹੀ ਗੱਲ ਸੁਣ ਲਈ ਸੀ।

"ਉਹ ਤਾਂ ਮੁਫ਼ਤ ਸੀ।"

"ਬਾਪੂ ਦੇ ਪੈਸੇ ਖਰਚ ਕਰਾਣੇ ਜ਼ਰੂਰੀ ਆ ? ਨਾਲੇ ਭੋਗ ਦੇ ਪਰਸ਼ਾਦ ਨੂੰ ਮੁਫ਼ਤ ਨਹੀਂ ਕਹੀਦਾ।"

"ਅਸੀਂ ਮੇਲੇ ਨਹੀਂ ਆਏ ?" ਛੋਟਾ ਜਿਰਾਅ ਕਰਨ ਲੱਗ ਪਿਆ। ਅਹਿਸਾਨ ਜਤਾ ਰਿਹਾ ਸੀ।

"ਚਾਚਾ ਸਾਸਰੀ ਕਾਲ।" ਸਾਡੇ ਗੁਆਂਢੀ ਬਾਈ ਨੇ ਬਾਪੂ ਨੂੰ ਫਤਹਿ ਬੁਲਾਈ। ਉਸ ਦਾ ਨਾਂ ਮੱਲੂ ਸੀ। ਮੱਲੂ ਠੱਗ ਵੀ ਕਿਹਾ ਜਾਂਦਾ ਸੀ। ਠੱਗੀ ਮਾਰਨ ਦਾ ਉਸ ਕੋਲ ਹੁਨਰ ਸੀ। ਸ਼ੌਕੀਨ ਬੰਦਾ ਸੀ। ਸੱਪ ਫੜ੍ਹਨੇ ਉਸ ਦਾ ਸ਼ੌਕ ਸੀ। ਤਿੱਤਰਾਂ ਦਾ ਸ਼ਿਕਾਰ ਵੀ ਖੇਡਦਾ ਰਹਿੰਦਾ ਸੀ। ਬਾਪੂ ਤੇ ਹੋਰ ਗੁਰਸਿੱਖ ਬੰਦੇ ਉਸ ਦੇ ਇਸ ਹੁਨਰ ਦੇ ਬਹੁਤ ਖਿਲਾਫ਼ ਸਨ ਜੀਵ ਹੱਤਿਆ ਜਿਉਂ ਹੁੰਦੀ ਸੀ। ਪਰ ਉਹ ਇਹ ਆਦਤ ਛੱਡਦਾ ਨਹੀਂ ਸੀ। ਪਰ ਬਾਪੂ ਉਸ ਤੇ ਗੁੱਸੇ ਹੋ ਕੇ ਵੀ ਖੁਸ਼ ਰਹਿੰਦਾ ਸੀ। ਬਾਪੂ ਗੁਰਸਿੱਖ ਸੀ ਤੇ ਮੱਲੂ ਠੱਗ ਤੇ ਜੀਵ ਹੱਤਿਆ ਉਸ ਦਾ ਸ਼ੌਕ ਸੀ। ਤਿੱਤਰ ਬਟੇਰ ਤੇ ਖਰਗੋਸ਼ ਤਾਂ ਉਹ ਡਲਾ ਮਾਰ ਕੇ ਸੁੱਟ ਲੈਂਦਾ ਸੀ। ਉਸ ਦੇ ਸ਼ਿਕਾਰੀ ਕੁੱਤੇ ਬੜੇ ਵਫ਼ਾਦਾਰ ਸਨ। ਸ਼ਿਕਾਰ ਕਰਕੇ ਜ਼ਖ਼ਮੀ ਜੀਵ ਉਸ ਦੇ ਪੈਰਾਂ ਤੇ ਲਿਆ ਕੇ ਧਰ ਦਿੰਦੇ ਸਨ। ਉਹ ਸਦਾ ਹੀ ਮਾਇਆ 'ਚ ਖੇਡਦਾ ਸੀ। ਪਰ ਜਿਵੇਂ ਮਾਇਆ ਹਵਾ ਸੀ ਜਿਹੜੀ ਉਸ ਕੋਲ ਟਿਕਦੀ ਨਹੀਂ ਸੀ ਪਰ ਉਹ ਮਾਇਆ ਪੈਦਾ ਕਰਨ 'ਚ ਬਹੁਤ ਤੇਜ਼ ਸੀ। ਚੁਟਕੀ ਵਜਾ ਕੇ ਮਾਇਆ ਕਾਬੂ ਕਰ ਲੈਂਦਾ ਸੀ। ਢੇਰੀ ਲਾ ਲੈਂਦਾ ਸੀ।

"ਸੁਣਾ ਮੱਲ ਸਿਆਂ ਮੇਲਾ ਵੇਖਣ ਆਇਐਂ ?"

"ਹਾਂ ਚਾਚਾ-ਨਾਲੇ ਇਸ਼ਨਾਨ ਵੀ ਕਰ ਲਿਆ।"

"ਭਲੀ ਹੋਈ ਭਾਈ ਪੁਨਿਆ ਦਾ ਇਸ਼ਨਾਨ ਬਹੁਤ ਮਹੱਤਵ ਰੱਖਦੈ।"

"ਚਾਚਾ ਦੋ ਰੁਪਏ-ਉਧਾਰ ਦੇ ਛੱਡ।"

"ਕਮਲਿਆ ਪੈਸੇ ਨਹੀਂ ਮੰਗੀ ਦੇ।"

"ਕਿਉਂ ਚਾਚਾ ? ਕਿਉਂ ਨਹੀਂ ਮੰਗੀ ਦੇ ?"

"ਖ਼ਰਚ ਹੋ ਜਾਂਦੇ ਐ।" ਬਾਪੂ ਹੱਸ ਰਿਹਾ ਸੀ। ਮੁਸਕਰਾ ਰਿਹਾ ਸੀ।

"ਪਰ ਮੈਂ ਤਾਂ ਪੈਸਿਆਂ ਨਾਲ ਪੈਸੇ ਬਣਾਵਾਂਗਾ।"

"ਉਹ ਕਿਵੇਂ ?"

"ਮੈਨੂੰ ਦੋ ਰੁਪਏ ਦੇਹ, ਦੋ ਘੰਟਿਆਂ ਮਗਰੋਂ ਚਾਰ ਲੈ ਲਈਂ।"

"ਗਵਜੀਆ ਦੋ ਦੇ ਚਾਰ ਕਿਵੇਂ ਬਣਾਏਂਗਾ ?" ਬਾਪੂ ਸੱਚ ਹੀ ਹੈਰਾਨ ਸੀ।

"ਨਹੀਂ ਦੋ ਦੇ ਅੱਠ ਤੇ ਅੱਠਾਂ ਦੇ ਸੋਲਾਂ – ਮਿੱਠੂ ਤੂੰ ਕਹਿ ਮੈਨੂੰ ਵੇਖਦਾ ਰਹੇ।"

"ਨਾ ਭਾਈ ਮੇਰੇ ਬੱਚੇ ਇਹ ਤਮਾਸ਼ਾ ਨਹੀਂ ਦੇਖਣਗੇ। ਇਹ ਗੁਰਸਿੱਖ ਦੇ ਬੱਚੇ ਐ।" ਬਾਪੂ ਜਿਵੇਂ ਫਖ਼ਰ ਨਾਲ ਕਹਿ ਰਿਹਾ ਸੀ। ਸਾਨੂੰ ਭੈੜੀ ਸੰਗਤ ਤੋਂ ਦੂਰ ਰਖਣਾ ਚਾਹੁੰਦਾ ਸੀ।

"ਚਾਚਾ ਦੇ ਨਾ ਦੋ ਰੁਪਏ।" ਮੱਲੂ ਨੇ ਇਕ ਤਰ੍ਹਾਂ ਹੱਥ ਫੈਲਾਇਆ।

"ਆ ਲੈ।" ਬਾਪੂ ਨੇ ਬਹੁਤ ਖੁਸ਼ ਹੋ ਕੇ ਰੁਪਏ ਦਿੱਤੇ।

"ਦੋ ਦੇ ਚਾਰ ਮੋੜਾਂਗਾ।" ਮੱਲੂ ਜਿਵੇਂ ਲਾਲਚ ਦੇ ਗਿਆ ਸੀ। ਪੈਸੇ ਲੈ ਕੇ ਤਿੱਤਰ ਹੋ ਗਿਆ ਸੀ।

"ਨਹੀਂ ਨਹੀਂ ਭਾਵੇਂ ਦੋ ਵੀ ਨਾ ਮੋੜੀਂ।" ਬਾਪੂ ਹੱਸ ਰਿਹਾ ਸੀ। ਬਾਪੂ ਦੀਆਂ ਅੱਖਾਂ ਵਿਚ ਮੱਲੂ ਲਈ ਬੇਮੋਖਾ ਪਿਆਰ ਸੀ। "ਗੁਰੂ ਸੁਆਰਾ ਕੀ ਕਰਦਾ ਰਹਿੰਦੈ।" ਬਾਪੂ ਨੇ ਮੂੰਹ 'ਚ ਕਿਹਾ।

ਮੱਲੂ ਦੋ ਰੁਪਏ ਲੈ ਕੇ ਮੇਲੇ 'ਚ ਗੁਆਚ ਗਿਆ। ਭੀੜ ਇਕ ਦੂਜੇ ਦੇ ਖੁਰ ਵੱਢ ਰਹੀ ਸੀ। ਬੱਚੇ ਇਕ ਦੂਜੇ ਦੇ ਹੱਥਾਂ ਨਾਲ ਪੱਗਾਂ ਬੰਨ੍ਹੀ ਫਿਰ ਰਹੇ ਸਨ ਕਿ ਗੁਆਚ ਨਾ ਜਾਣ। ਵਿਛੜ ਨਾ ਜਾਣ। ਮੇਲਾ ਖੁਸ਼ੀਆਂ ਦੀ ਪੀਂਘ ਸੀ।

ਸਾਡੀਆਂ ਨਜ਼ਰਾਂ ਬਾਰ ਬਾਰ ਜਲੇਬੀਆਂ ਤੇ ਲੱਡੂਆਂ ਦੀਆਂ ਦੁਕਾਨਾਂ ਵੱਲ ਜਾ ਰਹੀਆਂ ਸਨ। ਚਾਸ਼ਨੀ ਦੀ ਖੁਸ਼ਬੂ ਸਾਡੀਆਂ ਨਾਸਾਂ ਨੂੰ ਛੇੜ ਰਹੀ ਸੀ। ਦਿਲ ਕਰਦਾ ਸੀ ਸਾਰੀ ਮਿਠਾਈ ਖਾ ਜਾਈਏ।

"ਮੰਗ ਯਾਰ" ਛੋਟਾ ਬੇਸਬਰਾ ਹੋ ਗਿਆ ਸੀ।

"ਮੈਨੂੰ ਡਰ ਲਗਦੈ – ਜੇ ਗੁੱਸੇ ਹੋ ਗਿਆ ?"

"ਬਾਪੂ ਮੱਲੂ ਠੱਗ ਨੂੰ ਵੇਖ ਕੇ ਖੁਸ਼ ਹੋ ਜਾਂਦੈ ਤੇ ਪੂਰਾ ਦਿਨ ਖੁਸ਼ ਰਹਿੰਦੈ – ਪਤਾ ਨਹੀਂ ਕੀ ਗੱਲ ਹੈ – ਜਾਹ ਜਾ ਕੇ ਮੰਗ ਲੈ।" ਛੋਟੇ ਨੇ ਮੈਨੂੰ ਹੱਲਾਸ਼ੇਰੀ ਦਿੱਤੀ।

"ਕੀ ਮੰਗਣ ਵਾਸਤੇ ਕਹਿੰਦੈ ?" ਬਾਪੂ ਨੇ ਛੋਟੇ ਨੂੰ ਤਾੜ ਲਿਆ ਸੀ।

"ਪੈਸੇ ਮੰਗਦੈ"

"ਕੀ ਕਰਨੇ ਐ ਪੈਸੇ।"

"ਮੈਂ ਜਲੇਬੀਆਂ ਲੱਡੂ ਖਾਣੇ ਐ।" ਛੋਟੇ ਨੇ ਸੌ ਹੱਥ ਰੱਸਾ ਸਿਰੇ ਤੇ ਗੰਢ ਕਹੀ।

"ਉਹ ਤਾਂ ਪਰਦੇਸੀ ਘਿਉ ਦੀਆਂ ਹੁੰਦੀਐਂ, ਸੰਘ ਖ਼ਰਾਬ ਹੋ ਜਾਂਦੈ।"

"ਹੋ ਜਾਣਦੇ - ਮੇਰਾ ਹੀ ਹੋਊ ਨਾ।"

"ਦਵਾਈ ਬੂਟੀ ਤਾਂ ਮੈਨੂੰ ਕਰਾਣੀ ਪਊ।"

"ਨਾ ਕਰਾਈਂ ਪਰ ਮੈਂ ਜਲੇਬੀਆਂ ਜ਼ਰੂਰ ਖਾਊਂ।" ਛੋਟੇ ਨੇ ਮਨਛਾ ਦੱਸੀ। ਬਾਪੂ ਵੀ ਕਈ ਵਾਰ ਉਸ ਦੀ ਜ਼ਿੱਦ ਅਗੇ ਝੁਕ ਜਾਂਦਾ ਸੀ। ਅੱਜ ਦੋਹਾਂ ਦਾ ਮੁਕਾਬਲਾ ਹੋ ਗਿਆ ਸੀ।

"ਚਾਰ ਆਨੇ ਦੀਆਂ ਲੈ ਲਾ ?"

"ਮੈਂ ਨੀ -ਚਾਰ ਆਨੇ ਦਾ ਕੀ ਆਊ ?"

"ਹੋਰ ਪੈਸੇ ਮੇਰੇ ਕੋਲ ਹੈ ਨਹੀਂ।" ਬਾਪੂ ਜਿਵੇਂ ਕੰਨਾਂ ਤੇ ਹੱਥ ਧਰ ਗਿਆ।

"ਜੇਬ ਤਾਂ ਭਰੀ ਹੈ - ਮੱਲੂ ਨੂੰ ਕਿਥੋਂ ਦੇ ਤੇ - ਨਾਲੇ ਉਹ ਤੇਰਾ ਕੀ ਲਗਦੈ - ਅਸੀਂ ਤਾਂ ਤੇਰੇ ਪੁੱਤ ਆਂ।" ਛੋਟਾ ਬਾਪੂ ਦੇ ਸਿਰ ਚੜ੍ਹਿਆ ਖੜਾ ਸੀ।

"ਉਹ ਤਾਂ ਪੈਸੇ ਮੋੜ ਦੂਗਾ" ਬਾਪੂ ਬੜੇ ਅਰਾਮ ਨਾਲ ਵਾਰਤਾਲਾਪ ਕਰ ਰਿਹਾ ਸੀ।

"ਚਾਚਾ ਐ ਲੈ ਅੱਠ ਰੁਪਏ।" ਮੱਲੂ ਨੇ ਇਕ ਦਮ ਭੀੜ 'ਚੋਂ ਨਿਕਲ ਕੇ ਰੁਪਏ ਦਿੱਤੇ। ਮੱਲੂ ਦਾ ਨੋਟਾਂ ਨਾਲ ਰੁਗ ਭਰਿਆ ਸੀ। ਅਸੀਂ ਨੋਟ ਦੇਖ ਕੇ ਹੈਰਾਨ ਸੀ।

"ਗਬਜ਼ੀਆ ਕਿਸੇ ਦੇ ਚੋਰੀ ਕਰਕੇ ਤਾਂ ਨਹੀਂ ਲੈ ਆਇਆ ?"

"ਚੋਰੀ ਨਹੀਂ ਹੱਥ ਦੀ ਸਫ਼ਾਈ ਨਾਲ ਕਮਾਏ ਐ।" ਮੱਲੂ ਬੜੇ ਗਰੂਰ ਨਾਲ ਕਹਿ ਰਿਹਾ ਸੀ। ਰੁਗ ਨੋਟਾਂ ਦਾ ਉਸ ਨੇ ਪਾਸੇ ਵਾਲੇ ਖੀਸੇ ਵਿਚ ਤੁਨ ਲਿਆ ਸੀ।

"ਆ ਲੈ ਛੇ ਰੁਪਏ।" ਬਾਪੂ ਨੇ ਦੋ ਰੁਪਏ ਰੱਖ ਕੇ ਬਾਕੀ ਦੇ ਮੱਲੂ ਨੂੰ ਮੋੜ ਦਿੱਤੇ।

"ਚਾਚਾ ਮੋੜ ਨਾ - ਤੇਰੇ ਹੀ ਰੁਪਿਆਂ ਨਾਲ ਤਾਂ ਬਣਾਏ ਐ।"

"ਨਾ ਭਾਈ ਗੁਰੂ ਬਹੁਤਾ ਦੇਵੇ - ਮੈਨੂੰ ਨਹੀਂ ਚਾਹੀਦੇ।" ਬਾਪੂ ਨੇ ਛੇ ਰੁਪਏ ਮੋੜ ਦਿੱਤੇ।

ਮੱਲੂ ਛੇ ਰੁਪਏ ਲੈ ਕੇ ਮੁੜ ਭੀੜ ਵਿਚ ਵੜ ਗਿਆ।

ਅਸੀਂ ਥਾਂ ਤੇ ਹੀ ਖੜ੍ਹੇ ਬਾਪੂ ਦੀ ਜੇਬ ਵੱਲ ਤੱਕ ਰਹੇ ਸੀ। ਛੋਟਾ ਪਲ ਪਲ ਗੁੱਸੇ ਨਾਲ ਲਾਲ ਹੁੰਦਾ ਜਾ ਰਿਹਾ ਸੀ। ਪਰ ਬਾਪੂ ਉਸ ਦੇ ਗੁੱਸੇ ਦੀ ਪਰਵਾਹ ਨਹੀਂ ਕਰ ਰਿਹਾ ਸੀ। ਮੇਲਾ ਭਰਿਆ ਵਿਛੜਦਾ ਜਾ ਰਿਹਾ ਸੀ। ਸੂਰਜ ਵੀ ਛੁਪਣ ਵਲ ਢਲ ਰਿਹਾ ਸੀ ਜਿਵੇਂ ਮਨੁੱਖ ਦੀ ਉਮਰ ਢਲਦੀ ਹੈ।

ਮੱਲੂ ਫਿਰ ਬਾਹਰ ਆਇਆ। ਉਸ ਦੇ ਹੱਥਾਂ ਵਿਚ ਜਲੇਬੀਆਂ ਤੇ ਲੱਡੂਆਂ ਦੇ ਲਿਫ਼ਾਫ਼ੇ ਫੜੇ ਹੋਏ ਸਨ। ਉਸ ਦੀ ਪਾਸੇ ਵਾਲੀ ਲੱਗੀ ਜੇਬ ਨੋਟਾਂ ਨਾਲ ਭਰੀ ਹੋਈ ਸੀ। ਮੱਲੂ ਦਾ ਚਿਹਰਾ ਖ਼ੁਸ਼ੀ ਨਾਲ ਲਾਲ ਸੀ। ਜਿਵੇਂ ਮੇਲਾ ਉਸ ਦੀ ਕਮਾਈ ਲਈ ਭਰਿਆ ਸੀ।

"ਜੁਆਕੋ – ਐਧਰ ਆਓ – ਜਲੇਬੀਆਂ ਤੇ ਲੱਡੂ ਖਾਓ।" ਮੱਲੂ ਨੇ ਕਿਹਾ। ਉਸ ਨੇ ਜਲੇਬੀਆਂ ਤੇ ਲੱਡੂਆਂ ਦੇ ਭਰੇ ਲਿਫ਼ਾਫ਼ੇ ਸਾਡੇ ਅੱਗੇ ਕਰ ਦਿੱਤੇ। ਸਾਡੀਆਂ ਅੱਖਾਂ ਲਲਚਾ ਰਹੀਆਂ ਸਨ ਤੇ ਮੂੰਹੋਂ ਰਾਲਾਂ ਲਟਕ ਰਹੀਆਂ ਸਨ ਪਰ ਸਾਡਾ ਲੱਡੂ ਜਲੇਬੀਆਂ ਖਾਣ ਨੂੰ ਜੀਅ ਨਹੀਂ ਕੀਤਾ ਸੀ।

ਸਾਡਾ ਬਾਪੂ ਦੂਰੋਂ ਸਾਡੇ ਵੱਲ ਝਾਕ ਰਿਹਾ ਸੀ।

"ਕਿਉਂ ਖਾਂਦੇ ਨਹੀਂ ?" ਮੱਲੂ ਨੇ ਪੁੱਛਿਆ।

"ਨਹੀਂ ਚਾਹੀਦੇ।" ਛੋਟੇ ਨੇ ਕਿਹਾ।

"ਪਰ ਕਿਉਂ ਨਹੀਂ ?" ਮੱਲੂ ਬੜੇ ਪਿਆਰ ਨਾਲ ਪੁੱਛ ਰਿਹਾ ਸੀ।

"ਪਰਦੇਸੀ ਘਿਉ ਦੀ ਮਠਾਈ ਸੰਘ ਖ਼ਰਾਬ ਕਰ ਦਿੰਦੀ ਆ। ਬੰਦਾ ਬੀਮਾਰ ਹੋ ਜਾਂਦੈ।" ਛੋਟੇ ਨੇ ਕਿਹਾ ਤੇ ਉਸ ਨੇ ਲਿਫ਼ਾਫ਼ੇ ਦੂਰ ਧੱਕ ਦਿੱਤੇ।

"ਕੌਣ ਕਹਿੰਦੈ ?"

"ਬਾਪੂ ਕਹਿੰਦੈ।"

"ਉਹ ਤਾਂ ਖਰਚ ਕਰਨ ਦਾ ਮਾਰਿਆ ਕਹਿੰਦੈ – ਖਾਓ।"

"ਨਹੀਂ ! ਅਸੀਂ ਨਹੀਂ ਖਾਣੇ।" ਛੋਟੇ ਨੇ ਕਿਹਾ ਤੇ ਅਸੀਂ ਭੱਜ ਕੇ ਬਾਪੂ ਦੀਆਂ ਬਾਹਾਂ ਨਾਲ ਲਟਕ ਗਏ ਤੇ ਪਿੰਡ ਨੂੰ ਚਲ ਪਏ। ਮੱਲੂ ਹੈਰਾਨ ਹੋ ਕੇ ਦੇਖ ਰਿਹਾ ਸੀ।

*

ਗੀਤ ਗਾਉ

1950 ਦੀ ਗੱਲ ਹੈ ਮਹੀਨਾ ਅਕਤੂਬਰ ਦਾ। ਰਾਤਾਂ ਠੰਡੀਆਂ ਸਨ ਪਰ ਦਿਨ ਗਰਮ ਸਨ। ਧੂੰਆਂ ਸੇਕਣ ਦੇ ਕਾਹਲਿਆਂ ਨੇ ਧੂੰਏਂ ਪਾ ਲਏ ਸਨ ਤੇ ਵੱਡੀ ਰਾਤ ਤੱਕ ਧੂੰਏਂ 'ਤੇ ਬੈਠ ਕੇ ਗੱਲਾਂ ਕਰਨੀਆਂ ਸ਼ੁਰੂ ਕਰ ਦਿੱਤੀਆਂ ਸਨ। ਘੁੰਡੀਆਂ ਦੀ ਅੱਗ ਦਾ ਸੇਕ ਬੁੱਢੇ ਸਰੀਰਾਂ ਲਈ ਸ਼ਾਇਦ ਬਹੁਤ ਸੁਖਦਾਈ ਹੁੰਦਾ ਹੋਵੇਗਾ।

ਅਸੀਂ ਦੋਵੇਂ ਭਰਾ ਬੈਠਕ ਵਿਚ ਸਕੂਲ ਦਾ ਦਿੱਤਾ ਕੰਮ ਕਰ ਰਹੇ ਸੀ ਤੇ ਬਾਪੂ ਜੀ ਪੈਰ ਤੇ ਮੁੰਜ ਵੱਟ ਰਿਹਾ ਸੀ। ਪਿਛਲਾ ਪਹਿਰ ਸੀ। ਪਰਛਾਵੇਂ ਢਲ ਗਏ ਸਨ ਪਰ ਅਜੇ ਵੱਗ ਮੁੜਨ ਦਾ ਸਮਾਂ ਨਹੀਂ ਹੋਇਆ ਸੀ ਤੇ ਨਾ ਹੀ ਲੋਕਾਂ ਨੇ ਖੇਤਾਂ 'ਚੋਂ ਮੋੜਾ ਪਾਇਆ ਸੀ ਤੇ ਨਾ ਹੀ ਸਵਾਣੀਆਂ ਨੇ ਸ਼ਾਮ ਦੀ ਦਾਲ ਦੀਆਂ ਤੌੜੀਆਂ ਥੱਲੇ ਅੱਗ ਪਾਈ ਸੀ- ਧੂੰਆਂ ਕੱਢਿਆ ਸੀ। ਦੁੱਧ ਹਾਰਿਆਂ 'ਚੋਂ ਕੱਢਿਆ ਨਹੀਂ ਸੀ। ਗੋਹੇ ਦੀ ਅੱਗ ਭਾਵੇਂ ਮੱਠੀ ਪੈ ਚੁੱਕੀ ਸੀ।

ਪਰ ਭਾਗ ਮਹਿਰੇ ਦਾ ਜਿਵੇਂ ਧੂੰਆਂ ਹੀ ਨਹੀਂ ਨਿਕਲਿਆ ਸੀ ਸਗੋਂ ਭਾਂਬੜ ਹੀ ਮੱਚ ਗਿਆ ਸੀ। ਉਹ ਹੌਂਕਦਾ ਸਾਡੀ ਬੈਠਕ ਵਿਚ ਵੜਿਆ ਤੇ ਇਕ ਤਰ੍ਹਾਂ ਬਾਪੂ ਜੀ ਦੇ ਸਾਹਮਣੇ ਡਿੱਗ ਹੀ ਨਹੀਂ ਢਹਿ ਢੇਰੀ ਹੋ ਗਿਆ। ਉਹ ਬਾਪੂ ਜੀ ਦਾ ਪੱਕਾ ਯਾਰ ਸੀ। ਹਰ ਦੁੱਖ ਸੁਖ ਸਾਂਝਾ ਕਰਦਾ ਸੀ।

"ਕਿਵੇਂ ਭਾਗ ਸਿਆਂ ਬੜਾ ਘਰਕਿਐਂ ?" ਬਾਪੂ ਜੀ ਨੇ ਉਸ ਨੂੰ ਗਹੁ ਨਾਲ ਤੱਕ ਕੇ ਪੁੱਛਿਆ। ਬਾਪੂ ਜੀ ਨੂੰ ਸ਼ਾਇਦ ਚਿੰਤਾ ਹੋ ਗਈ ਸੀ।

"ਭਾਈ ਸਾਹਿਬ ਕੀ ਦੱਸਾਂ, ਮੁੰਡਾ ਜਵਾਨ ਹੈ। ਅੱਜ ਕੁੜੀ ਵਾਲੇ ਵਿਆਹ ਦਾ ਦਿਨ ਬੰਨਣ ਆਏ ਸਨ।"

"ਇਹ ਤਾਂ ਖੁਸ਼ੀ ਦੀ ਗੱਲ ਹੈ।"

"ਉਹ ਤਾਂ ਠੀਕ ਹੈ ਘਰੇ ਤਮਾਨ ਕੋਈ ਨਹੀਂ।"

"ਤਮਾਨ ਕੀ ਚਾਹੀਦੈ! ਮੁੰਡਾ ਹੈ ਨਾ ਸੁੱਖ ਨਾਲ।"

"ਉਹ ਤਾਂ ਜਿਉਣ ਜੋਗਾ ਹੈ ਪਰ।"

"ਪਰ ਪੁਰ ਕੁਛ ਨਹੀਂ ਦਿਨ ਪੱਕਾ ਕਰ।"

"ਪਰ ਵਿਆਹ ਲਈ ਕੋਲੇ ਕੁਛ ਨਹੀਂ।"

"ਕਮਲਿਆ ਵਿਆਹ ਗੁਰੂ ਕਰਦੇ ਨੇ - ਭਲੀ ਕਰਨਗੇ - ਅੱਜ ਤੋਂ ਹੀ ਕੁੜੀਆਂ ਨੂੰ ਕਹੋ ਗੀਤ ਗਾਣ।"

"ਅੱਜ ਤੋਂ ਹੀ ?"

"ਹਾਂ - ਅੱਜ ਤੋਂ ਹੀ - ਗੁਰਦੁਆਰੇ ਜਾ ਕੇ ਮੱਥਾ ਟੇਕ ਕੇ ਆ।" ਬਾਪੂ ਜੀ ਨੇ ਇਕ ਚਾਂਦੀ ਦਾ ਰੁਪਿਆ ਭਾਗ ਸਿੰਘ ਨੂੰ ਦੇ ਕੇ ਕਿਹਾ।

"ਸਭ ਕੁਝ ਗੁਰੂ ਦੇਵੇਗਾ।" ਬਾਪੂ ਜੀ ਨੇ ਕਾਹਲੀ ਨਾਲ ਤੁਰਦੇ ਭਾਗ ਸਿੰਘ ਦੇ ਕੰਨ ਗੱਲ ਪਾਈ। ਉਹ ਗੁਰਦੁਆਰਾ ਸਾਹਿਬ ਵੱਲ ਹਵਾ ਹੀ ਹੋ ਗਿਆ ਸੀ। ਬਾਪੂ ਜੀ ਦੇ ਕਹੇ ਤਾਂ ਭਾਗ ਸਿੰਘ ਅੰਮ੍ਰਿਤਧਾਰੀ ਬਣ ਗਿਆ ਸੀ ਤੇ ਤੇੜ ਸਿੱਖਾਂ ਵਾਲਾ ਕਛਹਿਰਾ ਤੇ ਗੱਲ ਵਿਚ ਛੋਟੀ ਕਿਰਪਾਨ ਲਟਕਦੀ ਸੀ। ਸਿਰ ਤੇ ਉਹ ਸਦਾ ਹੀ ਨੀਲੀ ਪਗੜੀ ਰੱਖਦਾ ਸੀ। ਲੋਕ ਉਸ ਨੂੰ "ਸਿੱਖ' ਕਹਿ ਕੇ ਬੁਲਾਂਦੇ ਸਨ। ਉਹ ਸਾਡੇ ਸਿੱਖਾਂ ਦੇ ਅਗਵਾੜ ਦਾ ਮਹਿਰਾ ਸੀ। ਬੜੀ ਈਮਾਨਦਾਰੀ ਨਾਲ ਪਾਣੀ ਭਰਦਾ ਸੀ। ਵੱਡੇ ਤੜਕੇ ਖੂਹ 'ਤੇ ਚੜਦਾ ਸੀ। ਗੁਰਬਾਣੀ ਗਾਂਦਾ ਰਹਿੰਦਾ ਸੀ। ਉਸਦਾ ਸਾਹ ਬਹੁਤ ਲੰਮਾ ਸੀ ਤੇ ਜੇਰਾ ਬਹੁਤ ਮਜ਼ਬੂਤ। ਕਦੇ ਏਕਾ ਖੂਹ ਵਿਚ ਡਿਗ ਪੈਂਦਾ ਤਾਂ ਉਹ ਬਿਨਾਂ ਖ਼ੌਫ ਦੇ ਖੂਹ ਵਿਚ ਉਤਰ ਜਾਂਦਾ ਸੀ ਤੇ ਇਤਨੀ ਲੰਮੀ ਚੁੱਭੀ ਮਾਰਦਾ ਸੀ ਕਿ ਪਤਾ ਨਹੀਂ ਡਿੱਗੇ ਬੋਕੇ ਨੂੰ ਖੂਹ ਦੀ ਕਿਸ ਕੁਖ ਵਿਚੋਂ ਲਭ ਕੇ ਲੈ ਆਂਦਾ ਸੀ। ਲੋਕ ਕਹਿੰਦੇ ਸਨ ਉਹ ਪੌਣਾ ਘੰਟਾ ਚੁੱਭੀ ਮਾਰ ਸਕਦਾ ਸੀ। ਲੋਕ ਕਹਿੰਦੇ ਸਨ ਉਸ ਦੀ ਖੁਆਜ਼ਾ ਖਿਜਰ ਨਾਲ ਪੱਕੀ ਯਾਰੀ ਸੀ। ਖੁਆਜ਼ਾ ਖਿਜਰ ਦੀ ਉਹ ਕੜਾਹੀ ਦਿੰਦਾ ਸੀ। ਦੀਵਾਲੀ ਤੇ ਖੂਹ ਦੇ ਦੀਵੇ ਖੁਦ ਜਗਾ ਕੇ ਆਂਦਾ ਸੀ। ਪਰ ਉਹ ਗੁਰੂ ਦਾ ਪੱਕਾ ਗੁਰਸਿਖ ਸੀ। ਸਵੇਰੇ ਪੰਜ ਪੌੜੀਆਂ ਦਾ ਪਾਠ ਵੀ ਕਰਦਾ ਸੀ। ਸ਼ਾਇਦ ਅਰਦਾਸ ਵੀ ਕੰਠ ਕੀਤੀ ਹੋਈ ਸੀ। ਲੋਕ ਕਹਿੰਦੇ ਸਨ ਉਸ ਦਾ ਚੇਤਾ ਬਹੁਤ ਚੰਗਾ ਸੀ।

"ਮੁੰਡਿਓ ਰਾਤ ਪਿੰਡ 'ਚੋਂ ਕੁੜੀਆਂ ਦੇ ਗੀਤ ਗਾਣ ਦੀ ਆਵਾਜ਼ ਆ ਰਹੀ ਸੀ। ਕੀਹਦੇ ਵਿਆਹ ਹੋਇਆ ?" ਚੰਦਾ ਬੁੱਢਾ ਧੂੰਏਂ ਤੇ ਪੁੱਜਿਆ ਹੀ ਸੀ।

"ਹਾਂ ਬਈ ਗੀਤ ਤਾਂ ਮੈਨੂੰ ਵੀ ਸੁਣੇ ਫੇਰ ਮੈਨੂੰ ਲੱਗਿਆ ਮੇਰੇ ਕੰਨ ਵਜਦੇ ਐ।" ਗੰਦਾਰੇ ਨੇ ਕਿਹਾ।

""ਲਗਦੈ ਭਾਗ ਮਹਿਰੇ ਦੇ ਮੁੰਡੇ ਦਾ ਵਿਆਹ ਬੱਝਿਐ - ਉਹਦੇ ਸੰਬੰਧੀ ਆਏ ਸਨ ਤੇ ਸ਼ਾਮ ਸਮੇਂ ਭਾਈ ਸਾਹਿਬ ਦੇ ਘਰ ਆਇਆ ਸੀ ਤੇ ਫੇਰ ਉਹ ਗੁਰਦੁਆਰੇ ਵੀ ਗਿਆ ਸੀ।

"ਪਰ ਉਹਦੇ ਘਰ ਤਾਂ ਭੰਗ ਭੁਜਦੀ ਹੈ ਮੁੰਡੇ ਦਾ ਵਿਆਹ ਕਿਵੇਂ ਕਰ ਲੂ ?"

"ਵਿਆਹ ਮੰਗਣੇ ਤਾਂ ਐਵੇਂ ਹੀ ਹੋ ਜਾਂਦੇ ਹੈ।" ਬੰਦਾ ਭਗਤੀ ਭਾਵ ਵਾਲਾ ਸੀ।

"ਉਹ ਕਿਵੇਂ ?"

"ਇਹ ਤਾਂ ਪਤਾ ਨਹੀਂ।"

"ਤਾਂ ਐਵੇਂ ਹੀ ਗੱਲ ਰੋਹੜਤੀ।"

"ਗੱਲ ਰੇਹੜਨ ਤੇ ਕਿਹੜਾ ਕੁਛ ਲੱਗਦੈ।"

ਇਕ ਹਾਸਾ ਮੱਚ ਗਿਆ। ਲੋਕ ਬੋਲਣ ਵਾਲੇ ਦੇ ਸੁਭਾਅ ਤੋਂ ਵਾਕਿਫ਼ ਸਨ। ਲੋਕ ਉਸ ਦੀਆਂ ਗੱਲਾਂ ਨੂੰ ਟੁਕ 'ਤੇ ਡੇਲਾ ਸਮਝਦੇ ਸਨ ਪਰ ਸੱਚ ਤਾਂ ਇਹ ਹੈ ਕਿ ਉਸ ਨੂੰ ਹੀ ਟੁਕ ਤੇ ਡੇਲਾ ਸਮਝਿਆ ਜਾਂਦਾ ਸੀ ਜਦ ਕਿ ਉਸ ਦੀ ਗੱਲ ਵਿਚ ਕੋਈ ਨਾ ਕੋਈ ਗਹਿਰਾਈ ਜ਼ਰੂਰ ਹੁੰਦੀ ਸੀ। ਕਈ ਉਸ ਨੂੰ ਗਹਿਰਾ ਗਿਆਨੀ ਵੀ ਮੰਨਦੇ ਸਨ। ਉਸ ਦੀ ਗੱਲ ਅੰਦਰ ਕੋਈ ਗਿਆਨ ਜ਼ਰੂਰ ਹੁੰਦਾ ਸੀ। ਉਹ ਘਰ ਦਾ ਗਰੀਬ ਸੀ ਜਿਸ ਲਈ ਉਸ ਦੀ ਗੱਲ ਨੂੰ ਲੋਕ ਮਜ਼ਾਕ ਉਡਾਨ ਵਾਲੇ, ਥੜੇ ਥੂਹ ਨਹੀਂ ਲੱਗਣ ਦਿੰਦੇ ਸਨ ਪਰ ਉਹ ਕਿਸੇ ਨਾਲ ਝਗੜਾ ਨਹੀਂ ਕਰਦਾ ਸੀ। ਉਹ ਕਹਿੰਦਾ ਸੀ ਮੂਰਖ ਨਾਲ ਨਾ ਲੂਝੀਏ, ਪੜ੍ਹ ਅੱਖ ਏਹੋ ਬੂਝੀਏ - ਪਿੰਡ ਉਸ ਤੇ ਹੱਸਦਾ ਸੀ ਤੇ ਉਹ ਸਾਰੇ ਪਿੰਡ ਨੂੰ ਮੂਰਖ ਗਿਣਦਾ ਸੀ ਪਰ ਉਹ ਕਿਸੇ ਨਾਲ ਵੀ ਬਹਿਸ ਨਹੀਂ ਕਰਦਾ ਸੀ। ਗੱਲ ਕਰਕੇ ਚੁੱਪ ਹੋ ਜਾਂਦਾ ਸੀ।

ਪਿੰਡ ਨੂੰ ਖ਼ਬਰ ਹੋ ਗਈ ਸੀ ਭਾਗ ਮਹਿਰੇ ਦੇ ਲੜਕੇ ਲੱਡੂ ਦਾ ਵਿਆਹ ਧਰਿਆ ਸੀ। ਦਿਨ ਪੁਗਦੇ ਜਾ ਰਹੇ ਸਨ। ਧੂੰਏਂ ਤੇ ਗੱਲਾਂ ਹੁੰਦੀਆਂ ਰਹਿੰਦੀਆਂ ਸਨ। ਗੀਤਾਂ ਦੀ ਤਾਰੀਫ਼ ਹੁੰਦੀ ਰਹਿੰਦੀ ਸੀ। ਲੜਕੀਆਂ ਦੇ ਗੀਤਾਂ ਵਿਚ ਅਤਿ ਦਾ ਰਸ ਸੀ। ਵੀਰਾਂ ਦੇ ਸ਼ਗਨਾਂ ਦਾ, ਭੈਣਾਂ ਦੇ ਚਾਅ ਦਾ ਬਹੁਤ ਵਰਨਣ ਸੀ। ਬੁੱਢੇ ਬੰਦੇ ਇਸ ਅਨੰਦ ਦੀ ਗਹਿਰਾਈ 'ਚ ਉਤਰ ਜਾਂਦੇ ਸਨ। ਉਨ੍ਹਾਂ ਦੇ ਸਿਰ ਹਿਲਾਣ ਤੋਂ ਪਤਾ ਲਗਦਾ ਸੀ ਕਿ ਉਹ ਕਿੰਨੀ ਗਹਿਰੀ ਮਸਤੀ ਦਾ ਸੁਖ ਮਹਿਸੂਸ ਕਰਦੇ ਸਨ।

ਭਾਗ ਸਿੰਘ ਆ ਗਿਆ ਜਿਵੇਂ ਉਸ ਦੇ ਮਗਰ ਕੁੱਤੇ ਲੱਗੇ ਹੋਣ ਤੇ ਮਸਾਂ ਹੀ ਜਾਨ ਬਚਾ ਕੇ ਆਇਆ ਸੀ। ਅਸੀਂ ਦੋਵੇਂ ਭਰਾ ਸਵਾਲ ਕਢਣੇ ਬੰਦ ਕਰਕੇ ਉਸ ਵਲ ਤੱਕਣ ਲੱਗ ਪਏ। ਉਸ ਦੀ ਨੀਲੀ ਪਗੜੀ ਦਾ ਪੇਚ ਢਿੱਲਾ ਹੋ ਗਿਆ ਸੀ। ਬਾਪੂ ਜੀ ਨੇ ਮੁੰਜ ਵਟਣੀ ਬੰਦ ਕਰ ਦਿੱਤੀ।

"ਕੀ ਹੋਇਆ ਭਾਗ ਸਿਆਂ ਸੁਖ ਤਾਂ ਹੈ ?" ਬਾਪੂ ਜੀ ਥੋੜੀ ਚਿੰਤਾ ਨਾਲ ਬੋਲੇ।

"ਸੁਖ ਕਾਹਦੀ ਭਾਈ ਸਾਹਿਬ। ਮੈਂ ਤਾਂ ਲੱਗਿਆ ਸਾਂ ਸੋਧਾਂ ਨੂੰ ਧਨੇਸੜੀ ਦੇਣ - ਸਿਰ ਹੀ ਚੜ੍ਹ ਚਲੀ ਸੀ।" ਸੋਧਾਂ ਉਸ ਦੀ ਘਰ ਵਾਲੀ ਸੀ।

"ਨਾ ਓਏ ਸਾਈਂ ਲੋਕਾ ਔਰਤ ਤੇ ਹੱਥ ਨਹੀਂ ਚੱਕੀਦਾ - ਗੁਰੂਆਂ ਨੇ ਮਨ੍ਹਾ ਕੀਤਾ ਹੈ, ਪਰ ਗੱਲ ਕੀ ਹੋਈ ?"

"ਕਜਾਤ ਕਹਿੰਦੀ ਡੋਕਲ ਜੇਹੀ ਕੱਛ ਪਾ ਰੱਖੀ ਹੈ- ਘਰੇ ਕੁਛ ਵੀ ਨਹੀਂ ਵਿਆਹ ਦੇ ਦਿਨ ਨੇੜੇ ਆ ਗਏ... ਕਹਿ ਛੱਡਦੈਂ ਗੁਰੂ ਆਪੇ ਕਰੇਗਾ- ਭਾਈ ਸਾਹਿਬ ਕਹਿੰਦੈ ਵਿਆਹ ਸ਼ਾਦੀਆਂ ਗੁਰੂ ਮਹਾਰਾਜ ਕਰਦੇ ਐ- ਤੇਰਾ ਗੁਰੂ ਮਹਾਰਾਜ ਵੱਡੇ ਪਿੱਪਲ ਤੋਂ ਉਤਰੇਗਾ ਜਾਂ ਛੋਟੇ ਤੋਂ ਕਿ ਟਾਹਲੀ ਤੋਂ ਜਾਂ ਜੰਡ ਤੋਂ ਕਿ ਛੱਪੜ 'ਚੋਂ ਨਿਕਲੇਗਾ - ਦਿਨ ਸਿਰ ਤੇ ਆ ਗਏ ਐ ਘਰੇ ਕੁਛ ਵੀ ਤਾਂ ਨਹੀਂ। ਮੈਂ ਖਾਲੀ ਸੁੰਨੀਆਂ ਕੰਧਾਂ ਵੱਲ ਵੇਖਦੀ ਰਹਿੰਦੀ ਆਂ ਕਿ ਤੇਰਾ ਗੁਰੂ ਸ਼ਾਇਦ ਇਹਦੇ ਵਿਚੋਂ ਹੀ ਨਿਕਲ ਆਏ ਤੇ ਨੀਲੇ ਨੋਟਾਂ ਦੀ ਬੋਰੀ ਦੇ ਜਾਏ। -ਭੈੜੀ ਜੇਹੀ ਕੱਛ ਵਾਲਾ।" ਭਾਗ ਸਿੰਘ ਇਕ ਤਰ੍ਹਾਂ ਵਿਰਲਾਪ ਕਰ ਰਿਹਾ ਸੀ ਤੇ ਅਸੀਂ ਦੋਵੇਂ ਭਰਾ ਹੱਸ ਰਹੇ ਸੀ। ਮੈਂ ਦਬਵਾਂ ਹਾਸਾ ਹੱਸ ਰਿਹਾ ਸਾਂ ਪਰ ਛੋਟਾ ਖੁੱਲ੍ਹ ਕੇ ਹੱਸ ਰਿਹਾ ਸੀ। ਸ਼ਾਇਦ ਉਸ ਨੂੰ ਡੋਕਲ ਕੱਛ ਤੇ ਭੈੜੀ ਕੱਛ ਤੇ ਬਹੁਤ ਹਾਸਾ ਆ ਰਿਹਾ ਸੀ।

ਸ਼ਾਇਦ ਬਾਪੂ ਜੀ ਨੂੰ ਛੋਟੇ ਤੇ ਬੇਤਹਾਸ਼ਾ ਹੱਸਣ ਤੇ ਗੁੱਸਾ ਆ ਗਿਆ ਸੀ ਉਸ ਨੇ ਛੋਟੇ ਵੱਲ ਗੁੱਸੇ ਨਾਲ ਤਕਿਆ ਪਰ ਛੋਟਾ ਤਦ ਵੀ ਹਾਸਾ ਨਹੀਂ ਰੋਕ ਸਕਿਆ ਪਰ ਉਹ ਬਾਪੂ ਜੀ ਤੋਂ ਡਰਦਾ ਬਾਹਰ ਭੱਜ ਗਿਆ।

"ਵਿਆਹ 'ਚ ਕਿੰਨੇ ਦਿਨ ਰਹਿ ਗਏ ?" ਬਾਪੂ ਜੀ ਨੇ ਪੁੱਛਿਆ।

"ਸ਼ਾਇਦ ਸੱਤ ਦਿਨ ਬਾਕੀ ਰਹਿ ਗਏ। ਸੋਧਾਂ ਗਿਣ ਕੇ ਦੱਸ ਰਹੀ ਸੀ। ਦੇਸੀ ਘੀ ਵੀ ਚਾਹੀਦੈ - ਸਾਡੀ ਮੱਝ ਦੇ ਦੁੱਧ 'ਚ ਮੱਖਣ ਹੀ ਨਹੀਂ - ਕਹਿੰਦੀ ਘਰੇ ਤਾਂ ਛਟਾਂਕ ਵੀ ਘੀ ਨਹੀਂ - ਘੀ ਤਾਂ ਆਖ਼ਰ ਚਾਹੀਦੈ - ਉਹ ਵੀ ਸੱਚੀ ਹੈ- ਪਰ ਗੁੱਸਾ ਮੈਨੂੰ ਉਦੋਂ ਆਇਆ ਜਦੋਂ ਉਹ ਗੁਰੂ ਮਹਾਰਾਜ ਨੂੰ ਪੁਣ ਰਹੀ ਸੀ।

"ਆਪਣੀ ਬੇਬੇ ਨੂੰ ਸੱਦ।" ਬਾਪੂ ਜੀ ਨੇ ਮੈਨੂੰ ਕਿਹਾ।

ਬੇਬੇ ਜੀ ਆ ਗਏ। ਬੇਬੇ ਜੀ ਬਾਪੂ ਜੀ ਦੇ ਸਾਹਮਣੇ ਕੰਬਦੇ ਰਹਿੰਦੇ ਸਨ। ਜਿਵੇਂ ਬਾਪੂ ਜੀ ਥਾਣੇਦਾਰ ਸੀ ਜਾਂ ਫਰੀਦਕੋਟੀਆ ਰਾਜਾ।

"ਆਪਣੇ ਘਿਉ ਕਿੰਨੈ ?"

"ਕਿਉਂ ?" ਬੇਬੇ ਨੇ ਇਕ ਤਰ੍ਹਾਂ ਮੁਸੀਬਤ ਭਾਂਪ ਲਈ ਸੀ। ਬੇਬੇ ਘੀ ਪਲੀ ਪਲੀ ਕਰਕੇ ਜੋੜਦੀ ਰਹਿੰਦੀ ਸੀ। ਬੇਬੇ ਨੂੰ ਪਤਾ ਸੀ ਭਾਗ ਸਿੰਘ ਦੇ ਮੁੰਡੇ ਦਾ ਵਿਆਹ ਸੀ।

"ਮੈਂ ਕਿਉਂ ਨਹੀਂ ਪੁੱਛਿਆ ?" ਬਾਪੂ ਜੀ ਘੁਟੇ ਗੁੱਸੇ ਨਾਲ ਬੋਲੇ।

ਬੇਬੇ ਡਰ ਨਾਲ ਸੁੰਗੜ ਜੇਹਾ ਗਈ ਸੀ।

"ਦੋ ਘੜੇ ਭਰੇ ਨੇ।"

"ਅੱਧਾ ਘੜਾ ਭਾਗ ਸਿੰਘ ਨੂੰ ਦੇ ਦੇ ਇਹਦੇ ਮੁੰਡੇ ਦਾ ਵਿਆਹ ਹੈ। ਭਾਗ ਸਿਆਂ ਘਰੋਂ ਬਰਤਨ ਲੈ ਕੇ ਆ - ਵੇਖੀਂ ਕਿਸੇ ਨੂੰ ਦੱਸੀਂ ਨਾ - ਨਹੀਂ ਤਾਂ ਘੀ ਵਿਚ ਕੀੜੇ ਪੈ ਜਾਣਗੇ।" ਬਾਪੂ ਜੀ ਨੇ ਭਾਗ ਸਿੰਘ ਨੂੰ ਹਦਾਇਤ ਕੀਤੀ ਨਹੀਂ ਤਾੜਨਾ ਕੀਤੀ।

"ਹੈਂ ?" ਭਾਗ ਸਿੰਘ ਚੀਕਿਆ "ਪਰ ਮੈਂ ਤਾਂ ਦੱਸੇ ਬਿਨਾਂ ਨਹੀਂ ਰਹਿਣਾ। ਮੈਂ ਤਾਂ ਪਿੰਡ 'ਚ ਹੋਕਾ ਦੇਵਾਂਗਾ - ਐਡੀ ਵੱਡੀ ਗੱਲ ਮੈਂ ਪਚਾ ਨਹੀਂ ਸਕਦਾ।" ਤੇ ਉਹ ਭਾਂਡਾ ਲੈਣ ਆਪਣੇ ਘਰ ਵਲ ਚਲਾ ਗਿਆ। ਬਾਪੂ ਜੀ ਕਿਸੇ ਕੰਮ ਪਿੰਡ 'ਚ ਚਲੇ ਗਏ। ਅਸੀਂ ਬੈਠੇ ਸਕੂਲ ਦਾ ਕੰਮ ਕਰਦੇ ਰਹੇ।

ਬੇਬੇ ਜੀ ਨੇ ਘੀ ਦਾ ਘੜਾ ਅੰਦਰੋਂ ਬਾਹਰ ਕੱਢ ਲਿਆ।

ਘੀ ਦਾ ਅੱਧਾ ਘੜਾ ਪਰਾਤ ਵਿਚ ਪਾ ਦਿੱਤਾ। ਘੀ ਦਾ ਕਪੂਰੀ ਰੰਗ ਸੀ। ਛੋਟਾ ਸ਼ਾਇਦ ਕਪੂਰੀ ਰੰਗ ਤੇ ਇਲ੍ਹ ਵਾਂਗ ਡਿੱਗਿਆ ਸੀ ਤੇ ਇਕ ਵੱਡਾ ਸਾਰਾ ਕਣਦਾਰ ਘੀ ਦਾ ਡਲਾ ਚੁਕ ਕੇ ਭੁਖਿਆਂ ਵਾਂਗ ਖਾ ਨਹੀਂ ਨਿਗਲ ਗਿਆ। ਮੈਂ ਵੀ ਕਈ ਰੁਗ ਖਾਧੇ। ਬੇਬੇ ਜੀ ਨੇ ਸਾਨੂੰ ਵਰਜਿਆ ਨਹੀਂ ਸਗੋਂ ਅੱਖਾਂ 'ਚੋਂ ਮੁਸਕਰਾ ਕੇ ਤਕਦੀ ਰਹੀ। ਅਸੀਂ ਭਾਗ ਸਿੰਘ ਦੀ ਪਰਾਤ 'ਚੋਂ ਨਹੀਂ ਬੇਬੇ ਜੀ ਦੇ ਘੜੇ 'ਚੋਂ ਰੁਗ ਭਰੇ ਸਨ।

"ਪੁਤ ਬਹੁਤ ਨਾ ਖਾਓ- ਜੁਲਾਬ ਲੱਗ ਜਾਣਗੇ।" ਬੇਬੇ ਜੀ ਨੇ ਸਾਨੂੰ ਭੁੱਖਿਆਂ ਵਾਂਗ ਖਾਂਦਿਆਂ ਹਲਕਾ ਵਰਜਿਆ ਸੀ। ਅਸੀਂ ਹੱਟ ਗਏ। ਸ਼ਾਇਦ ਬੇਬੇ ਜੀ ਦੇ ਵਰਜਨ ਤੇ ਨਹੀਂ ਸਾਡਾ ਅੰਦਰ "ਨਾਂਹ" ਕਹਿ ਗਿਆ ਸੀ।

"ਲੈ ਭਾਗ ਸਿਆਂ ਦੇਖ ਲੈ ਅੱਧੋ-ਅਧ ਹੈ।" ਬੇਬੇ ਜੀ ਨੇ ਭਾਗ ਸਿੰਘ ਨੂੰ ਇਮਾਨਦਾਰਾਂ ਵਾਂਗ ਕਿਹਾ।

"ਸਰਦਾਰਨੀਏ ਇਹ ਕਹਿ ਕੇ ਮੈਨੂੰ ਸ਼ਰਮਿੰਦਾ ਨਾ ਕਰ - ਮੇਰਾ ਕੀ ਹੱਕ ਹੈ ਕਿ ਮੈਂ ਅੱਧ ਪਰਖਾਂ।"

"ਨਾ ਵੀਰਾ ਕੋਈ ਭੁਲੇਖਾ ਨਾ ਰਹਿ ਜਾਏ - ਮੇਰੀ ਸਿੱਖ ਗੁੱਤ ਪੱਟ ਦੂ।" ਬੇਬੇ ਜੀ ਨੇ ਕਿਹਾ।

ਛੋਟਾ ਇਕਦਮ ਬੇ-ਤਹਾਸ਼ਾ ਹੱਸਿਆ।

"ਤੂੰ ਕਿਉਂ ਹੱਸਦੈਂ ਵੇ।" ਬੇਬੇ ਜੀ ਨੇ ਛੋਟੇ ਨੂੰ ਡਾਂਟਿਆ।

"ਕਿਉਂ ਤੇਰੀ ਗੁੱਤ ਕਿਲੈ ਜਿਹੜੀ ਬਾਪੂ ਪੁਟ ਦੇਵੇਗਾ।" ਛੋਟਾ ਉਸੀ ਤਰ੍ਹਾਂ ਹੱਸਦਾ ਬੋਲ ਰਿਹਾ ਸੀ।

"ਹਾਹੋ ਕਿਲਾ ਹੀ ਹੈ - ਤੂੰ ਆਪਣੇ ਬਾਪੂ ਦਾ ਗੁੱਸਾ ਨਹੀਂ ਜਾਣਦਾ।" ਬੇਬੇ ਜੀ ਆਪਣੀ ਕਹੀ ਗੱਲ ਦੇ ਸੱਚ ਦੀ ਪਰੋੜ੍ਹਤਾ ਕਰ ਰਹੀ ਸੀ।

"ਮਿਹਰਬਾਨੀ ਸਰਦਾਰਨੀਏ – ਵਾਹਿਗੁਰੂ ਬਹੁਤਾ ਦੇਵੇ।"

ਤੇ ਭਾਗ ਸਿੰਘ ਚਲਾ ਗਿਆ। ਉਸ ਨੇ ਪਰਾਤ ਉਪਰ ਕਪੜਾ ਤਾਣ ਲਿਆ ਸੀ। ਸ਼ਾਇਦ ਉਹ ਵੀ ਬੁਰੀ ਨਜ਼ਰ ਤੋਂ ਡਰ ਗਿਆ ਸੀ। ਘੀ ਦਾ ਰੰਗ ਹੀ ਇਤਨਾ ਮਨਮੋਹਣਾ ਸੀ ਜਿਸ ਨੂੰ ਦੁਨੀਆਂ ਦੀ ਨਜ਼ਰ ਲੱਗ ਸਕਦੀ ਸੀ – ਸ਼ਾਇਦ ਇਸ ਨੂੰ ਕੀੜੇ ਪੈਣੇ ਕਹਿੰਦੇ ਹਨ। ਪਰ ਬਾਪੂ ਜੀ ਤਾਂ ਗੁਰਸਿਖ ਸੀ ਉਹ ਨਜ਼ਰ ਤੋਂ ਨਹੀਂ ਡਰਦੇ ਸਨ ਪਰ ਸ਼ਾਇਦ ਇਹ ਨਹੀਂ ਚਾਹੁੰਦੇ ਸਨ ਕਿ ਲੋਕਾਂ ਨੂੰ ਪਤਾ ਲੱਗੇ ਕਿ ਭਾਗ ਸਿੰਘ ਨੂੰ ਇਤਨਾ ਘੀ ਮੁਫ਼ਤ ਵਿਚ ਦਿੱਤਾ ਸੀ। ਬਾਪੂ ਜੀ ਸ਼ਾਇਦ ਭਲਾਈ ਦੀ ਚਰਚਾ ਨਹੀਂ ਚਾਹੁੰਦੇ ਸਨ। ਬਾਪੂ ਜੀ ਨੂੰ ਇਸ ਤਰ੍ਹਾਂ ਦੀ ਵਡਿਆਈ ਪਸੰਦ ਨਹੀਂ ਸੀ।

ਅਗਲੀ ਸਵੇਰ ਬਾਪੂ ਜੀ ਨੇ ਵੱਡਾ ਊਠ ਤਿਆਰ ਕਰਵਾਇਆ। ਉਸ ਉਪਰ ਪਾਖੜਾ ਪੁਆਇਆ। ਵੱਡਾ ਬੋਰਾ ਰਖਾਇਆ ਤੇ ਭਾਗ ਸਿੰਘ ਨੂੰ ਲੈ ਕੇ ਪਤਾ ਨਹੀਂ ਕਿੱਥੇ ਰਵਾਨਾ ਹੋ ਗਏ। ਬਾਪੂ ਜੀ ਨੂੰ ਪੁੱਛਣ ਦਾ ਕਿਸੇ ਦਾ ਵੀ ਹੀਆ ਨਹੀਂ ਸੀ। ਬਾਪੂ ਜੀ ਬਹੁਤਾ ਚੁੱਪ ਹੀ ਰਹਿੰਦੇ ਸਨ। ਕੰਮ ਦੇ ਪਿਆਰੇ ਸਨ। ਕਾਮੇ ਬੰਦੇ ਬਾਪੂ ਜੀ ਨੂੰ ਬਹੁਤ ਪਸੰਦ ਸਨ। ਵਿਹਲੜਾਂ ਨੂੰ ਉਹ ਨਾਪਸੰਦ ਕਰਦੇ ਸਨ। ਝੂਠ ਬੋਲਣ ਵਾਲੇ ਨੂੰ ਉਹ ਬਹੁਤ ਨਫ਼ਰਤ ਕਰਦੇ ਸਨ।

ਬਾਪੂ ਜੀ ਨੇ ਸਾਰਾ ਦਿਨ ਮੰਡੀ ਦੀਆਂ ਦੁਕਾਨਾਂ ਤੋਂ ਭਾਗ ਸਿੰਘ ਦੇ ਮੁੰਡੇ ਲਈ ਸਾਮਾਨ ਖਰੀਦਿਆ। ਕਪੜੇ ਖਰੀਦੇ। ਸੋਨੇ ਦੇ ਕੁਝ ਗਹਿਣੇ ਖਰੀਦੇ। ਗੁੜ ਖੰਡ ਤੇ ਹੋਰ ਜ਼ਰੂਰੀ ਸੀਧਾ ਖਰੀਦਿਆ। ਵੱਡੇ ਊਠ ਦਾ ਭਰਪੂਰ ਲੱਦਾ ਬਣ ਗਿਆ ਵਿਆਹ ਦਾ ਪੂਰਾ ਸਾਮਾਨ ਸੀ। ਉਹ ਸਾਮਾਨ ਵੀ ਖਰੀਦਿਆ ਜਿਸ ਦਾ ਭਾਗ ਸਿੰਘ ਨੂੰ ਪਤਾ ਨਹੀਂ ਸੀ। ਸੇਠ ਗੋਂਦਾ ਮਲ ਦੀ ਸਹਾਇਤਾ ਨਾਲ ਹਰ ਚੀਜ਼ ਖਰੀਦੀ। ਵਹੁਟੀ ਲਈ ਹਰ ਨਿੱਕੀ ਮੋਟੀ ਚੀਜ਼ ਟੂਮ-ਛੱਲਾ ਖਰੀਦਿਆ। ਭਾਗ ਸਿੰਘ ਦਾ ਮੂੰਹ ਇਕ ਤਰ੍ਹਾਂ ਜੁੜ ਹੀ ਗਿਆ ਸੀ। ਵਿਚ ਵਿਚ ਭਾਗ ਸਿੰਘ ਨੂੰ ਲਗਦਾ ਸੀ ਇਹ ਸਾਮਾਨ ਉਸ ਦੇ ਲੱਡੂ ਦੇ ਵਿਆਹ ਲਈ ਨਹੀਂ ਸੀ। ਹੋਰ ਕਿਸ ਲਈ ? ਭਾਗ ਸਿੰਘ ਸੋਚ ਕੇ ਸੁੰਨ ਜਿਹਾ ਹੋ ਜਾਂਦਾ ਸੀ। ਪਿੰਡ ਪਹੁੰਚਣ ਤੱਕ ਸੂਰਜ ਛੁੱਪ ਗਿਆ। ਉਤਰ ਰਹੀ ਸਰਦੀ ਦਾ ਦਿਨ ਵੀ ਤਾਂ ਮਸਾਂ ਗਿੱਠ ਭਰ ਹੀ ਸੀ ਜਿਹੜਾ ਕੁੱਤੇ ਦੇ ਕੰਨ ਵਾਂਗ ਡਿੱਗ ਪਿਆ। ਸੂਰਜ ਚੋਰ ਭਲਾਈ ਦੇ ਗਿਆ।

"ਭਾਗ ਸਿਆਂ! ਊਠ ਦੀ ਮੁਹਾਰ ਫੜ ਕੇ ਘਰ ਲੈਜਾ ਤੇ ਸਾਰਾ ਸਾਮਾਨ ਉਤਾਰ ਲੈ ਤੇ ਮੈਂ ਗੁਰਦੁਆਰਾ ਸਾਹਿਬ ਮੱਥਾ ਟੇਕ ਕੇ ਆਂਦਾ ਹਾਂ। ਊਠ ਘਰੇ ਛੱਡ ਜਾਈਂ।"

"ਸਰਦਾਰ ਜੀ ਸਾਰਾ ਸਾਮਾਨ ਹੀ ?"

"ਹਾਂ।"

"ਪਰ।"

"ਵਿਆਹ ਦਾ ਹੀ ਸਾਮਾਨ ਹੈ।"

"ਪਰ ਐਨਾ ?"

"ਵਿਆਹ ਲਈ ਜ਼ਰੂਰੀ ਸਾਮਾਨ ਹੀ ਤਾਂ ਲਿਆ ਹੈ – ਲੈ ਜਾ।" ਬਾਪੂ ਜੀ ਊਠ ਦੀ ਮੁਹਾਰ ਭਾਗ ਸਿੰਘ ਦੇ ਹੱਥ ਦੇ ਕੇ ਗੁਰਦੁਆਰਾ ਸਾਹਿਬ ਅੰਦਰ ਚਲੇ ਗਏ। ਥੋੜਾ ਸਮਾਂ ਸੁੰਨ ਹੋਇਆ ਭਾਗ ਸਿੰਘ ਥਾਂ 'ਤੇ ਹੀ ਖੜਾ ਰਿਹਾ ਤੇ ਫੇਰ ਚਾਅ ਜੇਹੇ ਨਾਲ ਘਰ ਵੱਲ ਚੱਲ ਪਿਆ। ਊਠ ਵੀ ਉਸ ਦੇ ਮਗਰ ਤੇਜ਼ ਚਾਲ ਚਲ ਰਿਹਾ ਸੀ।

ਸੋਧਾਂ ਖੁਸ਼ ਸੀ। ਵਿਆਹ ਦਾ ਜ਼ਰੂਰੀ ਸਾਮਾਨ ਅੰਦਰੋਂ ਕੱਢ ਕੱਢ ਕੇ ਵਰਤ ਰਹੀ ਸੀ। ਆਂਢਣਾਂ ਗੁਆਂਢਣਾਂ ਹੈਰਾਨ ਸਨ ਕਿ ਉਸ ਨੇ ਸਾਮਾਨ ਪਤਾ ਨਹੀਂ ਕਦੋਂ ਦਾ ਅੰਦਰ ਜਮਾਂ ਕਰ ਰੱਖਿਆ ਸੀ ਜਿਹੜਾ ਕੱਢ ਕੱਢ ਕੇ ਵਰਤ ਰਹੀ ਸੀ। ਪੁੱਤ ਦਾ ਪਹਿਲਾ ਵਿਆਹ ਸੀ –ਧੀਆਂ ਛੋਟੀਆਂ ਸਨ। ਸੋਧਾਂ ਤੋਂ ਚਾਹ ਚੱਕਿਆ ਨਹੀਂ ਜਾਂਦਾ ਸੀ।

ਨਾਨਕਾ ਮੇਲ ਪਹੁੰਚ ਗਿਆ। ਕੁੜੀਆਂ ਕੱਤਰੀਆਂ ਵਿਆਹ ਤੇ ਪਹੁੰਚਣ ਦੇ ਗੀਤ ਗਾਂਦੀਆਂ ਭਾਗ ਸਿੰਘ ਦੇ ਘਰ ਪਹੁੰਚ ਗਈਆਂ। ਘਰ ਖੁੱਲ੍ਹਾ ਸੀ। ਵੱਡਾ ਵਿਹੜਾ ਤੇ ਬਹੁਤ ਸਾਰੇ ਕਮਰੇ ਜਿਹੜੇ ਵਰ੍ਹਿਆਂ ਤੋਂ ਵੀਰਾਨ ਪਏ ਸਨ। ਸੋਧਾਂ ਨੇ ਮਿਹਨਤ ਕਰਕੇ ਸਾਫ਼ ਕਰ ਲਏ ਸਨ। ਸਾਰੇ ਘਰ ਵਿਚ ਰੌਣਕ ਹੀ ਰੌਣਕ ਸੀ। ਘਰ ਜਿਵੇਂ ਹੱਸ ਰਿਹਾ ਸੀ – ਗੀਤ ਗਾ ਰਿਹਾ ਸੀ। ਕੰਧਾਂ ਗੂੰਜ ਰਹੀਆਂ ਸਨ। ਵਿਹੜਾ ਚਮਕ ਰਿਹਾ ਸੀ।

ਅੱਜ ਲੱਡੂ ਦੀ ਨਹਾਈ ਧੋਈ ਸੀ।

ਭਾਗ ਸਿੰਘ ਘਬਰਾਇਆ ਜੇਹਾ ਸਾਡੇ ਘਰ ਆਇਆ।

ਭਾਗ ਸਿਆਂ ਅੱਜ ਤਾਂ ਜੰਨ ਨੇ ਚੜ੍ਹਨੈ ਤੇਰੇ ਕਿਵੇਂ ਔਸਾਨ ਜੇਹੇ ਮਾਰੇ ਪਏ ਲਗਦੇ ਨੇ। ਗੁਰੂ ਤੇਰੇ ਅੰਗ ਸੰਗ ਹੈ। ਇਹ ਕੰਮ ਗੁਰੂ ਖੁਦ ਹੀ ਕਰਦੈ। ਕੀ ਗੱਲ ਹੈ ? ਕੋਈ ਨਵੀਂ ਚਿੰਤਾ ?"

"ਭਾਈ ਸਾਹਿਬ ਸਰਬਾਹਲਾ ਬਨਣ ਵਾਸਤੇ ਲੜਕਾ ਨਹੀਂ ਮਿਲਦਾ – ਸਾਡੇ ਘਰਾਂ 'ਚ ਤਾਂ ਕੁੜੀਆਂ ਦੇ ਹੀ ਢੇਰ ਲੱਗੇ ਪਏ ਐ।"

"ਕੁੜੀਆਂ ਦਾ ਹੋਣਾ ਗੁਰੂ ਮਹਾਰਾਜ ਦੀ ਮਿਹਰ ਹੈ – ਢੇਰ ਲੱਗੇ ਨਹੀਂ ਕਹਿਣਾ।" ਬਾਪੂ ਜੀ ਨੇ ਕਿਹਾ। ਭਾਗ ਸਿੰਘ ਜਿਵੇਂ ਪਰੇਸ਼ਾਨ ਵੀ ਸੀ ਤੇ ਹੱਸ ਵੀ ਰਿਹਾ ਸੀ। ਉਹ ਖੱਪ ਗਿਆ ਸੀ। ਸਾਰੇ ਮੁਹੱਲੇ 'ਚੋਂ ਇਕ ਵੀ ਮੁੰਡਾ ਨਹੀਂ ਮਿਲਿਆ। ਨਾਨਕਾ ਮੇਲ ਵਿਚ ਵੀ ਕੋਈ ਮੁੰਡਾ ਨਹੀਂ ਸੀ। ਭਾਗ ਸਿੰਘ ਦੇ ਹੱਥਾਂ ਦੇ ਤੋਤੇ ਉਡ ਗਏ ਸਨ। ਉਸ ਨੇ ਕਦੇ ਸੋਚਿਆ ਹੀ ਨਹੀਂ ਸੀ ਕਿ ਉਸ ਦੇ ਆਂਢ ਗੁਆਂਢ ਵਿਚ ਵੀ ਕੋਈ ਮੁੰਡਾ

ਨਹੀਂ ਸੀ। ਕੇਵਲ ਲੜਕੀਆਂ ਹੀ ਸਨ।

"ਗੁਰੂ ਭਲੀ ਕਰੇਗਾ।" ਬਾਪੂ ਜੀ ਨੇ ਸੰਜੀਦਾ ਹੋ ਕੇ ਕਿਹਾ ਤੇ ਫੇਰ ਸਾਡੇ ਦੋਹਾਂ ਭਰਾਵਾਂ ਵੱਲ ਤੱਕਿਆ।

"ਤੂੰ ਬਣੇਂਗਾ ਸਰਬਾਹਲਾ ?" ਬਾਪੂ ਜੀ ਨੇ ਦੂਰੋਂ ਹੀ ਛੋਟੇ ਤੋਂ ਪੁੱਛਿਆ।

"ਮੈਂ ਨਹੀਂ ਬਣਦਾ ਇਨ੍ਹਾਂ ਦਾ ਸਰਬਾਹਲਾ" ਛੋਟਾ ਬੋਲਦਾ ਬਾਹਰ ਦੌੜ ਗਿਆ। ਭਾਗ ਸਿੰਘ ਸ਼ਰਮਿੰਦਾ ਜੇਹਾ ਹਾਸਾ ਹੱਸਦਾ ਰਿਹਾ ਸੀ ਪਰ ਬਾਪੂ ਜੀ ਦੀਆਂ ਅੱਖਾਂ ਵਿਚ ਕਰੋਧ ਝਲਕ ਰਿਹਾ ਸੀ। ਬਾਪੂ ਜੀ ਮੇਰੇ ਵਲ ਝਾਕੇ – ਮੇਰੀਆਂ ਅੱਖਾਂ ਮਿਚ ਗਈਆਂ ਤੇ ਮੂੰਹ 'ਚੋਂ "ਹਾਂ" ਨਿਕਲ ਗਈ।

"ਇਹਦੇ ਲਈ ਨਵੇਂ ਕਪੜੇ ਹੈ ?" ਬਾਪੂ ਜੀ ਨੇ ਬੇਬੇ ਜੀ ਤੋਂ ਪੁੱਛਿਆ। ਬੇਬੇ ਜੀ ਅੰਦਰ ਸਾਰਾ ਵਾਰਤਾਲਾਪ ਸੁਣ ਰਹੀ ਸੀ।

"ਭਾਗ ਸਿਆਂ ਇਸ ਨੂੰ ਲੈ ਕੇ ਜਾ – ਬੱਚਿਆਂ ਦੀ ਨਹਾਈ ਧੁਆਈ ਕਰਵਾ ਤੇ ਜੰਨ ਚੜ੍ਹਨ ਤੋਂ ਪਹਿਲਾਂ ਮੇਰੇ ਕੋਲ ਆਣਾ।"

"ਕਿਉਂ ਸਰਦਾਰ ਜੀ ?"

"ਗੱਡੀ ਦਾ ਭਾੜਾ ਨਹੀਂ ਚਾਹੀਦਾ ?"

"ਉਹ ਤਾਂ ਸਰਦਾਰ ਜੀ ਚਾਹੀਦੈ।"

"ਲੈ ਫੜ ਦੁਬਾਰਾ ਕਿੱਥੇ ਆਏਂਗਾ।" ਬਾਪੂ ਜੀ ਨੇ ਜੇਬ 'ਚੋਂ ਭਾੜਾ ਦਿੱਤਾ।

"ਬਹੁਤੀ ਜੰਨ ਤਾਂ ਨਹੀਂ ਲੈ ਚੱਲਿਆ – ਰਿਸ਼ਤੇਦਾਰਾਂ ਨੂੰ ਤਕਲੀਫ਼ ਨਹੀਂ ਦੇਈਦੀ।"

"ਨਹੀਂ ਭਾਈ ਜੀ ਪੰਜ ਹੀ ਬੰਦੇ ਜਾ ਰਹੇ ਹਾਂ।"

"ਸ਼ਾਬਾਸ਼!"

"ਭਾਗ ਸਿਆਂ ਮੁੰਡਾ ਵਿਆਹੁਣ ਚੱਲਿਐਂ ਕੋਈ ਪੈਸਾ ਟਕਾ ਨਹੀਂ ਚਾਹੀਦਾ।" ਮੇਰੇ ਚਾਚਾ ਜੀ ਨੇ ਪੁੱਛਿਆ।

"ਚਾਹੀਦੈ ਸਰਦਾਰ ਜੀ।"

"ਆਹ ਲੈ ਸੌ ਰੁਪਿਆ – ਗੁਰੂ ਕਾਰਜ ਆਪ ਕਰਦੈ।" ਚਾਚਾ ਜੀ ਕਹਿ ਰਹੇ ਸਨ। ਉਸ ਦੇ ਮਗਰ ਮੇਰੇ ਤਾਇਆ ਜੀ ਤੇ ਘਰਾਂ ਦੇ ਹੋਰ ਬੰਦੇ ਭਾਗ ਸਿੰਘ ਨੂੰ ਪੈਸੇ ਦੇਣ ਲਈ ਪਹੁੰਚ ਗਏ। ਭਾਗ ਸਿੰਘ ਦੀ ਜੇਬ ਭਰ ਗਈ ਤੇ ਹੱਥ ਤਰ ਹੋ ਗਿਆ।

ਲੱਡੂ ਤੇ ਮੇਰੀ ਨਹਾਈ ਧੋਈ ਹੋਈ। ਲੱਡੂ ਦਾ ਰੰਗ ਵਟਨਾ ਮਲਣ ਨਾਲ ਲੱਡੂ

ਰੰਗਾ ਹੀ ਹੋ ਗਿਆ। ਉਹ ਬਹੁਤ ਹੀ ਸਨੁੱਖਾ ਲੱਗ ਰਿਹਾ ਸੀ। ਕਪੜੇ ਪਾ ਕੇ ਉਹ ਰਾਜਾ ਮਹਾਰਾਜਾ ਲਗਦਾ ਸੀ। ਪਿੰਡ ਵਿਚ ਗੱਲ ਤੁਰ ਗਈ ਕਿ ਮੈਂ ਲੱਡੂ ਦਾ ਸਰਬਾਹਲਾ ਬਣਿਆ ਸਾਂ। ਸ਼ਾਇਦ ਲੋਕਾਂ ਨੇ ਮੂੰਹ 'ਚ ਉਂਗਲੀ ਪਾ ਲਈ। ਸ਼ਾਇਦ ਇਹ ਵੱਡੀ ਘਟਨਾ ਸੀ – ਇਕ ਅਨਹੋਣੀ ਸੀ।

ਸਾਰੇ ਪਿੰਡ ਦੀਆਂ ਕੁੜੀਆਂ, ਬੁੜੀਆਂ ਤੇ ਬਹੂਆਂ ਹੁੰਮ ਹੁਮਾ ਕੇ ਨਹਾਈ ਧੋਈ ਵਿਚ ਸ਼ਾਮਲ ਹੋਈਆਂ। ਗੀਤ ਗੂੰਜੇ "ਮੇਰੇ ਵਿਹੜੇ ਕੌਣ ਨਹਾਤੜਾ ਨੀ, ਕੀਹਨੇ ਡੋਹਲਿਆ ਪਾਣੀ।"

ਮੂੰਹ ਜੋੜ ਕੇ ਇਕ ਸੁਰ ਹੋ ਕੇ ਬੁੜੀਆਂ ਗਾ ਰਹੀਆਂ ਸਨ ਤਾਂ ਸਾਰੇ ਪਿੰਡ ਵਿਚ ਗੀਤ ਗੂੰਜ ਰਹੇ ਸਨ। ਕੰਧਾਂ ਗੂੰਜੀਆਂ ਸਨ। ਦਰੱਖ਼ਤ ਝੂਮੇ ਸਨ।

ਲੱਡੂ ਨੂੰ ਤੋਰਿਆ ਗਿਆ। ਇਕ ਵੱਡੀ ਭੀੜ ਲੱਡੂ ਦੇ ਗਿਰਦ ਸੀ। ਗੁਰਦੁਆਰਾ ਸਾਹਿਬ ਮੱਥਾ ਟੇਕਿਆ ਗਿਆ। ਸਾਰਾ ਪਿੰਡ ਹੀ ਨਵੇਂ ਕਪੜਿਆਂ ਵਿਚ ਸਜਿਆ ਹੋਇਆ ਸੀ। ਪਤਾ ਨਹੀਂ ਕਿੰਨੇ ਵੱਡੇ ਘਰ ਦੇ ਮੁੰਡੇ ਦਾ ਵਿਆਹ ਸੀ। ਹਰ ਜੀਅ ਨੇ ਚਾਅ ਕੀਤਾ ਸੀ। ਸੋਧਾਂ ਖ਼ੁਸ਼ੀਆਂ 'ਚ ਗੁਆਚ ਹੀ ਗਈ ਸੀ।

ਜੰਨ ਤੁਰਨ ਮਗਰੋਂ ਭਾਗ ਸਿੰਘ ਦੇ ਘਰ ਦਮਦਾਰ ਗਿੱਧਾ ਪਿਆ। ਗਿੱਧੇ ਦੀ ਧਮਕ ਜਲੰਧਰ ਪੁੱਜ ਰਹੀ ਸੀ। ਲੱਡੂ ਦੇ ਵਿਆਹ ਦੀ ਰੌਣਕ, ਗੀਤ ਤੇ ਗਿੱਧੇ ਦੀ ਚਰਚਾ ਮਹੀਨਿਆਂ ਤੱਕ ਪਿੰਡ ਵਿਚ ਹੁੰਦੀ ਰਹੀ। ਧੂੰਏਂ ਤੇ ਚਲਦੀ ਰਹੀ।

"ਭਾਈ ਗੁਰੂ ਆਪ ਹੀ ਕਰਨ ਵਾਲੈ ਕਾਰਜ।" ਗਿਆਨੀ ਬੰਦੇ ਨੇ ਭਗਤੀ ਭਾਵ ਨਾਲ ਕਿਹਾ। ਅੱਜ ਉਸ ਦੀ ਗੱਲ ਨੂੰ ਕਿਸੇ ਨੇ ਵੀ ਨਹੀਂ ਕੱਟਿਆ ਸੀ। ਧੂੰਆਂ ਮਘ ਰਿਹਾ ਸੀ। ਧੂੰਆਂ ਖ਼ਾਮੋਸ਼ ਖ਼ਾਮੋਸ਼ ਉਠ ਰਿਹਾ ਸੀ। ਘੁੱਦੀਆਂ ਮੱਚ ਰਹੀਆਂ ਸਨ ਪਰ ਤਿੜਕ ਨਹੀਂ ਰਹੀਆਂ ਸਨ। ਚੰਗਿਆੜੇ ਉਠ ਨਹੀਂ ਰਹੇ ਸਨ। ਧੂੰਆਂ ਸੇਕਦੇ ਬੰਦੇ ਡਕਿਆਂ ਨਾਲ ਅੱਗ ਬਲਦੀ ਰੱਖਣ ਲਈ ਸੁਕਾ ਨਿਕ ਸੁਕ ਉਪਰ ਸੁੱਟ ਰਹੇ ਸਨ ਪਰ ਕੋਈ ਕੁਸਕ ਰਿਹਾ ਸੀ ਨਾ ਬੋਲ ਰਿਹਾ ਸੀ – ਹਾਂ, ਹਾਂ ਨੰਗੀਆਂ ਲੱਤਾਂ ਦੀ ਤਪਨ ਠੀਕ ਕਰਨ ਲਈ ਹੱਥਾਂ ਦੀਆਂ ਤਲੀਆਂ ਜ਼ਰੂਰ ਮਲ ਰਹੇ ਸਨ। ਲਗਦਾ ਸੀ ਉਹ ਬੇਜਾਨ ਜੇਹੇ ਬੈਠੇ ਸਨ। ਮੂੰਹ ਬੰਦ ਸਨ ਜਾਂ ਜ਼ੁਬਾਨ ਠਾਕੀ ਗਈ ਸੀ। ਦਿਨ ਚੜ੍ਹ ਗਿਆ। ਭਖ਼ਿਆ ਸੋਹਣਾ ਸੂਰਜ ਤਪੀਏ ਦੇ ਡੇਰੇ ਦੇ ਝੁੰਡ ਦਰੱਖ਼ਤਾਂ 'ਚੋਂ ਨਿਕਲ ਆਇਆ ਜਿਸ ਨੇ ਹਨੇਰਾ ਪਾੜ ਦਿੱਤਾ ਜਾਂ ਜਿਸ ਦਾ ਚਿਹਰਾ ਦੇਖਦੇ ਹੀ ਹਨੇਰਾ ਚਲਾ ਗਿਆ – ਨਹੀਂ ਦੌੜ ਹੀ ਗਿਆ ਜਿਵੇਂ ਹਨੇਰਾ ਨਹੀਂ ਹਵਾ ਸੀ ਜਿਹੜੀ ਵਹਿ ਗਈ।

ਫੇਰ ਧੂੰਆਂ ਸੁੰਨਾ ਹੋ ਗਿਆ – ਲੋਕ ਚਲੇ ਗਏ।

*

ਨਵਾਂ ਰੰਗ

ਇਹ ਗੱਲ 1951 ਦੀ ਹੈ। ਲੋਕ ਦੇਸ਼ ਦੀ ਵੰਡ ਦੀਆਂ ਗੱਲਾਂ-ਕਹਾਣੀਆਂ ਭੁੱਲ ਚੁੱਕੇ ਸਨ। ਮੈਂ ਜਵਾਨ ਹੋ ਗਿਆ ਸਾਂ। ਮੇਰਾ ਸਰੀਰ ਪੱਥਰ ਬਣ ਗਿਆ ਸੀ। ਕਬੱਡੀ ਦਾ ਮੈਂ ਬੁਲੰਦ ਖਿਡਾਰੀ ਸੀ। ਸਾਹਮਣੇ ਵਾਲਾ ਮੈਨੂੰ ਫੜ ਨਹੀਂ ਸਕਦਾ ਸੀ। ਮੈਂ ਖੜ੍ਹਾ ਹੀ ਸਾਹਮਣੇ ਵਾਲੇ ਦੇ ਮੋਢੇ ਤੋਂ ਲੰਘ ਜਾਂਦਾ ਸੀ। ਜਿਵੇਂ ਰਬੜ ਦੀ ਗੇਂਦ ਬੁੜਕਦੀ ਹੈ। ਮੇਰੇ ਹੱਥ ਵੱਡੇ ਸਨ ਜਿਨ੍ਹਾਂ ਵਿਚ ਆਈ ਖਿਡਾਰੀ ਦੀ ਬਾਂਹ ਜਾਂ ਧੌਣ ਜਾਂ ਲੱਤ ਛੁੱਟਦੀ ਨਹੀਂ ਸੀ ਤੇ ਮੇਰੀਆਂ ਬਾਹਾਂ ਬਹੁਤ ਮੋਟੀਆਂ ਸਨ ਜਿਹੜੀਆਂ ਫੜਨ ਵਾਲੇ ਦੇ ਹੱਥਾਂ ਵਿਚ ਆਂਦੀਆਂ ਨਹੀਂ ਸਨ। ਹੱਥ ਵੱਡੇ ਬਾਹਾਂ ਮੋਟੀਆਂ ਤੋਂ ਸਾਰੇ ਖੇਡਣ ਵਾਲੇ ਡਰਦੇ ਸਨ। ਪਤਾ ਨਹੀਂ ਕਿਸ ਸਮੇਂ ਅਸੀਂ ਕਬੱਡੀ ਜਿੱਤ ਲੈਂਦੇ ਸੀ। ਗੋਲਾ ਮੇਰੇ ਹੱਥ 'ਚ ਗੋਲੀ ਲਗਦਾ ਜਿਹੜਾ ਅਸਮਾਨ ਚੜ੍ਹ ਜਾਂਦਾ ਸੀ। ਨਵੇਂ ਨਿਸ਼ਾਨ ਬਣਾ ਦਿੰਦਾ ਸੀ। ਅਸੀਂ ਰੱਸਾ ਖਿੱਚਦੇ – ਮੈਂ ਮੋਢੀ ਹੁੰਦਾ – ਰੱਸਾ ਮੇਰੇ ਲੱਕ ਨਾਲ ਬੱਝਿਆ ਹੁੰਦਾ ਤੇ ਮੈਂ ਧਰਤੀ ਤੇ ਇਸ ਤਰ੍ਹਾਂ ਚਿਟਕ ਜਾਂਦਾ ਕਿ ਸਾਰੇ ਮੁੰਡੇ ਖਿਚਦੇ ਥੱਕ ਜਾਂਦੇ ਪਰ ਮੈਂ ਧਰਤੀ ਤੋਂ ਨਾ ਹਿਲਦਾ। ਮੇਰੇ ਅੰਦਰ ਇਤਨਾ ਜ਼ੋਰ ਕਿਥੋਂ ਆ ਗਿਆ ਸੀ ? ਮੈਂ ਮਾਂ ਦੇ ਘੀ ਦੇ ਘੜੇ ਨਹੀਂ ਛੱਡਦਾ ਸਾਂ – ਮਾਂ ਕਿਸੇ ਨੂੰ ਵੀ ਦਸਦੀ ਨਾ – ਸਗੋਂ ਖ਼ੁਸ਼ ਹੁੰਦੀ – ਪੁੱਤ ਤਗੜਾ ਹੋ ਰਿਹਾ ਸੀ। ਪੁੱਤ ਨੂੰ ਜਵਾਨੀ ਦਾ ਨਵਾਂ ਰੰਗ ਚੜ੍ਹ ਰਿਹਾ ਸੀ। ਮਾਂ ਨੇ ਬਾਪੂ ਜੀ ਤੋਂ ਚੋਰੀ ਕਾਲੇ ਇਲਮ ਦਾ ਧਾਗਾ ਮੇਰੇ ਗੱਲ ਵਿਚ ਪਾ ਦਿੱਤਾ ਸੀ ਜਿਸ ਵਿਚ ਛੋਟਾ ਜਿੰਨਾ ਤਵੀਤ ਵੀ ਹੁੰਦਾ ਸੀ ਜਿਹੜਾ ਚਾਂਦੀ ਦਾ ਹੁੰਦਾ ਸੀ। "ਬਾਪੂ ਜੀ ਨੂੰ ਪਤਾ ਨਾ ਲੱਗੇ।" ਮਾਂ ਨੇ ਧੀਮੀ ਆਵਾਜ਼ ਵਿਚ ਦੂਜਿਆਂ ਤੋਂ ਚੋਰੀ ਕਿਹਾ ਸੀ। ਬਾਪੂ ਜੀ ਗੁਰਸਿੱਖ ਸਨ ਜਿਹੜੇ ਤਵੀਤ ਧਾਗਿਆਂ ਦੇ ਖਿਲਾਫ਼ ਸਨ। ਬੇਬੇ ਮੈਨੂੰ ਬੁਰੀ ਨਜ਼ਰ ਤੋਂ ਬਚਾਣ ਦਾ ਯਤਨ ਕਰ ਰਹੀ ਸੀ।

"ਬਾਪੂ ਜੀ ਨੂੰ ਮੈਂ ਦੱਸੂੰ" ਛੋਟੇ ਨੇ ਕੋਲੋਂ ਹੀ ਕਿਹਾ। ਉਹ ਬੇਬੇ ਦੀ ਜਿਵੇਂ ਚੋਰੀ ਫੜੀ ਖੜਾ ਸੀ।

"ਮੈਂ ਕੁਟੂੰ ਵੀ।" ਮਾਂ ਨੇ ਧਮਕੀ ਦਿੱਤੀ।

"ਨਹੀਂ ਤਾਂ ਅੱਧਾ ਘੜਾ ਘੀ ਦਾ ਮੈਨੂੰ ਵੀ ਦੇ।" ਛੋਟੇ ਨੇ ਮਾਂ ਨੂੰ ਛੱਲਣਾ ਚਾਹਿਆ।

"ਚੰਗਾ ਲੈਲਾ ਪਰ ਦੱਸੀਂ ਨਾ।"

"ਨਹੀਂ ਦਸਦਾ-ਘੀ ਹੁਣੇ ਦੇ, ਫੇਰ ਤਾਂ ਮੁਕਰ ਜਾਵੇਂਗੀ।" ਛੋਟੇ ਨੇ ਘੀ ਕਬਜ਼ੇ ਵਿਚ ਕਰ ਲਿਆ।

"ਤੇਰੇ ਤੇ ਜਵਾਨੀ ਹਨੇਰੀ ਵਾਂਗ ਚੜ੍ਹ ਗਈ" ਆੜੀ ਕਹਿੰਦੇ ਸਨ।

"ਤੇਰਾ ਨੱਕ ਡੱਡੂ ਵਾਂਗ ਫੁੱਲ ਗਿਆ।" ਇਕ ਨੇ ਕਿਹਾ।

"ਤੂੰ ਨੱਕਲ ਲਗਦੈਂ।" ਦੂਜੇ ਨੇ ਕਿਹਾ। ਮੈਂ ਨੱਕ ਨੂੰ ਹੱਥ ਨਾਲ ਪਰਖਣਾ ਚਾਹਿਆ ਪਰ ਮੈਨੂੰ ਸਮਝ ਨਹੀਂ ਪੈਂਦੀ ਸੀ।

"ਸ਼ੀਸ਼ੇ 'ਚ ਦੇਖ।"

"ਸ਼ੀਸ਼ਾ ਤਾਂ ਹੈ ਨਹੀਂ।" ਮੈਂ ਸਮੱਸਿਆ ਦੱਸੀ।

"ਮੇਲੇ ਤੋਂ ਖਰੀਦ ਕੇ ਲੈ ਆ। ਅੱਜ ਲੱਖੀ-ਜੰਗਲ ਦਾ ਮੇਲਾ ਹੈ।"

"ਪੈਸੇ ਹੈ ਨਹੀਂ।"

"ਫੇਰ ਅਸੀਂ ਕੀ ਕਰੀਏ।"

"ਬੇਬੇ ਤੋਂ ਲੈ ਲਾ।"

"ਬੇਬੇ ਕੋਲੇ ਤਾਂ ਰਤਾ ਪੈਸਾ ਵੀ ਨਹੀਂ ਹੁੰਦਾ। ਉਹ ਬਾਪੂ ਜੀ ਤੋਂ ਡਰਦੀ ਹੈ।"

"ਨਹੀਂ ਓਏ ਕੂੱਢਣਾ ਮਾਂਵਾਂ ਕੋਲੇ ਗੋਲੀ ਦੇ ਪੈਸੇ ਹੁੰਦੇ ਐ ਪਰ ਉਹ ਦਸਦੀਆਂ ਨਹੀਂ।"

ਮੈਂ ਬੇਬੇ ਨੂੰ ਪੁੱਛਿਆ ਪਰ ਉਸ ਕੋਲੇ ਨਹੀਂ ਸਨ। ਸਾਡੀ ਬੇਬੇ ਝੂਠ ਨਹੀਂ ਬੋਲਦੀ ਸੀ। ਉਸ ਨੂੰ ਪੈਸੇ ਰੱਖਣੇ ਨਹੀਂ ਆਂਦੇ ਸੀ ਤੇ ਨਾ ਹੀ ਪੈਸੇ ਨਾਲ ਮੋਹ ਸੀ। ਬੇਬੇ ਨੂੰ ਪੈਸੇ ਦੀ ਲੋੜ ਹੀ ਨਹੀਂ ਹੁੰਦੀ ਸੀ। ਬੇਬੇ ਪੈਸੇ ਰੱਖ ਕੇ ਭੁਲ ਜਾਂਦੀ ਸੀ ਇਸ ਕਰਕੇ ਉਹ ਪੈਸੇ ਰਖਦੀ ਹੀ ਨਹੀਂ ਸੀ।

"ਲੈ ਇਕ ਰੁਪਿਆ।" ਛੋਟੇ ਨੇ ਮੈਨੂੰ ਦਿੰਦਿਆਂ ਕਿਹਾ।

"ਤੂੰ ਕਿਥੋਂ ਲਿਐ ?"

"ਤੈਨੂੰ ਕੀ ?"

'"ਚੋਰੀ ਕੀਤੀ ਹੈ - ਸਜ਼ਾ ਮਿਲੂ।"

"ਮੈਂ ਚੋਰੀ ਕਰਕੇ ਮਰਨੈ।"

"ਫਿਰ ਕਿਥੋਂ ਲਿਐ ?"

"ਟਾਂਡ ਦੇ ਥੱਲੇ ਡਿੱਗਿਆ ਪਿਆ ਮਿਲਿਆ।"

"ਫੇਰ ਤਾਂ ਬਾਪੂ ਜੀ ਦਾ ਹੋਊ।"

"ਡਿੱਗੀ ਚੀਜ਼ ਰੱਬ ਦੀ ਹੁੰਦੀ ਹੈ ਡੁਨਾ।"

"ਰੱਬ ਦੀ? ਤੈਨੂੰ ਕੀ ਪਤੈ?"

"ਤੂੰ ਅੰਤਰੇ ਨਾ ਲੈ ਤੇ ਸ਼ੀਸ਼ਾ ਲੈ ਕੇ ਆ।"

ਮੈਂ ਬੇਬੇ ਬਾਪੂ ਤੋਂ ਚੋਰੀ ਲੱਖੀ ਜੰਗਲ ਦੇ ਮੇਲੇ ਤੋਂ ਛੋਟਾ ਗੋਲ ਸ਼ੀਸ਼ਾ ਲੈ ਕੇ ਆਇਆ। ਰਾਹ ਵਿਚ ਕਈ ਵਾਰ ਮੈਂ ਆਪਣਾ ਨੱਕ ਦੇਖਿਆ, ਜਿਹੜਾ ਸੱਚ ਹੀ ਬੁਲਬਲੇ ਵਾਂਗ ਫੁਲਿਆ ਹੋਇਆ ਸੀ। ਮੈਨੂੰ ਲਗਦਾ ਸੀ ਜਿਵੇਂ ਮੇਰਾ ਮੂੰਹ ਛੋਟਾ ਸੀ ਤੇ ਨੱਕ ਵੱਡਾ ਸੀ। ਮੈਂ ਸੱਚ ਹੀ ਨਕਲ ਲਗਦਾ ਸਾਂ, ਛੋਟਾ ਹਨੂਮਾਨ - ਮੈਨੂੰ ਬੜੀ ਨਮੋਸ਼ੀ ਆਈ। ਛੋਟੇ ਦਾ ਮੂੰਹ ਗੋਲ ਸੀ ਤੇ ਨੱਕ ਨਿੱਕਾ ਤੇ ਤਿੱਖਾ ਪਰ ਉਸਦਾ ਰੰਗ ਕਾਲਾ ਨਹੀਂ ਸਾਵਾ ਸੀ ਪਰ ਮੇਰਾ ਰੰਗ ਗੋਰਾ ਸੀ- ਮੈਨੂੰ ਧਰਵਾਸ ਹੋਇਆ ਜਿਵੇਂ ਮੈਂ ਨੱਕ ਦਾ ਕਜ ਭੁਲ ਗਿਆ ਸਾਂ।

"ਬਾਪੂ ਜੀ ਤੋਂ ਲਕੋ ਕੇ ਰੱਖੀਂ - ਨਹੀਂ ਤਾਂ ਉਹ ਇਹਦੀਆਂ ਚੀਕਰਾਂ ਕਰ ਦੇਵੇਗਾ ਤੇ ਕੰਨ ਵਖਰੇ ਪੱਟੇਗਾ - ਰੁਪਏ ਦੀ ਪੈੜ ਵੀ ਕੱਢ ਲਏਗਾ - ਉਹ ਅੱਜ ਰੁਪਿਆ ਭਾਲਦਾ ਫਿਰਦਾ ਸੀ। ਮੈਂ ਡਰ ਗਿਆ। ਬਾਪੂ ਜੀ ਦੀਆਂ ਪੋਥੀਆਂ ਵਿਚੋਂ ਰੁਪਿਆ ਡਿਗਿਆ ਸੀ।

ਰਾਤ ਲੰਘ ਗਈ। ਅਸੀਂ ਸ਼ੀਸ਼ਾ, ਨੱਕ ਆਦਿ ਸਭ ਉਲ ਗਏ। ਪਰ ਮੈਨੂੰ ਫੁਲੇ ਨੱਕ ਦੀ ਚਿੰਤਾ ਜ਼ਰੂਰ ਰਹਿੰਦੀ ਸੀ। ਮੇਰੇ ਮੂੰਹ ਤੇ ਫਿਨਸੀਆਂ ਵੀ ਬਹੁਤ ਹੋਣ ਲੱਗ ਪਈਆਂ ਸਨ। ਕਈ ਤਾਂ ਬੜੀਆਂ ਦੁਖਦਾਈ ਵੀ ਹੁੰਦੀਆਂ ਸਨ ਤੇ ਕਈ ਦਿਨਾਂ ਤਕ ਦਰਦ ਕਰਦੀਆਂ ਰਹਿੰਦੀਆਂ ਸਨ। ਬੇਬੇ ਜੀ ਮੇਰੇ ਮੂੰਹ 'ਤੇ ਮੱਖਣ ਵੀ ਝਕਸਦੀ ਰਹਿੰਦੀ ਸੀ ਪਰ ਕੋਈ ਲਾਭ ਨਹੀਂ ਹੁੰਦਾ ਸੀ।

"ਇਹ ਫੁਟ ਰਹੀ ਜਵਾਨੀ ਦਾ ਰੰਗ ਹੈ।" ਕਿਸੇ ਨੇ ਹੱਸ ਕੇ ਕਿਹਾ।

"ਇਹ ਮਾਰੋਮਾਰ ਕਰਦੀ ਆ ਰਹੀ ਜਵਾਨੀ ਦੀ ਨਿਸ਼ਾਨੀ ਹੈ।" ਦੂਜੇ ਨੇ ਕਿਹਾ।

"ਆਈ ਜਵਾਨੀ; ਝੱਲ ਮਸਤਾਨੀ ਨਹੀਂ ਲੁਕਾਇਆਂ ਲੁਕਦੀ। ਗਿੱਠ ਗਿੱਠ ਪੈਰ ਜ਼ਮੀਨ ਤੋਂ ਉਚੇ ਮੋਢਿਆਂ ਉਤੋਂ ਥੁਕਦੀ।" ਇਕ ਮੁੰਡੇ ਨੇ ਕਿਹਾ ਸੀ ਮੈਨੂੰ ਪਤਾ ਨਹੀਂ ਕੀ ਆ ਰਿਹਾ ਸੀ। ਜਵਾਨੀ ਕੀ ਚੀਜ਼ ਸੀ। ਪਰ ਮੈਨੂੰ ਪੱਥਰ ਹੋਇਆ ਸਰੀਰ ਪਸੰਦ ਸੀ ਪਰ ਮੂੰਹ ਦੀਆਂ ਫਿਨਸੀਆਂ ਪਸੰਦ ਨਹੀਂ ਸਨ।

ਮੈਨੂੰ ਸਾਡੇ ਘਰਾਂ 'ਚ ਆਇਆ ਇਕ ਪਰਾਹੁਣਾ ਬਹੁਤ ਪਸੰਦ ਸੀ। ਰੰਗ ਦਾ ਕਾਲਾ ਸੀ ਪਰ ਉਸ ਦੇ ਨਕਸ਼ ਬਹੁਤ ਤਿੱਖੇ ਸਨ ਤੇ ਅੱਖਾਂ ਮੋਟੀਆਂ ਤੇ ਨੋਕਦਾਰ ਸੀ। ਉਹ ਸਾਡੇ ਚਾਚੇ ਦੇ ਪੁੱਤ ਦਾ ਸਾਲਾ ਸੀ। ਉਸ ਨੂੰ ਛੋਟਾ ਪਸੰਦ ਨਹੀਂ ਕਰਦਾ ਸੀ।

"ਤੂੰ ਇਹਨੂੰ ਨਾ ਮਿਲਿਆ ਕਰ।" ਛੋਟੇ ਨੇ ਮੈਨੂੰ ਠੋਹਕਰਿਆ।

"ਕਿਉਂ ?"

"ਇਹ ਲੁਚੈ - ਪਿੰਡੋਂ ਦੌੜਿਐ।"

"ਕਿਉਂ ?"

"ਗਰੀਬਾਂ ਦੀ ਧੀ ਨੂੰ ਛੇੜਤਾ ਸੀ ਤੇ ਸਾਰਾ ਪਿੰਡ ਮਾਰਨ ਪੈ ਗਿਆ ਤੇ ਇਹ ਏਥੇ ਆ ਵੱਜਿਆ।"

"ਤੈਨੂੰ ਕਿਵੇਂ ਪਤੈ ?"

"ਮੈਨੂੰ ਪੱਕੀ ਖ਼ਬਰ ਹੈ। ਤੂੰ ਇਸ ਤੋਂ ਦੂਰ ਰਿਹਾ ਕਰ।" ਛੋਟੇ ਨੇ ਗੱਲ ਭੌਣ ਤੋਂ ਲਾਹ ਦਿੱਤੀ।

ਪਰ ਮੈਨੂੰ ਉਸ ਨਾਲ ਮੋਹ ਸੀ। ਮੈਨੂੰ ਉਹਦੀਆਂ ਗੱਲਾਂ ਚੰਗੀਆਂ ਲਗਦੀਆਂ ਸਨ।

"ਤੂੰ ਕਦੇ ਆਂਡੇ ਖਾਧੇ ਆ ?" ਉਸ ਨੇ ਮੈਨੂੰ ਪੁੱਛਿਆ।

"ਆਂਡੇ ਕੀ ਹੁੰਦੇ ਨੇ।" ਮੈਨੂੰ ਪਤਾ ਨਹੀਂ ਸੀ।

"ਕੁਕੜੀਆਂ ਦੇ ਆਂਡੇ।"

"ਜਿਹੜੇ ਚਿੱਟੇ ਚਿੱਟੇ ਹੁੰਦੇ ਨੇ ?"

"ਹਾਂ ਬੜੇ ਸੁਆਦ ਹੁੰਦੇ ਨੇ।"

"ਕਿਵੇਂ ਖਾਏ ਜਾਂਦੇ ਨੇ।"

"ਸਬਜ਼ੀ ਬਣਾ ਕੇ।"

"ਸਬਜ਼ੀ! ਕਿਵੇਂ ਬਣਦੀ ਹੈ। ਸਾਡੇ ਬਾਹਰ ਵਾਲੇ ਘਰੇ ਤਾਂ ਬਹੁਤ ਕੁਕੜੀਆਂ ਨੇ। ਪਸ਼ੂਆਂ ਦੇ ਚਿਚੜ ਖਾਣ ਲਈ ਰੱਖੀਆਂ ਹਨ। ਤੂੜੀ 'ਚੋਂ ਬਹੁਤ ਆਂਡੇ ਨਿਕਲਦੇ ਨੇ। ਸਾਡੇ ਸੀਰੀ ਲੈ ਜਾਂਦੇ ਨੇ। ਤਾਂ ਉਹ ਸਬਜ਼ੀ ਬਣਾ ਕੇ ਖਾਂਦੇ ਨੇ।"

"ਇਕ ਆਂਡੇ 'ਚ ਸੇਰ ਪੱਕੇ ਮੱਖਣ ਜਿੰਨੀ ਤਾਕਤ ਹੁੰਦੀ ਹੈ।"

"ਹਲਾ।" ਮੈਨੂੰ ਤਾਕਤ ਦੀ ਗੱਲ ਬਹੁਤ ਪਸੰਦ ਆਈ। ਮੈਂ ਬੇਬੇ ਦਾ ਮੱਖਣ ਤੇ

ਘੀ ਵਸ ਲਗਦੀ ਤੁੜਦਾ ਨਹੀਂ ਸਾਂ।

"ਮੈਂ ਤੈਨੂੰ ਬਣਾ ਕੇ ਖੁਆਵਾਂਗਾ।"

"ਕਿਥੇ ਬਣਾਏਂਗਾ।"

"ਤੁਹਾਡੇ ਬਾਹਰਵਾਲੇ ਘਰ ਵਿਚ ਜਦੋਂ ਬੁੜੀਆਂ ਸਾਫ਼ ਸਫ਼ਾਈ ਕਰਕੇ ਚੱਲੀਆਂ ਜਾਣਗੀਆਂ। ਪਰ ਘਰੋਂ ਮਿਰਚਾਂ ਵਾਲਾ ਕੂੰਡਾ ਘੋਟਣਾ ਤੇ ਸਬਜ਼ੀ ਬਣਾਉਣ ਦਾ ਸਾਰਾ ਸਾਮਾਨ ਲਿਆਣਾ ਪਏਗਾ। ਪਰ ਬੇਬੇ ਤੋਂ ਚੋਰੀ ਲਿਆਣਾ ਪਏਗਾ।" ਉਸ ਨੇ ਮੂੰਹ ਕੋਕਲੀ ਵਰਗਾ ਬਣਾਂਦਿਆਂ ਕਿਹਾ ਤੇ ਅੱਖਾਂ ਮੀਟ ਲਈਆਂ।

ਚੋਰੀ ਦੇ ਨਾਂ ਤੇ ਮੈਂ ਡਰ ਜ਼ਰੂਰ ਗਿਆ ਸੀ। ਛੋਟੇ ਦੀ ਹਦਾਇਤ ਵੀ ਮੇਰੇ ਦਿਮਾਗ ਵਿਚ ਸੀ ਪਰ ਆਂਡੇ ਦੀ ਸਬਜ਼ੀ ਦਾ ਸੁਆਦ ਮੇਰੇ ਮੂੰਹ ਵਿਚ ਘੁੱਲ ਗਿਆ ਸੀ। ਉਹ ਮੈਂ ਕਿਸੇ ਵੀ ਕੀਮਤ ਤੇ ਮਾਨਣਾ ਚਾਹੁੰਦਾ ਸਾਂ।

ਅੱਠ ਆਂਡਿਆਂ ਦੀ ਸਬਜ਼ੀ ਨਾਲ ਪਤੀਲਾ ਭਰ ਗਿਆ ਸੀ। ਮੈਂ ਘਰੋਂ ਰੋਟੀਆਂ ਵੀ ਚੋਰੀ ਕਰਕੇ ਲੈ ਆਇਆ ਸਾਂ। ਆਂਡਿਆਂ ਦੀ ਸਬਜ਼ੀ ਦੀ ਖੁਸ਼ਬੂ ਮੈਨੂੰ ਚੰਗੀ ਨਹੀਂ ਲੱਗ ਰਹੀ ਸੀ ਪਰ ਸੁਆਦ ਦੀ ਖਿਚ ਮੈਨੂੰ ਬੇਸਬਰਾ ਕਰ ਰਹੀ ਸੀ। ਮੈਂ ਦੇਖਣਾ ਚਾਹੁੰਦਾ ਸਾਂ ਕੀ ਸਬਜ਼ੀ ਮਿੱਠੀ ਸੀ, ਖੱਟੀ ਸੀ ਜਾਂ ਕੋਈ ਹੋਰ ਸੁਆਦ ਸੀ। ਮੈਂ ਕੇਵਲ ਤਿੰਨ ਸੁਆਦ ਹੀ ਜਾਣਦਾ ਸਾਂ - ਮਿੱਠਾ, ਕੜਵਾ ਜਾਂ ਖੱਟਾ। ਪਰ ਇਹ ਤਾਂ ਕੁਝ ਹੋਰ ਹੀ ਸੀ ਜਿਸ ਦੀ ਮੈਂ ਵਿਆਖਿਆ ਨਹੀਂ ਕਰ ਸਕਦਾ ਸੀ। ਪਰ ਮਿਰਚਾਂ ਨਾਲ ਤਾਲੂਆ ਮਚ ਗਿਆ ਸੀ। ਜੀਭ ਸੜ ਗਈ ਸੀ।

"ਆਇਆ ਸੁਆਦ ਨਾ ?"

"ਨਹੀਂ - ਪਤਾ ਨਹੀਂ ਕੀ ਹੈ।" ਮੈਂ ਬਹੁਤ ਭੈੜਾ ਮੂੰਹ ਬਣਾਇਆ ਸੀ।

"ਅਸਲ 'ਚ ਇਹਦੇ ਨਾਲ ਦਾਰੂ ਪੀਣੀ ਪੈਂਦੀ ਹੈ। ਅੱਜ ਮੇਰੇ ਕੋਲੇ ਦਾਰੂ ਥੋੜ੍ਹੀ ਸੀ ਤੈਨੂੰ ਚਖ਼ਾ ਨਹੀਂ ਸਕਿਆ। ਇਸ ਤਰ੍ਹਾਂ ਕਰਦੇ ਹਾਂ, ਦਾਰੂ ਦੇ ਦੋ ਘੜੇ ਪਾਉਂਦੇ ਹਾਂ ਤੇ ਇਕ ਰਾਤ ਨੂੰ ਖੇਤ ਚਲ ਕੇ ਕੱਢਾਂਗੇ। ਗਰਮ ਗਰਮ ਪੀਆਂਗੇ। ਫੇਰ ਦੇਖੀਂ ਕਿਵੇਂ ਨਜ਼ਾਰੇ ਆਉਂਦੇ ਨੇ। ਤੇ ਆਂਡਿਆਂ ਦੀ ਸਬਜ਼ੀ ਦਾ ਕਿੰਨਾ ਸੁਆਦ ਆਉਂਦੈ।" ਮੈਂ ਗੱਲ ਮੰਨ ਗਿਆ। ਮੈਂ ਦਾਰੂ ਦਾ ਨਜ਼ਾਰਾ ਦੇਖਣਾ ਚਾਹੁੰਦਾ ਸਾਂ। ਆਂਡਿਆਂ ਦੀ ਸਬਜ਼ੀ ਦਾ ਛੁਪਿਆ ਸਵਾਦ ਲੈਣਾ ਚਾਹੁੰਦਾ ਸਾਂ।

ਮੈਂ ਛੋਟੇ ਤੋਂ ਚੋਰੀ ਉਸ ਨਾਲ ਰਹਿੰਦਾ ਸਾਂ। ਦਾਰੂ ਦਾ ਘੜਾ ਵੀ ਅਸੀਂ ਸਾਡੇ ਬਾਹਰ ਵਾਲੇ ਘਰ ਦੇ ਇਕ ਤੂੜੀ ਵਾਲੇ ਕੋਠੇ ਵਿਚ ਦੱਬਿਆ ਸੀ। ਮੈਂ ਇਕ ਭੇਲੀ ਗੁੜ ਘਰੋਂ ਚੋਰੀ ਕਰਕੇ ਲੈ ਆਇਆ ਸਾਂ। ਕਿੱਕਰ ਦਾ ਸੁਕਾ ਸੱਕ ਤੇ ਨਸ਼ਾਦਰ ਦੀਆਂ

ਗੋਲੀਆਂ ਵੀ ਖਰੀਦ ਕੇ ਲਿਆਇਆ ਸਾਂ। ਇਸ ਸਾਰੇ ਸਾਮਾਨ ਲਈ ਮੈਂ ਬਾਪੂ ਜੀ ਦੇ ਪੈਸਿਆਂ ਦੀ ਚੋਰੀ ਕੀਤੀ ਸੀ। ਬਾਪੂ ਜੀ ਨੇ ਅਜੇ ਤੱਕ ਪੈਸੇ ਪੜਤਾਲੇ ਨਹੀਂ ਸਨ- ਸ਼ਾਇਦ ਕੋਈ ਆਫ਼ਤ ਵੀ ਆਣੀ ਸੀ। ਪਰ "ਨਜ਼ਾਰਾ" ਤੇ "ਸੁਆਦ" ਮੇਰੇ ਪੈਰ ਨਹੀਂ ਲੱਗਣ ਦਿੰਦਾ ਸੀ। ਜਿਸ ਦਿਨ ਅਸੀਂ ਦਾਰੂ ਕੱਢੀ ਸਾਰੀ ਰਾਤ ਭੱਠੀ ਲੱਗੀ ਰਹੀ। ਸਾਡੀ ਭੱਠੀ ਦਾ ਚਾਨਣ ਟਾਹਲੀ ਦੇ ਪੱਤਿਆਂ ਤੋਂ ਚਮਕਦਾ ਦੂਰ ਤਕ ਜਾਂਦਾ ਸੀ। ਪਰ ਭੱਠੀ ਬਲਦੀ ਰਹੀ ਤੇ ਮੈਂ ਬਾਲਟੀਆਂ ਨਾਲ ਪਿੰਡ ਦੇ ਛੱਪੜ 'ਚੋਂ ਪਾਣੀ ਢੋਂਦਾ ਰਿਹਾ। ਸਵੇਰ ਤਕ ਚਾਰ ਬੋਤਲਾਂ ਦਾਰੂ ਕਸ਼ੀਦ ਕਰ ਲਈ ਗਈ। ਮੈਂ ਗਰਮ ਦਾਰੂ ਦਾ ਘੁਟ ਭਰਿਆ ਤਾਂ ਮੇਰੇ ਸਰੀਰੋਂ ਇਕ ਲਾਟ ਜੇਹੀ ਨਿਕਲੀ। ਕਲੇਜਾ ਚੀਰਿਆ ਗਿਆ ਤੇ ਪਲਾਂ 'ਚ ਹੀ ਮੈਂ ਸੁੱਧ ਬੁਧ ਭੁਲ ਗਿਆ। ਮੇਰਾ ਸਿਰ ਘੁੰਮ ਗਿਆ। ਮੈਂ ਉਡਦਾ ਅਸਮਾਨ ਵੱਲ ਜਾ ਰਿਹਾ ਸਾਂ। ਉਠ ਕੇ ਤੁਰਨ ਲਗਦਾ ਤਾਂ ਚੱਕਰ ਖਾ ਕੇ ਡਿਗ ਪੈਂਦਾ ਸਾਂ। ਦਾਰੂ ਦੇ ਨਜ਼ਾਰੇ ਮਗਰੋਂ ਮੈਨੂੰ ਆਂਡਿਆਂ ਦੀ ਸਬਜ਼ੀ ਦਾ ਸੁਆਦ ਭੁੱਲ ਗਿਆ। ਸੁਆਦ ਵੇਖ ਨਹੀਂ ਸਕਿਆ। ਮੈਨੂੰ ਦੋ ਦਿਨਾਂ ਮਗਰੋਂ ਹੋਸ਼ ਆਈ। ਮੈਨੂੰ ਉਪਰਛੱਲਾਂ ਲੱਗੀਆਂ ਰਹੀਆਂ। ਮੈਂ ਚੱਕਰ ਖਾ ਕੇ ਡਿੱਗ ਪੈਂਦਾ ਸਾਂ। ਮੈਨੂੰ ਨਿੰਬੂ ਪਿਲਾਇਆ। ਦਹੀਂ ਖਲਾਈ ਗਈ। ਘੀ ਪਿਲਾਇਆ ਗਿਆ। ਸਭ ਬਾਹਰ ਨਿਕਲ ਜਾਂਦਾ ਸੀ। ਮੇਰੀ ਬੇਹੋਸ਼ੀ 'ਚ ਹੀ ਉਸ ਰਿਸ਼ਤੇਦਾਰ ਨੂੰ ਫੜ ਕੇ ਕੁੱਟਿਆ ਗਿਆ। ਗਲ 'ਚ ਜੁੱਤੀਆਂ ਦਾ ਹਾਰ ਪਾ ਕੇ ਪਿੰਡ 'ਚੋਂ ਗੇੜਾ ਦਿੱਤਾ ਗਿਆ ਤੇ ਉਹ ਮੁੰਡਾ ਮੁਆਫੀਆਂ ਮੰਗਦਾ ਪਿੰਡੋਂ ਦੌੜ ਗਿਆ। ਉਸ ਦੀ ਕਿਸੇ ਨੇ ਵੀ ਤਰਫ਼ਦਾਰੀ ਨਹੀਂ ਕੀਤੀ ਸੀ। ਸਾਡੀ ਇਹ ਚੋਰੀ ਛੋਟੇ ਨੇ ਬਾਪੂ ਜੀ ਨੂੰ ਦੱਸੀ ਸੀ। ਮੈਂ ਛੋਟੇ ਦੀ ਹਦਾਇਤ ਦੀ ਪਰਵਾਹ ਨਹੀਂ ਕੀਤੀ ਸੀ। ਉਸ ਤੋਂ ਚੋਰੀ ਚੋਰੀ ਉਡਾਰ ਬਣਿਆ ਫਿਰਦਾ ਸਾਂ। ਉਸ ਨੇ ਬਾਪੂ ਜੀ ਨੂੰ ਦੱਸਿਆ ਸੀ ਕਿ ਮੈਂ ਸਕੂਲ ਜਾਣ ਦੀ ਬਜਾਏ ਰਾਹ 'ਚ ਹੀ ਰੋਟੀ ਖਾ ਕੇ ਉਸ ਮੁੰਡੇ ਨਾਲ ਘੁੰਮਦਾ ਰਹਿੰਦਾ ਸਾਂ ਤੇ ਛੁੱਟੀ ਵੇਲੇ ਘਰ ਪਹੁੰਚ ਜਾਂਦਾ ਸਾਂ। ਬਾਪੂ ਜੀ ਬਹੁਤ ਗੁੱਸੇ 'ਚ ਸਨ ਤੇ ਮੇਰੀ ਤਬੀਅਤ ਠੀਕ ਹੋਣ ਦੀ ਉਡੀਕ ਕਰ ਰਹੇ ਸਨ। ਮੈਨੂੰ ਜੁੱਤੀਆਂ ਦੀ ਮਾਰ ਦਾ ਮਨ ਬਣਾ ਚੁੱਕੇ ਸਨ। ਬੇਬੇ ਜੀ ਰੋਂਦੇ ਰਹਿੰਦੇ ਸਨ ਕਿਉਂਕਿ ਉਹ ਬਾਪੂ ਜੀ ਦੇ ਗੁੱਸੇ ਨੂੰ ਪੂਰੀ ਤਰ੍ਹਾਂ ਜਾਣਦੇ ਸਨ।

ਮੈਂ ਠੀਕ ਹੋ ਗਿਆ ਪਰ ਬਾਪੂ ਜੀ ਨੂੰ ਫਰੀਦਕੋਟੀਏ ਰਾਜੇ ਨਾਲ ਕੰਮ ਪੈ ਗਿਆ ਤੇ ਉਹ ਕਈ ਦਿਨਾਂ ਤਕ ਫਰੀਦਕੋਟ ਤੋਂ ਨਹੀਂ ਮੁੜੇ। ਜਿਵੇਂ ਬਾਪੂ ਜੀ ਨੂੰ ਗੱਲ ਭੁੱਲ ਹੀ ਗਈ ਸੀ। ਬੇਬੇ ਜੀ ਮੈਨੂੰ ਬਾਪੂ ਜੀ ਦੇ ਸਾਹਮਣੇ ਆਣ ਤੋਂ ਵਰਜਦੀ ਸੀ। ਮਤਾਂ ਬਾਪੂ ਜੀ ਨੂੰ ਗੱਲ ਚੇਤੇ ਆ ਜਾਵੇ ਤੇ ਮੇਰੀ ਸ਼ਾਮਤ ਆ ਜਾਏ। ਮੇਰੇ ਭਾਗਾਂ ਨੂੰ ਗੱਲ ਆਈ ਗਈ ਹੋ ਗਈ। ਚੇਤੇ 'ਚੋਂ ਵਿਸਰ ਗਈ। ਮੇਰੀ ਛੋਟੇ ਨਾਲ ਮੁੜ ਯਾਰੀ ਪੈ ਗਈ। ਉਸ ਨੇ ਵੀ ਮੇਰੇ ਪੁੱਠੇ ਕੰਮ ਨੂੰ ਮੁਆਫ਼ ਕਰ ਦਿੱਤਾ ਸੀ। ਨਹੀਂ ਤਾਂ ਉਹ ਮੈਨੂੰ

ਠੋਹਕਰਦਾ ਸੀ "ਪੁੱਠੇ ਕੰਮ ਛੱਡਦੇ" ਪਰ ਮੈਂ ਉਸ ਦੀ ਗੱਲ ਨੂੰ ਅਣਸੁਣਿਆ ਰਖਦਾ ਸਾਂ।

ਪਰ ਤਦ ਵੀ ਮੈਂ ਬਿਗੜ ਚੁਕਿਆ ਸਾਂ। ਮੈਨੂੰ ਜੱਗ ਜਹਾਨ ਟੇਡਾ ਲਗਦਾ ਸੀ। ਸਕੂਲ ਜਾਣਾ ਪਸੰਦ ਨਹੀਂ ਸੀ। ਛੋਟੇ ਦੀਆਂ ਧਮਕੀਆਂ ਦੇ ਬਾਵਜੂਦ ਮੈਂ ਸਕੂਲ ਜਾਣ ਦੀ ਥਾਂ ਰਾਹ 'ਚ ਬੈਠਾ ਰਹਿੰਦਾ। ਸਾਡਾ ਸਕੂਲ ਦੂਜੇ ਪਿੰਡ ਵਿਚ ਸੀ। ਮੈਂ ਛੋਟੇ ਨੂੰ ਡਰਾ ਕੇ ਰਖਦਾ ਸਾਂ ਪਰ ਛੋਟਾ ਮੈਨੂੰ ਪਿਆਰ ਕਰਦਾ ਸੀ। ਪਿਆਰ ਵੱਸ ਮੇਰੀ ਗੱਲ ਮੰਨਦਾ ਸੀ ਪਰ ਜਿਵੇਂ ਮੇਰੇ ਨਾਲ ਉਹਦਾ ਆਰਜ਼ੀ ਤੌਰ 'ਤੇ ਹੀ ਸਮਝੌਤਾ ਸੀ। ਪਤਾ ਨਹੀਂ ਕਿਸ ਸਮੇਂ ਉਸ ਨੇ ਬਾਪੂ ਜੀ ਨੂੰ ਸਾਰੀ ਗੱਲ ਦਸ ਦੇਣੀ ਸੀ ਤੇ ਮੇਰੀ ਮਸਤੀ ਲਹਿ ਜਾਣੀ ਸੀ।

ਮੇਰੇ ਸਰੀਰ ਤੇ ਜਿਵੇਂ ਵੱਖਰੀ ਹੀ ਤਿਆਰੀ ਆ ਗਈ ਸੀ। ਮੇਰੀ ਛਾਤੀ ਗਜ਼ ਜੇਡੀ ਚੌੜੀ ਹੁੰਦੀ ਲਗਦੀ ਸੀ। ਪੱਟ ਮੋਟੇ-ਅਤਿ ਮੋਟੇ ਹੋ ਰਹੇ ਸਨ। ਮੈਂ ਡੰਡ ਬੈਠਕਾਂ ਬਹੁਤ ਮਾਰਦਾ ਸਾਂ ਪਰ ਮੇਰੇ ਸ਼ਰੀਰੋਂ ਮੁਸ਼ਕਿਲ ਨਾਲ ਹੀ ਮੁੜ੍ਹਕਾ ਨਿਕਲਦਾ ਸੀ। ਦਮ ਨਹੀਂ ਚੜ੍ਹਦਾ ਸੀ। ਥਕਾਵਟ ਦਾ ਨਾਮੋ ਨਿਸ਼ਾਨ ਨਹੀਂ ਸੀ। ਮੈਂ ਬੇਡਰ ਵੀ ਹੁੰਦਾ ਜਾ ਰਿਹਾ ਸਾਂ। ਮੈਨੂੰ ਲੜਨਾ ਚੰਗਾ ਲੱਗਣ ਲੱਗ ਪਿਆ ਸੀ। ਜ਼ਰਾ ਕੁ ਗੱਲ ਨੂੰ ਮੈਂ ਲੜਾਈ ਬਣਾ ਲੈਂਦਾ ਸਾਂ। ਲੋਕ ਮੈਥੋਂ ਕੰਨ ਭੰਨਣ ਲੱਗ ਪਏ ਸਨ।

"ਇਹ ਤਾਂ ਰੌਲੇ ਦਾ ਘਰ ਹੈ।"

"ਇਹ ਤਾਂ ਐਵੇਂ ਹੀ ਗਲ਼ ਪੈਂਦੈ।"

"ਇਹਤੇ ਤਾਂ ਵੱਖਰੀ ਹੀ ਜਵਾਨੀ ਚੜ੍ਹ ਗਈ ਹੈ।"

"ਭਾਈ ਵੱਡੇ ਘਰ ਦਾ ਮੁੰਡੈ - ਕਿਸੇ ਦਾ ਡਰ ਵੀ ਤਾਂ ਨਹੀਂ।"

ਇਸ ਤਰ੍ਹਾਂ ਦੀਆਂ ਗੱਲਾਂ ਸੁਣ ਸੁਣ ਮੈਨੂੰ ਲਾਲੀਆਂ ਚੜ੍ਹਦੀਆਂ ਤੇ ਮੈਨੂੰ ਲਗਦਾ ਮੇਰੀ ਜਗ ਵਿਚ ਬੱਲੇ ਬੱਲੇ ਹੈ।

ਇਕ ਦਿਨ ਛੋਟੇ ਦੇ ਜ਼ਿਦ ਕਰਨ ਤੇ ਮੈਂ ਸਕੂਲ ਚਲਾ ਗਿਆ। ਅਸੀਂ ਅਰਦਾਸ ਵਿਚ ਸ਼ਾਮਲ ਹੋਏ। ਸਾਰੇ ਬੱਚੇ ਅਰਦਾਸ ਕਰ ਰਹੇ ਸਨ। ਸਹੀ ਸ਼ਬਦ ਬੋਲ ਰਹੇ ਸਨ ਪਰ ਮੈਨੂੰ ਅਰਦਾਸ ਦੀ ਇਕ ਲਾਈਨ ਵੀ ਨਹੀਂ ਆ ਰਹੀ ਸੀ। ਇਕ ਮਾਸਟਰ ਨੇ ਮੇਰੀ ਗਿੱਚੀ 'ਚ ਮਾਰਿਆ ਤੇ ਮਾਸਟਰ ਅੱਗੇ ਚਲਾ ਗਿਆ। ਮੇਰਾ ਗੁੱਸਾ ਬੇਕਾਬੂ ਹੋ ਗਿਆ ਤੇ ਮੇਰੀਆਂ ਬਾਹਾਂ ਉਠੀਆਂ ਪਰ ਛੋਟੇ ਨੇ ਮੇਰੀਆਂ ਬਾਹਾਂ ਰੋਕ ਲਈਆਂ। ਮਾਸਟਰ ਵੀ ਦੂਰ ਚਲਾ ਗਿਆ ਸੀ ਪਰ ਮੇਰੇ ਸਰੀਰ 'ਚ ਰੋਹ ਪਾਰੇ ਵਾਂਗ ਕੰਬ ਰਿਹਾ ਸੀ। ਗੁੱਸਾ ਜਿਵੇਂ ਲਾਟ ਵਾਂਗ ਫਿਰ ਗਿਆ ਸੀ। ਮੈਂ ਮਾਸਟਰ ਦਾ ਮੁਰਗਾ ਬਣਾ ਦੇਣਾ ਚਾਹੁੰਦਾ

ਸਾਂ। "ਉਸ ਨੇ ਮੇਰੇ ਮਾਰਨ ਦੀ ਹਿੰਮਤ ਕਿਵੇਂ ਕੀਤੀ।" ਮੇਰਾ ਮਨ ਬਾਰ ਬਾਰ ਉਛਲਦਾ ਸੀ।

ਅਰਦਾਸ ਮਗਰੋਂ ਕਲਾਸ ਲੱਗ ਗਈ। ਮੈਨੂੰ ਮਾਰਨ ਵਾਲੇ ਮਾਸਟਰ ਦਾ ਪੀਰੀਅਡ ਸੀ। ਮਾਸਟਰ ਨੇ ਮੈਨੂੰ ਖੜ੍ਹਾ ਕਰ ਲਿਆ।

"ਤੂੰ ਕਿੰਨੇ ਦਿਨ ਮਗਰੋਂ ਆਇਐਂ ?"

"..............." ਮੈਂ ਮਾਸਟਰ ਵੱਲ ਗੁੱਸੇ ਨਾਲ ਝਾਕ ਰਿਹਾ ਸੀ।

"ਮੈਂ ਕੀ ਪੁਛਿਐ – ਕਿੰਨੇ ਦਿਨਾਂ ਮਗਰੋਂ ਆਇਐਂ ?"

"..............." ਮਾਸਟਰ ਨੇ ਮੇਰਾ ਕੰਨ ਫੜ ਕੇ ਮੈਨੂੰ ਹਲੂਣਿਆ।

"ਘਰ ਦੀ ਚੂਰੀ ਰਾਹ 'ਚ ਹੀ ਖਾ ਕੇ ਮੁੜ ਜਾਨੈ ?"

"ਹਾਹੋ ਚੂਰੀ ਤੇਰੀ ਹੁੰਦੀ ਹੈ ?" ਮੈਂ ਅੰਤ ਗੁੱਸੇ ਨਾਲ ਕਿਹਾ – ਮਾਸਟਰ ਨੇ ਮੇਰਾ ਕੰਨ ਜ਼ੋਰ ਨਾਲ ਫੜਿਆ ਹੋਇਆ ਸੀ। ਗੁੱਸੇ ਨਾਲ ਮੇਰਾ ਮੂੰਹ ਲਾਲ ਹੋ ਗਿਆ ਸੀ।

"ਅੱਗੋਂ ਬੋਲਦੈਂ ?" ਮਾਸਟਰ ਨੇ ਮੇਰੇ ਕੰਨ ਨੂੰ ਜ਼ੋਰ ਨਾਲ ਮਰੋੜਿਆ।

ਮੈਂ ਜ਼ੋਰ ਨਾਲ ਝਟਕਾ ਮਾਰਕੇ ਕੰਨ ਛੁਡਾਇਆ ਤੇ ਮਾਸਟਰ ਨੂੰ ਧੱਕਾ ਮਾਰ ਕੇ ਧਰਤੀ ਤੇ ਚਿਤ ਕਰ ਦਿੱਤਾ। ਮਾਸਟਰ ਦੀ ਚੀਕ ਨਿਕਲ ਗਈ। ਉਹ ਮੂੰਹ ਭਾਰ ਡਿੱਗਿਆ ਸੀ। ਉਸ ਦਾ ਮੂੰਹ ਦਰਵਾਜ਼ੇ ਦੀਆਂ ਇੱਟਾਂ 'ਤੇ ਵੱਜਿਆ ਜਿਵੇਂ ਫੁੱਟ ਗਿਆ ਸੀ। ਮੂੰਹ 'ਚੋਂ ਖ਼ੂਨ ਦਾ ਪਰਨਾਲਾ ਛੁਟ ਪਿਆ ਸੀ।

ਇਕ ਸ਼ੋਰ ਮਚ ਗਿਆ। ਕਾਵਾਂਰੌਲੀ ਮੱਚ ਗਈ। ਇਕ ਭੁਚਾਲ ਆ ਗਿਆ। ਕਿਸੇ ਨੂੰ ਸਮਝ ਨਹੀਂ ਪੈ ਰਹੀ ਸੀ ਕੀ ਹੋਇਆ ਸੀ। ਮੈਂ ਖੇਤਾਂ ਵਿਚ ਦੀ ਹਿਰਨ ਵਾਂਗ ਦੌੜਿਆ ਸੀ। ਹਵਾ ਤੋਂ ਤੇਜ਼, ਗੋਲੀ ਤੋਂ ਤੇਜ਼, ਅਸਮਾਨੀਂ ਬਿਜਲੀ ਵਾਂਗ। ਮੈਂ ਪਿੰਡ ਪਹੁੰਚਿਆ ਪਰ ਘਰ ਵੜਨ ਤੋਂ ਡਰਦਾ ਸਾਂ ਕਿਉਂਕਿ ਛੋਟਾ ਪਰਛਾਵੇਂ ਵਾਂਗ ਮੇਰਾ ਪਿੱਛਾ ਕਰ ਰਿਹਾ ਸੀ। ਮੇਰੇ ਬਰਾਬਰ ਹੀ ਦੌੜ ਰਿਹਾ ਸੀ। ਪਰ ਉਹ ਸਿੱਧਾ ਘਰ ਪਹੁੰਚਿਆ ਸੀ। ਉਸ ਨੇ ਖ਼ਬਰ ਅੱਗ ਵਾਂਗ ਫੈਲਾ ਦਿੱਤੀ ਸੀ। ਸਾਡੇ ਘਰ ਵਾਲਿਆਂ ਨੂੰ ਥੋੜਾ ਸਮਾਂ ਸਮਝ ਨਹੀਂ ਪਈ ਸੀ। ਆਖ਼ਰ ਹੋਇਆ ਕੀ ਸੀ! ਕੀ ਮੈਂ ਐਡਾ ਕਾਰਨਾਮਾ ਕਰ ਸਕਦਾ ਸੀ। ਘਰ ਵਾਲਿਆਂ ਮੁਤਾਬਕ ਮੈਂ ਤਾਂ ਬਹੁਤ ਸਾਊ ਪੁੱਤ ਸੀ। ਕਿਸੇ ਨੂੰ ਵੀ ਪਤਾ ਨਹੀਂ ਸੀ ਮੈਂ ਕੀ ਕੀ ਹੱਦਾਂ ਪਾਰ ਕਰ ਚੁੱਕਿਆ ਸਾਂ।

ਮੈਂ ਲੁੱਕ ਗਿਆ ਸਾਂ। ਮੈਨੂੰ ਵੀ ਨਹੀਂ ਪਤਾ ਮੈਂ ਕਿੱਥੇ ਲੁਕਿਆ ਸਾਂ। ਮੈਂ ਡਰ ਗਿਆ ਸਾਂ। ਮੈਨੂੰ ਪਤਾ ਨਹੀਂ ਸੀ ਕਿ ਮੈਂ ਅੰਦਰੋਂ ਇਤਨਾ ਡਰਪੋਕ ਸਾਂ। ਮੈਨੂੰ ਲੱਗ

ਰਿਹਾ ਸੀ ਪੁਲਿਸ ਮੈਨੂੰ ਫੜਨ ਲਈ ਮੇਰੇ ਪਿੱਛੇ ਲੱਗੀ ਹੋਈ ਸੀ। ਮਾਸਟਰ ਦੇ ਦੰਦ ਟੁੱਟ ਗਏ ਸਨ ਤੇ ਦੰਦਾਂ ਦੇ ਟੁੱਟਣ ਦਾ ਪਤਾ ਨਹੀਂ ਕਿੱਡਾ ਵੱਡਾ ਗੁਨਾਹ ਸੀ। ਕਿੱਡੀ ਵੱਡੀ ਸਜ਼ਾ ਸੀ। ਸ਼ਾਇਦ ਫਾਂਸੀ ਵੀ ਲੱਗ ਸਕਦੀ ਸੀ। ਮਾਸਟਰ ਮਰ ਵੀ ਤਾਂ ਸਕਦਾ ਸੀ। ਫਰਸ਼ ਤੇ ਇੱਟ ਵਾਂਗ ਡਿਗਿਆ ਸੀ। ਜਿਵੇਂ ਘੜਾ ਟੁਟਦਾ ਹੈ। -ਆਵਾਜ਼ ਆਈ ਸੀ। ਮਾਸਟਰ ਦੀ ਚੀਕ ਨਿਕਲੀ ਸੀ ਜਿਵੇਂ ਕਿਸੇ ਚੀਜ਼ ਨੇ ਉਸ ਨੂੰ ਕੋਹ ਸੁਟਿਆ ਸੀ। ਸਾਡੇ ਸਾਰੇ ਘਰ ਵਾਲੇ ਜਮਾਂ ਹੋ ਚੁੱਕੇ ਸਨ। ਬਾਪੂ ਜੀ ਪਿੰਡ ਦੇ ਕਿਸੇ ਕੰਮ 'ਚੋਂ ਘਰੇ ਪਹੁੰਚੇ ਸਨ। ਬਾਪੂ ਜੀ ਤੇ ਕੁਝ ਮੋਹਤਬਰ ਬੰਦੇ ਸਕੂਲ ਪਹੁੰਚੇ ਸਨ। ਮਾਸਟਰ ਨੂੰ ਗੱਡੇ ਵਿਚ ਪਾ ਕੇ ਸ਼ਹਿਰ ਤੋਰ ਦਿੱਤਾ ਸੀ। ਖ਼ੂਨ ਦਾ ਛੱਪੜ ਲੱਗ ਗਿਆ ਸੀ ਤੇ ਖਾਲ਼ ਦੀ ਤਰ੍ਹਾਂ ਵਹਿ ਰਿਹਾ ਸੀ। ਮਾਸਟਰ ਅੱਖਾਂ ਮੀਟ ਗਿਆ ਸੀ। ਮਾਸਟਰ ਬੇਹੋਸ਼ ਸੀ। ਸਾਰੇ ਸਕੂਲ ਵਿਚ ਮਸ਼ਹੂਰ ਹੋ ਗਿਆ ਸੀ ਕਿ ਮਾਸਟਰ ਦੀ ਜਾਨ ਬਚਣੀ ਮੁਸ਼ਕਿਲ ਸੀ। ਮਾਸਟਰ ਦੇ ਦੰਦ ਉਪਰ ਤਾਲੂਏ ਵਿਚ ਧਸ ਗਏ ਸਨ। ਡਾਕਟਰ ਤੱਕ ਪਹੁੰਚਣ ਤਕ ਮਾਸਟਰ ਦਾ ਸਾਰਾ ਲਹੂ ਵਹਿ ਜਾਣਾ ਸੀ। ਮਾਸਟਰ ਨੇ ਮੁਕ ਜਾਣਾ ਸੀ। ਸਕੂਲ ਦੇ ਸਾਰੇ ਸਰਕਰਦਾ ਮੈਂਬਰ ਜਮਾਂ ਹੋ ਗਏ ਸਨ। ਸਕੂਲ ਦੀ ਜ਼ਮੀਨ ਦਾ ਦਾਨੀ ਧਰਮਦਾਸ ਜੀ ਸ਼ਿਵ ਦਿਆਲੇ 'ਚੋਂ ਪਹੁੰਚ ਗਏ ਸਨ। ਉਹ ਇਕ ਗਹਿਰੀ ਸੋਚ ਵਿਚ ਸਨ। ਭਗਮੇ ਕਪੜਿਆਂ ਵਿਚ ਦੁਖ-ਗਮ ਦੀ ਮੂਰਤ ਦਿਖ ਰਹੇ ਸਨ। ਉਹ ਮੂੰਹੋਂ ਕੁਝ ਵੀ ਬੋਲ ਨਹੀਂ ਰਹੇ ਸਨ। ਉਡੀਕ ਰਹੇ ਸਨ ਮਾਸਟਰ ਦੀ ਸਲਾਮਤੀ ਦੀ ਖ਼ਬਰ ਆਏ ਪਰ ਸਕੂਲ ਦਾ ਹੈਡਮਾਸਟਰ ਤੇ ਬਾਕੀ ਮਾਸਟਰ ਆਸਵੰਦ ਨਹੀਂ ਸਨ। ਉਹਨਾਂ ਨੂੰ ਭਰੋਸਾ ਸੀ ਬੁਰੀ ਹੀ ਖ਼ਬਰ ਆਣ ਵਾਲੀ ਸੀ ਕਿਉਂਕਿ ਸਭ ਨੇ ਮਾਸਟਰ ਦਾ ਹਾਲ ਅੱਖੀਂ ਤਕਿਆ ਸੀ। ਮਾਸਟਰ ਦਾ ਚਿਹਰਾ ਪੀਲਾ ਪੈ ਗਿਆ ਸੀ। ਸਰੀਰ ਪਲ ਪਲ ਬੇ-ਹਰਕਤ ਹੁੰਦਾ ਜਾ ਰਿਹਾ ਸੀ।

ਘਟਨਾ ਦੀ ਖ਼ਬਰ ਥਾਣੇ ਵੀ ਪਹੁੰਚ ਗਈ ਸੀ। ਥਾਣੇਦਾਰ ਇਕ ਪਠਾਣ ਸੀ ਜਿਹੜਾ ਕੁਲੇ ਵਾਲੀ ਪਗੜੀ ਰਖਦਾ ਸੀ ਜਿਸ ਦੀਆਂ ਮੁੱਛਾਂ ਬਿੱਲੀ ਦੀ ਪੂਛ ਵਾਂਗ ਹਮੇਸ਼ਾ ਹੀ ਤਣੀਆਂ ਰਹਿੰਦੀਆਂ ਸਨ। ਉਹ ਬੜਾ ਸਖ਼ਤ ਮਿਜਾਜ਼ ਸੀ, ਕੱਦ ਦਾ ਲੰਮਾ ਤੇ ਸਰੀਰ ਦਾ ਫੁਰਤੀਲਾ ਸੀ। ਉਹ ਸਦਾ ਸਲਵਾਰ ਕਮੀਜ਼ ਪਹਿਨਦਾ ਸੀ ਤੇ ਕਮੀਜ਼ ਦੇ ਉਪਰ ਰੀਵਾਲਵਰ ਪਹਿਨ ਕੇ ਰਖਦਾ ਸੀ। ਪਗੜੀ ਖਾਖੀ ਹੁੰਦੀ ਸੀ ਜਿਸ ਦਾ ਫਰਲਾ ਸਦਾ ਕਬੂਤਰ ਵਾਂਗ ਬਾਜ਼ੀ ਲਾਂਦਾ ਰਹਿੰਦਾ ਸੀ। ਕੁੱਲਾ ਚਿੱਟਾ ਹੁੰਦਾ। ਉਸ ਦੀ ਇਲਾਕੇ ਵਿਚ ਪੂਰੀ ਧਾਂਕ ਸੀ। ਬੁਰੇ ਬੰਦੇ ਉਸ ਤੋਂ ਡਰਦੇ ਸਨ ਤੇ ਉਸ ਦੇ ਡੰਡੇ ਨੂੰ ਸਲਾਮ ਕਰਦੇ ਸਨ।

ਮਾਸਟਰ ਸਰਕਾਰੀ ਹਸਪਤਾਲ ਪਹੁੰਚ ਗਿਆ ਸੀ। ਗੱਡਾ ਕਾਫ਼ੀ ਤੇਜ਼ੀ ਨਾਲ ਤੁਰਿਆ ਸੀ ਜਿਸ ਲਈ ਚਾਰ ਕੋਹ ਵਾਟ ਛੇਤੀ ਹੀ ਤੈਅ ਹੋ ਗਈ।

ਸਕੂਲ ਬੰਦਿਆਂ ਨਾਲ ਭਰ ਗਿਆ ਸੀ ਪਰ ਬਹੁਤੀਆਂ ਗੱਲਾਂ ਨਹੀਂ ਹੋ ਰਹੀਆਂ ਸਨ। ਭਾਵੇਂ ਕੁਝ ਮਾਸਟਰ ਆਪਣੇ ਸਾਥੀ ਮਾਸਟਰ ਦੀ ਬੁਰਾਈ ਕਰ ਰਹੇ ਸਨ। ਮਾਸਟਰ ਨੂੰ ਮੁੰਡੇ ਨੂੰ ਇਸ ਤਰ੍ਹਾਂ ਨਹੀਂ ਮਾਰਨਾ ਚਾਹੀਦਾ ਸੀ। ਚੰਗੇ ਤੇ ਰੱਜੇ ਪੁੱਜੇ ਘਰਾਂ ਦੇ ਮੁੰਡੇ ਇਸ ਤਰ੍ਹਾਂ ਮਾਰ ਨਹੀਂ ਖਾਂਦੇ - ਜ਼ਮਾਨਾ ਬਦਲਦਾ ਜਾ ਰਿਹਾ ਸੀ। ਪਹਿਲਾਂ ਵਾਲੇ ਸਮੇਂ ਬੱਚੇ ਮਾਸਟਰਾਂ ਦਾ ਬਹੁਤ ਆਦਰ - ਸਤਿਕਾਰ ਕਰਦੇ ਸਨ। ਅੱਜ ਦੇ ਬੱਚੇ ਨੱਕ ਤੇ ਮੱਖੀ ਵੀ ਨਹੀਂ ਬੈਠਣ ਦਿੰਦੇ।

ਬਗੈਰ ਬਹੁਤੀਆਂ ਗੱਲਾਂ ਕਰਦਿਆਂ ਪਰਛਾਵੇਂ ਢਲ ਗਏ। ਪੁਲਿਸ ਪਹੁੰਚ ਗਈ। ਸਿਪਾਹੀਆਂ ਦੀ ਗੁਟਪੱਟੀ ਚਾਰ ਕੋਹ ਵਾਟ ਕਰਕੇ ਢਿੱਲੀ ਹੋ ਗਈ ਸੀ। ਖਾਨ ਬਹਾਦਰ ਥਾਣੇਦਾਰ ਘੋੜੇ ਤੇ ਸਵਾਰ ਸੀ। ਉਸ ਦੇ ਭਾਰ ਨਾਲ ਘੋੜਾ ਲਿਫਦਾ ਆਇਆ ਸੀ। ਥਾਣੇਦਾਰ ਉਤਰਿਆ ਤਾਂ ਉਸ ਦਾ ਵਿਚਕਾਰੋਂ ਝੁਕਿਆ ਸਰੀਰ ਸੱਪ ਵਾਂਗ ਸਿੱਧਾ ਹੋ ਗਿਆ। ਘੋੜੇ ਦਾ ਤੰਗ ਢਿੱਲਾ ਕੀਤਾ ਤਾਂ ਘੋੜੇ ਨੇ ਪੀਲੇ ਮੂਤ ਦਾ ਛੱਪੜ ਲਾ ਦਿੱਤਾ-ਨਾਸ ਮਾਰਨੀ ਬੰਦ ਕਰ ਦਿੱਤੀ।

ਥਾਣੇਦਾਰ ਨੇ ਸਾਡੇ ਹੈਡਮਾਸਟਰ ਤੋਂ ਮੈਨੂੰ ਗ੍ਰਿਫ਼ਤਾਰ ਕਰਨ ਦੀ ਆਗਿਆ ਲਈ ਵਕੂਏ ਵਾਲੀ ਥਾਂ ਦੇਖੀ। ਮੁਨਸ਼ੀ ਨੇ ਜਗ੍ਹਾ ਦਾ ਨਕਸ਼ਾ ਬਣਾਇਆ ਤੇ ਵਾਕਿਆ ਦੀ ਚਾਰੋਂ ਪਾਸਿਓਂ ਗਿਣਤੀ ਮਿਣਤੀ ਕੀਤੀ। ਵਾਕਿਆ ਦੀ ਰਿਪੋਰਟ ਹੈਡਮਾਸਟਰ ਵਲੋਂ ਲਿਖਾਈ ਜਾਣੀ ਸੀ। ਕੋਰੇ ਕਾਗਜ਼ ਉਪਰ ਸਾਰੇ ਕੇਸ ਦੀ ਇਬਾਰਤ ਤਫ਼ਸੀਲ ਨਾਲ ਲਿਖੀ ਗਈ। ਮਾਸਟਰ ਨਾਲ ਮੁੰਡੇ ਨੂੰ ਰੰਜਸ਼ ਰਹਿੰਦੀ ਸੀ ਕਿਉਂਕਿ ਮਾਸਟਰ ਦੀ ਮੁੰਡਾ ਪਰਵਾਹ ਨਹੀਂ ਕਰਦਾ ਸੀ। ਮੁੰਡੇ ਨੂੰ ਚੰਗੇ ਘਰ ਦਾ ਬੱਚਾ ਹੋਣ ਦਾ ਬਹੁਤ ਮਾਣ ਸੀ ਤੇ ਇਹ ਮਾਣ ਜਾਂ ਅਹਿੰਕਾਰ ਦੋਹਾਂ ਵਿਚਕਾਰ ਰੰਜਸ਼ ਦਾ ਕਾਰਨ ਬਣਦਾ ਗਿਆ। ਇਸ ਤੋਂ ਇਲਾਵਾ ਦੋਹਾਂ ਵਿਚਕਾਰ ਹੋਈ ਦਵੈਤ ਨਹੀਂ ਸੀ।

ਧਰਮਦਾਸ ਜੀ ਸਾਰੀ ਕਾਰਵਾਈ ਨੂੰ ਬੜੀ ਸ਼ਾਂਤੀ ਨਾਲ ਸੁਣ ਰਹੇ ਸਨ। ਉਹ ਕੋਈ ਵੀ ਸ਼ਬਦ ਨਹੀਂ ਬੋਲਣਾ ਚਾਹੁੰਦੇ ਸਨ। ਸ਼ਾਇਦ ਉਹਨਾਂ ਨੂੰ ਬੜਾ ਦੁੱਖ ਸੀ ਕਿ ਸਕੂਲ ਵਿਚ ਇਹ ਵਾਕਿਆ ਹੋਇਆ ਸੀ। ਸਕੂਲ ਕਾਲਜ ਤਾਂ ਪੜ੍ਹਾਈ ਲਈ ਹਨ ਨਾ ਕਿ ਲੜਾਈ ਲਈ। ਧਰਮਦਾਸ ਜੀ ਨੂੰ ਮਾਸਟਰ ਜੀ ਤੇ ਵੀ ਗੁੱਸਾ ਸੀ ਕਿ ਉਸ ਨੇ ਮੁੰਡੇ ਦੇ ਥੱਪੜ ਕਿਉਂ ਮਾਰਿਆ ਪਹਿਲਾਂ ਅਰਦਾਸ ਅੰਦਰ ਵੀ ਉਸ ਦੀ ਗਿੱਚੀ 'ਚ ਮਾਰਿਆ- ਇਹੀ ਖੁਨਾਮੀ ਬੱਚੇ ਨੂੰ ਸ਼ਾਂਤੀ ਨਾਲ ਸਮਝਾਈ ਜਾ ਸਕਦੀ ਸੀ। ਮਾਸਟਰ ਨੂੰ ਆਪਣਾ ਰਵੱਈਆ ਬਦਲਣਾ ਚਾਹੀਦਾ ਸੀ। ਧਰਮਦਾਸ ਜੀ ਦੀ ਸੰਤ ਬਿਰਤੀ ਤੇ ਸੋਚ ਸੀ ਜਿਸ ਕਰਕੇ ਉਹ ਇਸ ਤਰ੍ਹਾਂ ਸੋਚਦੇ ਸਨ।

ਰਾਤ ਪੈ ਗਈ। ਲੋਕ ਘਰਾਂ ਨੂੰ ਤੁਰ ਗਏ ਤੇ ਪੁਲਿਸ ਮੈਨੂੰ ਫੜ੍ਹਨ ਲਈ ਸਾਡੇ

ਪਿੰਡ ਪਹੁੰਚ ਗਈ। ਪਿੰਡ ਦੀ ਧਰਮਸ਼ਾਲਾ ਵਿਚ ਉਤਾਰਾ ਸੀ ਤੇ ਸਾਡੇ ਘਰੋਂ ਰੋਟੀ 'ਤੇ ਦੁੱਧ ਨੇ ਆਣਾ ਸੀ।

ਮੈਂ ਕਿੱਥੇ ਸੀ ? ਕਿਸੇ ਨੂੰ ਵੀ ਪਤਾ ਨਹੀਂ ਸੀ। ਘਰਦਿਆਂ ਲਈ ਇਹ ਨਵੀਂ ਸਮੱਸਿਆ ਸੀ। ਆਖ਼ਰ ਤਾਂ ਮੈਂ ਬੱਚਾ ਹੀ ਸਾਂ ਕਿਤੇ ਪੁਲਿਸ ਦੇ ਡਰੋਂ ਮੈਂ ਖੂਹ ਖਾਤਾ ਗੰਦਾ ਤਾਂ ਨਹੀਂ ਕਰ ਦਿੱਤਾ ਸੀ। ਪਿੰਡ ਦੇ ਦੋਵੇਂ ਛੱਪੜ ਤੇ ਦੋਵੇਂ ਖੂਹ ਧਿਆਨ ਨਾਲ ਦੇਖੇ ਗਏ। ਘਰ ਦੇ ਖਲ ਖੂੰਜੇ ਫਰੋਲੇ ਗਏ। –ਬਾਹਰ ਵਾਲੇ ਸਾਰੇ ਘਰ ਦੇ ਵੱਡੇ ਕਮਰੇ ਦੇਖੇ ਗਏ– ਤੂੜੀ ਆਦਿ ਵਿਚੋਂ ਲਭਿਆ ਗਿਆ। ਜਿਉਂ ਜਿਉਂ ਮੈਂ ਲਭ ਨਹੀਂ ਰਿਹਾ ਸੀ ਘਰ ਵਾਲਿਆਂ ਦੇ ਪਰਾਣ ਸੁਕ ਰਹੇ ਸਨ।

"ਛੋਟੇ ਤੈਨੂੰ ਜ਼ਰੂਰ ਪਤਾ ਹੈ ਤੂੰ ਦਸ ਨਹੀਂ ਰਿਹਾ ਪੁੱਤ।" ਬਾਪੂ ਜੀ ਇਕ ਤਰ੍ਹਾਂ ਮਿੰਨਤ ਤਰਲੇ ਤੇ ਉਤਰ ਆਏ ਸਨ।

"ਨਹੀਂ ਬਾਪੂ ਜੀ ਮੈਂ ਉਹਦੇ ਪਿੱਛੇ ਹੀ ਦੌੜਦਾ ਆਇਆ। ਮੈਂ ਘਰ ਵੜ ਗਿਆ ਪਰ ਉਹ ਪਤਾ ਨਹੀਂ ਕਿੱਥੇ ਚਲਾ ਗਿਆ। ਖੇਤਾਂ ਵੱਲ ਨੂੰ ਸ਼ਾਇਦ ਗਿਆ ਸੀ, ਛੋਟਾ ਰੋਂਦਾ ਹੋਇਆ ਦਸ ਰਿਹਾ ਸੀ। ਬੇਬੇ ਜੀ ਦੀਆਂ ਅੱਖਾਂ ਦੀ ਝੜੀ ਲੱਗੀ ਹੋਈ ਸੀ। ਘੰਟਿਆਂ ਵਿਚ ਹੀ ਅੱਖਾਂ ਦੀ ਜਿਵੇਂ ਰੌਸ਼ਨੀ ਮੱਧਮ ਹੋ ਗਈ ਸੀ। ਅੱਖਾਂ ਪਿਚਕ ਗਈਆਂ ਸਨ। ਖੁਲ੍ਹ ਨਹੀਂ ਰਹੀਆਂ ਸਨ।

ਪੁਲਿਸ ਨੂੰ ਰੋਟੀ ਦੁੱਧ ਦੇਣ ਮਗਰੋਂ ਅਸੀਂ ਲੋਕ ਭੁੱਖੇ ਹੀ ਸੌਂ ਗਏ ਸੀ। ਸਾਰੀ ਰਾਤ ਕਿਸੇ ਨੇ ਪਾਸਾ ਵੀ ਨਹੀਂ ਬਦਲਿਆ ਸੀ।

ਸੂਰਜ ਚੜ੍ਹਿਆ। ਪੁਲਿਸ ਦੁੱਧ ਆਦਿ ਪੀ ਕੇ ਸਾਡੇ ਘਰ ਪਹੁੰਚ ਗਈ। "ਸਰਦਾਰਾ ਬੱਚਾ ਸਾਡੇ ਹਵਾਲੇ ਕਰ ਨਹੀਂ ਤਾਂ ਮੈਨੂੰ ਸਖ਼ਤਾਈ ਕਰਨੀ ਪਏਗੀ।" ਥਾਣੇਦਾਰ ਨੇ ਕਿਹਾ। ਉਸ ਦੇ ਹੱਥ ਵਿਚ ਚਾਂਦੀ ਦੇ ਪੋਪਲਿਆਂ ਵਾਲੀ ਛੜੀ ਸੀ।

"ਖਾਨ ਸਾਹਿਬ ਅਸੀਂ ਘਰ ਦੇ ਸਾਰੇ ਜੀਅ ਬਹੁਤ ਪਰੇਸ਼ਾਨ ਹਾਂ। ਮਤਾ ਪੁਲਿਸ ਤੋਂ ਡਰਦਾ ਬੱਚਾ ਕੋਈ ਭੈੜੀ ਹਰਕਤ ਕਰ ਬੈਠਾ ਹੋਵੇ ਪਰ ਉਸ ਦੀ ਕੋਈ ਉਘਸੁਘ ਨਹੀਂ ਹੈ।"

"ਮੈਂ ਦੋ ਘੰਟੇ ਧਰਮਸ਼ਾਲਾ ਬੈਠ ਕੇ ਉਡੀਕਦਾ ਹਾਂ। ਮਿਲ ਗਿਆ ਤਾਂ ਪੇਸ਼ ਕਰਦੇ ਨਹੀਂ ਤਾਂ ਇਹ ਛੋਟਾ ਸਾਡੇ ਹਵਾਲੇ ਕਰ ਦੇਣਾ।" ਥਾਣੇਦਾਰ ਨੇ ਛੋਟੇ ਵੱਲ ਛੜੀ ਕਰਕੇ ਕਿਹਾ। ਉਸ ਦੀਆਂ ਅੱਖਾਂ ਨਹੀਂ ਗੋਲ਼ੀਆਂ ਦਿਸੀਆਂ ਸਨ। ਉਸ ਦਾ ਬੁਲੀ ਕੁੱਤੇ ਵਰਗਾ ਚਿਹਰਾ ਅਤਿ ਭਿਆਨਕ ਲੱਗਿਆ ਸੀ। ਛੋਟਾ ਡਰ ਗਿਆ ਸੀ। ਬੇਬੇ ਜੀ ਦੀ ਚੀਕ ਨਿਕਲੀ ਸੀ। ਬਾਪੂ ਜੀ ਦੁਖ ਨਾਲ ਨੀਵੀਂ ਪਾ ਗਏ ਸਨ।

ਦੋ ਘੰਟੇ ਲੰਘ ਗਏ। ਪੁਲਿਸ ਨੇ ਛੋਟੇ ਨੂੰ ਅੱਗੇ ਲਾ ਲਿਆ। ਬਾਪੂ ਜੀ ਤੇ ਪਿੰਡ ਦੇ ਕੁਝ ਸਰਕਰਦਾ ਬੰਦੇ ਨਾਲ ਤੁਰ ਪਏ। ਥਾਣੇਦਾਰ ਕੋਈ ਦਲੀਲ ਮੰਨਣ ਲਈ ਤਿਆਰ ਨਹੀਂ ਸੀ। ਗੁੱਸੇ ਨਾਲ ਕੁਝ ਅਬਾ ਤਬਾ ਵੀ ਬੋਲ ਰਿਹਾ ਸੀ।

ਮੈਂ ਟਾਹਲੀ ਤੋਂ ਉਤਰ ਕੇ ਭੁਖ ਨਾਲ ਸੁਕਿਆ ਘਰ ਪਹੁੰਚਿਆ। ਬੇਬੇ ਜੀ ਨੂੰ ਜਿਵੇਂ ਸੱਚ ਨਾ ਆਇਆ। ਉਹ ਪਾਗਲਾਂ ਵਾਂਗ ਮੈਨੂੰ ਚਿਮਟ ਗਈ। ਫੇਰ ਭੱਜ ਕੇ ਦੁੱਧ ਦਾ ਗਿਲਾਸ ਮੈਨੂੰ ਦਿੱਤਾ ਜਿਹੜਾ ਮੈਂ ਡੀਕ ਲਾ ਕੇ ਪੀ ਗਿਆ। ਸਾਡੇ ਘਰਾਂ ਵਿਚ ਮੇਰੇ ਆਣ ਦੀ ਖ਼ਬਰ ਫੈਲ ਗਈ ਤੇ ਘਰਾਂ ਦੇ ਬੰਦੇ ਔਰਤਾਂ ਸਾਡੇ ਘਰ ਜਮਾਂ ਹੋ ਗਏ। ਥਾਣੇ ਤੁਰਨ ਲੱਗੇ ਬਾਪੂ ਜੀ ਤੇ ਪੁਲਿਸ ਨੂੰ ਖ਼ਬਰ ਦਿੱਤੀ ਗਈ। ਥਾਣੇਦਾਰ ਦੀ ਜਿਵੇਂ ਚੜ੍ਹ ਮੱਚੀ। ਸ਼ਾਇਦ ਉਸ ਨੂੰ ਲੱਗਿਆ ਸੀ ਛੋਟੇ ਨੂੰ ਥਾਣੇ ਲਿਜਾਣ ਦੇ ਝਟਕੇ ਵਿਚ ਅਸਲੀ ਮੁਲਜ਼ਿਮ ਪੇਸ਼ ਹੋ ਗਿਆ ਸੀ।

ਮੈਂ ਰੋਟੀ ਖ਼ਤਮ ਹੀ ਕੀਤੀ ਸੀ ਕਿ ਪੁਲਿਸ ਸਾਡੇ ਘਰ ਪਹੁੰਚ ਗਈ। ਮੈਨੂੰ ਹੱਥਕੜੀ ਲਾ ਲਈ। ਬੇਬੇ ਜੀ ਨੇ ਫਿਰ ਰੋਣਾ ਸ਼ੁਰੂ ਕਰ ਦਿੱਤਾ। ਪਰ ਜਿਵੇਂ ਬਾਪੂ ਜੀ ਮਜ਼ਬੂਤ ਹੋ ਗਏ ਸਨ।

ਅਸੀਂ ਥਾਣੇ ਪਹੁੰਚ ਗਏ।

ਖ਼ਬਰ ਪਹੁੰਚ ਗਈ ਸੀ ਕਿ ਮਾਸਟਰ ਦੀ ਜਾਨ ਬਚ ਗਈ ਸੀ ਤੇ ਉਸ ਨੇ ਬਿਆਨ ਦੇ ਦਿੱਤਾ ਸੀ ਕਿ ਉਹ ਮੇਰੇ ਤੇ ਕੇਸ ਨਹੀਂ ਕਰਨਾ ਚਾਹੁੰਦਾ ਸੀ ਕਿਉਂਕਿ ਉਸ ਦੀ ਗਲਤੀ ਸੀ ਕਿ ਉਸ ਨੂੰ ਮੈਨੂੰ ਨਹੀਂ ਮਾਰਨਾ ਚਾਹੀਦਾ ਸੀ। ਅਸਲ 'ਚ ਉਸ ਨੇ ਧਰਮਦਾਸ ਦੇ ਕਹਿਣ ਤੇ ਕੇਸ ਵਾਪਸ ਲਿਆ ਸੀ। ਧਰਮਦਾਸ ਬਾਪੂ ਜੀ ਦਾ ਪਰੇਮੀ ਸੀ।

ਪੁਲਿਸ ਨਾਖੁਸ਼ ਸੀ ਕਿ ਕਤਲ ਦਾ ਕੇਸ ਖੁਰਦ ਬੁਰਦ ਹੋ ਗਿਆ ਸੀ।

"ਪਰ ਮੈਂ ਇਸ ਬੱਚੇ ਨੂੰ ਨਹੀਂ ਛੱਡਾਂਗਾ।" ਥਾਣੇਦਾਰ ਨੇ ਕਿਹਾ।

"ਕਿਉਂ ?" ਬਾਪੂ ਜੀ ਨੇ ਪੁੱਛਿਆ।

"ਇਸ ਨੂੰ ਅੰਦਰ ਕਰੋ।" ਥਾਣੇਦਾਰ ਨੇ ਕਿਹਾ।

"ਪਰ ਥਾਣੇਦਾਰ ਸਾਹਿਬ ਕਿਉਂ ਅੰਦਰ ਕਰ ਰਹੇ ਹੋ ?" ਬਾਪੂ ਜੀ ਇਕ ਤਰ੍ਹਾਂ ਗਰਜੇ ਸਨ। ਮੈਨੂੰ ਧੱਕ ਕੇ ਹਵਾਲਾਤ ਵਿਚ ਡੱਕ ਦਿੱਤਾ। ਮੈਂ ਨਿਮੋਝੂਣਾ ਸਾਂ। ਮੈਨੂੰ ਪਤਾ ਨਹੀਂ ਲੱਗ ਰਿਹਾ ਸੀ ਮੈਂ ਕਿਥੇ ਸਾਂ। ਸਿਪਾਹੀਆਂ ਦੇ ਚਿਹਰੇ ਦੇਖ ਦੇਖ ਮੇਰਾ ਦਿਲ ਦਹਿਲ ਰਿਹਾ ਸੀ। "ਸਰਦਾਰ ਜੀ ਅੰਦਰ ਆਉ ਤੇ ਮੇਰੀ ਗੱਲ ਧਿਆਨ ਨਾਲ ਸੁਣੋ" ਬਾਪੂ ਜੀ ਥਾਣੇਦਾਰ ਦੇ ਕੋਲ ਗਏ। ਮੈਂ ਹਵਾਲਾਤ ਵਿਚ ਤੜਿਆ ਬਿਟ ਬਿਟ

ਦੇਖ ਰਿਹਾ ਸਾਂ। ਬਾਪੂ ਜੀ ਤੇ ਥਾਣੇਦਾਰ ਇਕ ਪਾਸੇ ਚਲੇ ਗਏ

"ਸਰਦਾਰ ਜੀ ਮੈਂ ਤੁਹਾਡਾ ਹਮਦਰਦ ਹਾਂ। ਮੇਰੇ ਕੋਲ ਇਸ ਬੱਚੇ ਦੀ ਪੂਰੀ ਰਿਪੋਰਟ ਹੈ। ਇਹ ਪੂਰਾ ਵਿਗੜ ਚੁਕਿਐ ਜਿਸ ਦਾ ਤੁਹਾਨੂੰ ਪਤਾ ਨਹੀਂ ਤੇ ਮੈਂ ਇਸ ਨੂੰ ਇਕ ਰਾਤ ਅੰਦਰ ਹੀ ਸੁਧਾਰ ਕੇ ਭੇਜਾਂਗਾ। ਮੇਰੇ ਵੀ ਬੱਚੇ ਹਨ। ਮੈਨੂੰ ਤੁਹਾਡੇ ਨਾਲ ਹਮਦਰਦੀ ਹੈ। ਛੋਟਾ ਬੱਚਾ ਤੁਹਾਡਾ ਠੀਕ ਹੈ। ਇਸ ਨੂੰ ਜਵਾਨੀ ਦਾ ਨਵਾਂ ਰੰਗ ਚੜ੍ਹ ਗਿਆ ਹੈ। ਜੇਕਰ ਹੁਣੇ ਇਸ ਦਾ ਇਲਾਜ ਨਾ ਕੀਤਾ ਤਾਂ ਇਹ ਹੱਥ ਨਹੀਂ ਆਏਗਾ।"

"ਪਰ ਤੁਸੀਂ ਕੀ ਕਰਨਾ ਚਾਹੁੰਦੇ ਹੋ ?"

"ਮੈਂ ਇਸ ਨੂੰ ਦਹਿਸ਼ਤ ਦੇਵਾਂਗਾ।"

"ਉਹ ਕਿਵੇਂ ?"

"ਕੁਟਾਂਗੇ ਦੂਜੇ ਨੂੰ ਜਿਸ ਦੀਆਂ ਇਹ ਚੀਕਾਂ ਸੁਣੇਗਾ ਤੇ ਵਿਚ ਵਿਚ ਇਸ ਨੂੰ ਵੀ ਪੁਛਾਂਗੇ ਕਿਉਂ ਭੈੜੇ ਕੰਮ ਕਰੇਂਗਾ ?"

"ਕਿਤੇ ਬੱਚੇ ਦਾ ਦਿਲ ਨਾ ਪਾਟ ਜਾਏ।" ਬਾਪੂ ਜੀ ਡਰ ਰਹੇ ਸਨ।

"ਇਸ ਨੂੰ ਕੁਛ ਨਹੀਂ ਹੁੰਦਾ। ਇਹ ਬੜੀ ਸਖ਼ਤ ਜਾਨ ਹੈ। ਤੁਹਾਨੂੰ ਨਹੀਂ ਪਤਾ ਇਸ ਦੀ ਚਮੜੀ 'ਚ ਮੇਖ ਵੀ ਨਹੀਂ ਖੁਭਦੀ। ਇਸ ਦੇ ਇਕ ਧੱਫੇ ਨਾਲ ਮਾਸਟਰ ਪੈਰਾਂ ਤੋਂ ਨਿਕਲ ਗਿਆ- ਪਰ ਪੁਲਿਸ ਅੱਗੇ ਸਾਰੇ ਪਾਣੀ ਬਣ ਜਾਂਦੇ ਨੇ।"

"ਮੈਂ ਵੀ ਥਾਣੇ 'ਚ ਹੀ ਰਹਾਂਗਾ।" ਬਾਪੂ ਜੀ ਨੇ ਕਿਹਾ। ਬਾਪੂ ਜੀ ਮੈਨੂੰ ਕਸਾਈਆਂ ਹੱਥ ਛੱਡ ਕੇ ਜਾਣਾ ਨਹੀਂ ਚਾਹੁੰਦੇ ਸੀ।

"ਪਰ ਇਸ ਨੂੰ ਪਤਾ ਨਹੀਂ ਹੋਣਾ ਚਾਹੀਦਾ।"

"ਠੀਕ ਹੈ।" ਬਾਪੂ ਜੀ ਮੰਨ ਗਏ।

ਥਾਣਾ ਘੁੱਪ ਹਨੇਰੇ 'ਚ ਡੁੱਬ ਗਿਆ। ਦੂਜੀ ਹਵਾਲਾਤ ਵਿਚੋਂ ਕੋਈ ਕੋਈ ਚੀਕ ਸੁਣਾਈ ਦਿੰਦੀ ਸੀ ਤੇ ਫੇਰ ਜ਼ੋਰਦਾਰ ਚੀਕਾਂ ਸੁਣਾਈ ਦਿੱਤੀਆਂ। ਬੜੀ ਜ਼ੋਰ ਨਾਲ ਕੁਟਾਈ ਸ਼ੁਰੂ ਸੀ।

"ਇਸ ਨੂੰ ਵੀ ਲੰਮਾ ਪਾਉ।" ਥਾਣੇਦਾਰ ਨੇ ਮੇਰੀ ਹਵਾਲਾਤ ਦੇ ਸਾਹਮਣੇ ਆ ਕੇ ਕਿਹਾ। ਉਸ ਦੇ ਹੱਥ 'ਚ ਪਟਾ ਸੀ। ਸਿਰ ਨੰਗਾ ਸੀ ਜਿਹੜਾ ਰੜਾ ਪੱਟਕ ਸੀ ਮੇਰੀਆਂ ਲੇਰਾਂ ਨਿਕਲ ਗਈਆਂ। ਮੇਰਾ ਮੂਤ ਪਜਾਮੇ ਵਿਚ ਦੀ ਜੁੱਤੀ 'ਚ ਪਹੁੰਚ ਗਿਆ। ਮੇਰਾ ਸਾਰਾ ਸਰੀਰ ਕੰਬ ਰਿਹਾ ਸੀ।

ਇਕ ਸਿਪਾਹੀ ਨੇ ਮੇਰੀ ਹਵਾਲਾਤ ਦਾ ਤਾਲਾ ਖੋਹਲਿਆ। ਦੋ ਬੰਦਿਆਂ ਨੇ ਮੈਨੂੰ

ਬਾਹਾਂ ਤੋਂ ਕਾਬੂ ਕੀਤਾ।

"ਕਿਉਂ ਭੈੜੇ ਕੰਮ ਕਰੇਂਗਾ ?" ਥਾਣੇਦਾਰ ਨੇ ਮੈਨੂੰ ਪੁੱਛਿਆ।

"ਨਹੀਂ ਕਰਦਾ।"

"ਨਹੀਂ, ਕਹਿ ਮੇਰੇ ਬਾਪ ਨਹੀਂ ਕਰਦਾ।" ਥਾਣੇਦਾਰ ਨੇ ਕਿਹਾ।

"ਮੇਰੇ ਬਾਪ ਨਹੀਂ ਕਰਦਾ।"

"ਰੋਜ਼ ਸਕੂਲ ਜਾਇਆ ਕਰੇਂਗਾ ?"

"ਹਾਂ ਰੋਜ਼ ਸਕੂਲ ਜਾਵਾਂਗਾ।"

"ਕਦੇ ਵੀ ਰਾਹ 'ਚੋਂ ਰੋਟੀ ਖਾ ਕੇ ਨਹੀਂ ਮੁੜੇਂਗਾ ?"

"ਹਾਂ ਨਹੀਂ ਮੁੜਾਂਗਾ।"

"ਮਾਸਟਰ 'ਤੇ ਅੱਗੋਂ ਹੱਥ ਨਹੀਂ ਚੁਕੇਂਗਾ।"

"ਹਾਂ ਨਹੀਂ ਚੁਕਾਂਗਾ।"

"ਚਲੋ ਛੱਡ ਦਿਓ ਇਸ ਨੂੰ ਹਵਾਲਾਤ 'ਚ ਬੰਦ ਕਰ ਦਿਓ। ਇਸ ਨੂੰ ਸਵੇਰੇ ਛੱਡਾਂਗੇ।" ਥਾਣੇਦਾਰ ਨੇ ਕਿਹਾ ਤੇ ਮੈਂ ਹਵਾਲਾਤ ਵਿਚ ਵੜ ਗਿਆ। ਬਾਹਰੋਂ ਤਾਲਾ ਲੱਗ ਗਿਆ।

ਰਾਤ ਲੰਘ ਗਈ। ਰਾਤ ਭਰ ਪੈਂਦੀ ਕੁੱਟ ਦੇ ਕਾਰਨ ਚੀਕਾਂ ਸੁਣਾਈ ਦਿੰਦੀਆਂ ਰਹੀਆਂ। ਮੈਂ ਇਕ ਪਲ ਵੀ ਸੌਂ ਨਹੀਂ ਸਕਿਆ ਸਾਂ। ਪੱਕੇ ਥਾਂ ਤੇ ਮੈਂ ਲੇਟਿਆ ਹੋਇਆ ਸਾਂ। ਜ਼ਰਾ ਅੱਖ ਲਗਦੀ ਤਾਂ ਚੀਕ ਸੁਣਕੇ ਮੇਰਾ ਦਿਲ ਦਹਿਲ ਜਾਂਦਾ ਤੇ ਮੈਂ ਉਠ ਕੇ ਬੈਠ ਜਾਂਦਾ। ਕਿਸੇ ਤਰ੍ਹਾਂ ਸਵੇਰ ਹੋਈ। ਥਾਣੇ ਦੇ ਗਿਰਦ ਦਰੱਖ਼ਤਾਂ ਦਾ ਝੁੰਡ ਸੀ ਜਿਨ੍ਹਾਂ ਉਪਰ ਤੋਤਿਆਂ ਆਦਿ ਨੇ ਝੁਰਮੁਟ ਪਾਇਆ ਹੋਇਆ ਸੀ ਜਿਵੇਂ ਕਿਸੇ ਲਾਮ ਤੇ ਤੁਰਨ ਵਾਲੇ ਸਨ ਤੇ ਆਖ਼ਰੀ ਮੁਲਾਕਾਤ ਕਰ ਰਹੇ ਸਨ।

ਸਾਹਮਣੇ ਵਿਹੜੇ ਵਿਚ ਬਾਪੂ ਜੀ ਨਜ਼ਰ ਆਏ। ਦੇਖਦਿਆਂ ਮੇਰੀਆਂ ਲੇਰਾਂ ਨਿਕਲ ਗਈਆਂ। ਮੈਂ ਬਾਪੂ ਜੀ ਦੀਆਂ ਬਾਹਾਂ ਦੀ ਬੁੱਕਲ ਵਿਚ ਛੁਪ ਜਾਣਾ ਚਾਹੁੰਦਾ ਸਾਂ। "ਮੈਨੂੰ ਬੁੱਕਲ ਵਿਚ ਲੁਕਾ ਲੈ ਮਾਂ ਡਰ ਲਗਦੈ ਜੰਗ ਬਾਜ਼ਾਂ ਤੋਂ।" ਮੈਨੂੰ ਕਿਸੇ ਦੀ ਕਵਿਤਾ ਯਾਦ ਆਈ।

ਬਾਪੂ ਜੀ ਨੇ ਮੇਰੇ ਕੋਲੇ ਆ ਕੇ ਹਵਾਲਾਤ ਦੀਆਂ ਸੀਖਾਂ ਵਿਚ ਦੀ ਮੇਰੇ ਸਿਰ ਤੇ ਹੱਥ ਰੱਖਿਆ। ਮੈਂ ਬਾਪੂ ਦਾ ਹੱਥ ਫੜ ਕੇ ਰੋ ਪਿਆ ਤੇ ਹੱਥ ਚੁੰਮ ਰਿਹਾ ਸਾਂ।

ਥਾਣੇਦਾਰ ਕੁੱਲੇ ਵਾਲੀ ਪਗੜੀ ਸਜਾਈ ਸਾਹਮਣੇ ਆ ਗਿਆ।

"ਇਸ ਨੂੰ ਬਾਹਰ ਕੱਢੋ ਬਈ।" ਥਾਣੇਦਾਰ ਨੇ ਕਿਹਾ ਤੇ ਮੈਨੂੰ ਹਵਾਲਾਤ 'ਚੋਂ ਬਾਹਰ ਕੱਢਿਆ।

ਮੈਂ ਥਾਣੇਦਾਰ ਦੇ ਪੈਰ ਛੂਹੇ।

"ਪੜ੍ਹਾਈ ਦਿਲ ਲਾ ਕੇ ਕਰਨੀ ਹੈ। ਕੋਈ ਵੱਡਾ ਅਫ਼ਸਰ ਬਣਨਾ ਹੈ।" ਥਾਣੇਦਾਰ ਨੇ ਮੇਰੀ ਪਿੱਠ ਠੋਕੀ।

ਮੈਂ ਤੇ ਬਾਪੂ ਜੀ ਪਿੰਡ ਪਹੁੰਚ ਗਏ। ਮੈਂ ਜਿਵੇਂ ਲਾਮ ਤੋਂ ਮੁੜਿਆ ਸਾਂ। ਬੇਬੇ ਜੀ ਨੇ ਮੈਨੂੰ ਘੁੱਟ ਕੇ ਜੱਫ਼ੀ ਪਾਈ।

ਮੈਂ ਸਵੇਰੇ ਹੀ ਸਕੂਲ ਲਈ ਤਿਆਰ ਹੋ ਗਿਆ। ਬਾਪੂ ਜੀ ਸਾਡੇ ਨਾਲ ਸਕੂਲ ਆਏ। ਉਹ ਮਾਸਟਰ ਜੀ ਤੇ ਧਰਮਦਾਸ ਜੀ ਨਾਲ ਮਿਲਕੇ ਧੰਨਵਾਦ ਕਰਨਾ ਚਾਹੁੰਦੇ ਸਨ। ਮਾਸਟਰ ਜੀ ਮੂੰਹ ਦੀ ਪੱਟੀ ਕਰਕੇ ਬਹੁਤ ਬੋਲ ਨਹੀਂ ਸਕਦੇ ਸਨ। ਉਸ ਨੇ ਮੇਰੀ ਪਿੱਠ ਥਾਪੜੀ। ਮੇਰੀਆਂ ਅੱਖਾਂ ਵਿਚ ਹੰਝੂ ਭਰ ਆਏ ਸਨ।

*

ਭੂਆ ਦਾ ਪੁੱਤ

ਇਹ ਗੱਲ 1949 ਦੀ ਹੈ। ਦੇਸ਼ ਦੀ ਵੰਡ ਹੋ ਚੁੱਕੀ ਸੀ। ਮੁਸਲਮਾਨ ਵੀਰ ਜਾ ਚੁੱਕੇ ਸਨ ਤੇ ਰੀਫਿਊਜ਼ੀ ਭਰਾ ਆ ਚੁੱਕੇ ਸਨ। ਬਚਪਨ ਦੀਆਂ ਯਾਦਾਂ ਬਚਪਨ ਵਾਂਗ ਹੀ ਛੋਟੀਆਂ ਹੁੰਦੀਆਂ ਹਨ। ਜਾਨ ਵਾਂਗ ਪਿਆਰੇ ਵੀਰ ਮੁਸਲਮਾਨ ਯਾਦਾਂ ਵਿਚੋਂ ਵਿਸਰ ਗਏ ਸਨ। ਬੇਰਾਂ ਵਾਂਗ ਡੁੱਲ੍ਹ ਗਏ ਸਨ। ਬਖੇੜੇ ਨੇ ਯਾਦਾਂ ਦੀ ਬੇਰੀ ਹਲੂਣ ਦਿੱਤੀ ਸੀ। ਝੰਬ ਦਿੱਤੀ ਸੀ। ਬੂਰ ਵੀ ਝੜ ਗਿਆ ਸੀ। ਮੈਂ ਵਧਣੇ ਪਿਆ ਹੋਇਆ ਸਾਂ। ਮੇਰੇ ਗੋਡੇ ਊਠ ਵਾਂਗ ਮੋਟੇ ਹੋ ਗਏ ਸਨ ਤੇ ਪੈਰ ਜੁਤੀ ਦੇ ਵਸ ਨਹੀਂ ਆ ਰਹੇ ਸਨ। ਸਰੀਰ ਰਾਤ ਰਾਤ ਮੱਕੀ ਦੇ ਟਾਂਡੇ ਵਾਂਗ ਵੱਧ ਰਿਹਾ ਸੀ। ਜਿਵੇਂ ਕੱਦੂ ਦੀ ਵੇਲ ਵਧਦੀ ਹੈ। ਇਕ ਵਾਰ ਬਾਪੂ ਜੀ ਨੇ ਹਾੜੀ ਵੱਢਣ ਭੇਜ ਦਿੱਤਾ। ਕੰਮ ਦੀ ਰੁੱਤ ਸੀ। ਕੰਮ ਦਾ ਕਸ ਸੀ। ਸੀਰੀ ਮੈਨੂੰ ਦਮੋਂ ਕਢਣਾ ਚਾਹੁੰਦੇ ਸਨ। ਮੁਕਾਬਲਾ ਸ਼ੁਰੂ ਕਰ ਦਿਤਾ। ਮੈਨੂੰ ਛੇ ਓਰਿਆਂ ਦੀ ਪਾਂਤ ਦਿੱਤੀ ਤੇ ਮੁਕਾਬਲਾ ਸ਼ੁਰੂ ਕਰ ਦਿੱਤਾ। ਮੈਂ ਹਨੇਰੀ ਵਾਂਗ ਅੱਗੇ ਵੱਧ ਗਿਆ ਤੇ ਉਹ ਅਜੇ ਅੱਧ ਵਿਚਕਾਰ ਹੀ ਸਨ। ਉਹਨਾਂ ਦੀਆਂ ਟਿਚਰਾਂ ਮੁਕ ਗਈਆਂ। ਹਸਣਾ ਬੰਦ ਹੋ ਗਿਆ। "ਭਾਈ ਇਹਦੀਆਂ ਤਾਂ ਬਾਹਾਂ ਹੀ ਗਜ਼ ਗਜ਼ ਲੰਮੀਐਂ। ਇਹਦੇ ਨਾਲ ਕਾਹਦਾ ਮੁਕਾਬਲਾ।" ਉਹ ਹਾਰ ਮੰਨ ਗਏ ਸਨ।

ਬਾਪੂ ਜੀ ਕੁਝ ਦਿਨਾਂ ਤੋਂ ਤੀਜੇ ਤਾਪ ਨਾਲ ਤਪ ਰਹੇ ਸਨ। ਉਹ ਛੋਟੀ ਭੈਣ ਵੀਰੋ ਨੂੰ ਮਿਲਣਾ ਚਾਹੁੰਦੇ ਸਨ। ਬਾਪੂ ਜੀ ਨੇ ਮੈਨੂੰ ਬੁਲਾਇਆ।

"ਭੂਆ ਨੂੰ ਲੈ ਕੇ ਆਵੇਂਗਾ ?"

"ਹਾਂ।" ਮੈਂ ਤੁਰਤ ਕਿਹਾ।

ਭੂਆ ਬਠਿੰਡੇ ਤੋਂ ਅਗੇ ਭਾਗ ਪਿੰਡ ਵਿਚ ਵਿਆਹੀ ਸੀ। ਉਹ ਵਿਧਵਾ ਹੋ ਚੁੱਕੀ ਸੀ। ਬਾਪੂ ਜੀ ਦਾ ਉਸ ਨਾਲ ਬਹੁਤ ਪਿਆਰ ਸੀ। ਜਦ ਵੀ ਉਹ ਮਿਲਣ ਆਂਦੀ ਦੋਵੇਂ ਭੈਣ ਭਰਾ ਸਾਰੀ ਰਾਤ ਗੱਲਾਂ ਕਰਦੇ ਰਹਿੰਦੇ ਸਨ- ਕੀ ਗੱਲਾਂ ਕਰਦੇ ਸਨ ? ਸ਼ਾਇਦ ਉਹਨਾਂ ਨੂੰ ਵੀ ਪਤਾ ਨਹੀਂ ਸੀ। ਭੂਆ ਬਹੁਤ ਸੂਝਵਾਨ ਔਰਤ ਸੀ ਤੇ ਸੁਨੱਖੀ ਵੀ ਬਹੁਤ ਸੀ। ਭੂਆ ਦੇ ਚਾਰ ਬੱਚੇ ਸਨ - ਦੋ ਕੁੜੀਆਂ ਤੇ ਦੋ ਮੁੰਡੇ। ਸਾਰੇ ਹੀ ਸੁਨੱਖੇ ਸਨ। ਸਭ ਤੋਂ ਛੋਟਾ ਬਹੁਤਾ ਸੁਨੱਖਾ ਸੀ। ਗੋਰਾ ਨਿਸ਼ੋਹ। ਲੰਮਾ ਕੱਦ, ਮੋਟੀਆਂ ਅੱਖਾਂ। ਚੀਤੇ ਵਰਗਾ ਸਰੀਰ ਜਿਸ ਨੇ ਛੇ ਜਮਾਤਾਂ ਪਾਸ ਕੀਤੀਆਂ ਸਨ। ਉਹ ਉਰਦੂ

ਬਹੁਤ ਸੁੰਦਰ ਲਿਖਦਾ ਸੀ। ਸ਼ਾਇਦ ਉਸ ਦੀ ਵਡਿਆਈ ਹੀ ਇਹ ਸੀ ਕਿ ਉਸ ਦਾ ਹੈਂਡਰਾਈਟਿੰਗ ਬਹੁਤ ਸੁੰਦਰ ਸੀ। ਜਿਵੇਂ ਉਹ ਆਪ ਸੁਨੱਖਾ ਤੇ ਸੁੰਦਰ ਸੀ। ਫੁੱਫੜ ਜੀ ਦੇ ਗੁਜ਼ਰਨ ਮਗਰੋਂ ਬਾਪੂ ਜੀ ਨੇ ਸਿਫਾਰਿਸ਼ ਕਰਕੇ ਫਰੀਦਕੋਟ ਰਾਜੇ ਤੋਂ ਉਸ ਨੂੰ ਪਟਵਾਰੀ ਲਗਵਾ ਦਿੱਤਾ ਸੀ। ਬਾਪੂ ਜੀ ਦੀ ਰਾਜਾ ਸਾਹਿਬ ਬਹੁਤ ਇੱਜ਼ਤ ਕਰਦੇ ਸਨ। ਸਾਲ 'ਚ ਇਕ ਵਾਰ ਰਾਜਾ ਸਾਹਿਬ ਸਾਡੇ ਪਿੰਡ ਜ਼ਰੂਰ ਆਂਦੇ ਸਨ। ਉਸ ਦੀ ਚੌੜੇ ਪਹੀਆਂ ਵਾਲੀ ਮੋਟਰ ਦੀਆਂ ਪੈੜਾਂ ਅਸੀਂ ਬੱਚੇ ਕਿੰਨੇ ਹੀ ਦਿਨ ਸਾਂਭ ਸਾਂਭ ਕੇ ਰਖਦੇ ਸਾਂ। ਤੇ ਮੱਚੇ ਧੂੰਏਂ ਦੀ ਸੁਂਘ ਸੁਂਘ ਕੇ "ਲੱਜਤ" ਲੈਂਦੇ ਸੀ।

ਭੂਆ ਦਾ ਪੁੱਤ ਸਾਡੇ ਨਾਲ ਦੇ ਚਾਰ ਪਿੰਡਾਂ ਦਾ ਪਟਵਾਰੀ ਸੀ। ਸੁਣਿਆ ਸੀ ਉਸ ਨੇ ਚਾਰ ਪਿੰਡਾਂ ਨੂੰ ਅੱਠ ਪਿੰਡ ਬਣਾ ਦਿੱਤਾ ਸੀ। ਉਹ ਪਾਰਟੀ ਬਾਜ਼ ਸੀ। ਜੱਟਾਂ ਨੂੰ ਪਾੜ ਕੇ ਰਖਦਾ ਸੀ। ਲੜਾਂਦਾ ਸੀ। ਉਸ ਦੀ ਥਾਣੇ 'ਚ ਸਿੱਧੀ ਚਲਦੀ ਸੀ। ਸੁਣਿਆ ਸੀ ਉਹ ਪੁਲਿਸ ਨੂੰ ਜੱਟਾਂ ਤੋਂ ਵੱਢੀ ਦਿਲਾਂਦਾ ਸੀ। ਪਿੰਡਾਂ ਦੇ ਜੱਟਾਂ ਨੇ ਇਕ ਦੂਜੇ ਦੇ ਸਿਰ ਵੱਢਣੇ ਸ਼ੁਰੂ ਕਰ ਦਿੱਤੇ ਸਨ। ਉਹ ਨਾ ਚਾਹੁੰਦਾ ਤਾਂ ਪੁਲਿਸ ਗੁਨਾਹਗਾਰ ਨੂੰ ਵੀ ਹੱਥ ਨਹੀਂ ਪਾਂਦੀ ਸੀ। ਉਕਾ ਹੀ ਨਹੀਂ ਵਾਚਦੀ ਸੀ। ਲੋਕ ਥਾਣੇ ਨੂੰ ਹੀ ਆਖ਼ਰੀ ਮੁਕਾਮ ਸਮਝਦੇ ਸਨ। ਅੱਗੇ ਕਿਸੇ ਅੱਗੇ ਵੀ ਦੀਦ-ਫਰਿਆਦ ਨਹੀਂ ਕੀਤੀ ਜਾ ਸਕਦੀ ਸੀ। ਪਿੰਡਾਂ ਲਈ ਪਟਵਾਰੀ ਤੇ ਥਾਣੇਦਾਰ ਹੀ ਵੱਡੇ ਅਹੁਦੇ ਸਨ। ਨਹੀਂ ਤਾਂ ਮਹਾਰਾਜਾ - ਜਿਸ ਕੋਲ ਜਾਣਾ ਵਸ ਦੀ ਗੱਲ ਨਹੀਂ ਸੀ। ਸੋਚਿਆ ਵੀ ਨਹੀਂ ਜਾ ਸਕਦਾ ਸੀ।

ਚਾਰ ਪਿੰਡਾਂ ਦੀ ਪੰਚਾਇਤ ਸਾਡੇ ਘਰ ਪਹੁੰਚ ਗਈ। ਸਾਡੇ ਘਰ ਬੰਦਿਆਂ ਦਾ ਮੇਲਾ ਲੱਗ ਗਿਆ ਸੀ। ਲੱਸੀ ਤੇ ਗਰਮ ਦੁੱਧ ਪਿਲਾਇਆ ਜਾ ਰਿਹਾ ਸੀ। ਬਾਪੂ ਜੀ ਹੈਰਾਨ ਸੀ ਕਿ ਉਸ ਦਾ ਭਾਣਜਾ ਐਡਾ ਵੱਡਾ ਗੁਨਾਹਗਾਰ ਸੀ ਜਿਸ ਲਈ ਚਾਰ ਪਿੰਡਾਂ ਦੀ ਪੰਚਾਇਤ ਸ਼ਿਕਾਇਤ ਲੈ ਕੇ ਆਈ ਸੀ। ਬਾਪੂ ਜੀ ਲਈ ਇਹ ਵੀ ਅਚੰਭਾ ਸੀ ਕਿ ਉਸ ਦਾ ਭਾਣਜਾ ਸ਼ਰਾਬੀ ਸੀ। ਹਰ ਸਮੇਂ ਸ਼ਰਾਬ ਪੀ ਕੇ ਰੱਖਦਾ ਸੀ। ਸ਼ਰਾਬੀ ਲਲਕਾਰੇ ਮਾਰਦਾ ਸੀ।

"ਭਾਈ ਸਾਹਿਬ ਸਾਡੇ ਪਿੰਡ ਤਾਂ ਇਸ ਨੇ ਥੇਹ ਕਰਤੇ। ਜੇਕਰ ਹੋਰ ਛੇ ਮਹੀਨੇ ਰਹਿ ਗਿਆ ਤਾਂ ਕੁਝ ਜਟ ਸਿਵਿਆਂ 'ਚ ਮੱਚ ਜਾਣਗੇ ਤੇ ਬਾਕੀ ਜੇਲ੍ਹਾਂ ਵਿਚ ਪਹੁੰਚ ਜਾਣਗੇ। ਪਾਪੀ ਕੋਲੇ ਪਤਾ ਨਹੀਂ ਕੀ ਮੰਤਰ ਹੈ ਝਟ 'ਚ ਹੀ ਪੁੱਠੀ ਮੱਤ ਦੇ ਕੇ ਜਵਾਨ ਮੁੰਡਿਆਂ ਨੂੰ ਇਕ ਦੂਜੇ ਨਾਲ ਲੜਾ ਦਿੰਦੈ। ਸਹੁਰੇ ਜਵਾਨ ਬੱਚੇ ਇਸ ਦੀ ਚਾਲ ਨਹੀਂ ਸਮਝਦੇ ਕਿ ਉਹਨਾਂ ਨੂੰ ਇਹ ਪੁੱਠੇ ਰਾਹ ਪਾ ਰਿਹੈ। ਸੁਹਣਾ ਜਵਾਨ ਹੈ, ਪਟਵਾਰੀ ਹੈ। ਹਰ ਕੋਈ ਯਾਰੀ ਪਾਣੀ ਚਾਹੁੰਦੈ। ਪਟਵਾਰੀ ਤਾਂ ਪਜਾਮਾ ਪਾਂਦੇ ਐ ਤੇ ਇਹ ਧੂਵਾਂ

ਭੋਥਾ ਰੱਖਦੈ। ਪਗੜੀ ਗੋਲ ਨਹੀਂ ਟੇਢੀ ਬਨ੍ਹਦੈ ਜੀਹਦੇ ਲੜ ਛੱਡ ਕੇ ਰੱਖਦੈ ਵੈਲੀਆਂ ਵਾਂਗ। ਵੈਸੇ ਸੁਹਣਾ ਲਗਦੈ ਪਰ ਪਟਵਾਰੀ ਤਾਂ ਇਸ ਤਰ੍ਹਾਂ ਦੇ ਨਹੀਂ ਹੁੰਦੇ। ਪਟਵਾਰਖ਼ਾਨਾ ਕਦੇ ਵੀ ਖੋਹਲਦਾ ਨਹੀਂ। ਇਹਨੇ ਕਦੇ ਜਮਾਂਬੰਦੀ ਜਾਂ ਕੋਈ ਹੋਰ ਰੀਕਾਰਡ ਦਾ ਰਜਿਸਟਰ ਕਦੇ ਖੋਹਲ ਕੇ ਨਹੀਂ ਦੇਖਿਆ, ਬੱਸ ਜ਼ਬਾਨੀ ਹੀ ਕੰਮ ਚਲਾਈ ਫਿਰਦੈ। ਕੋਈ ਜ਼ਮੀਨ ਦੇ ਨੰਬਰ ਮੰਗਦੈ ਤਾਂ ਸ਼ਰਾਬ ਦੀ ਬੋਤਲ ਲੈ ਕੇ ਪਤਾ ਨਹੀਂ ਕੀਹਦੇ ਕੀਹਨੂੰ ਨੰਬਰ ਦੇ ਛੱਡਦੈ।" ਕੋਈ ਬੋਲ ਰਿਹਾ ਸੀ। ਕੁਝ ਲੋਕ 'ਟਿਚ ਟਿਚ' ਕਰਕੇ ਦੁੱਖ ਦਾ ਪ੍ਰਗਟਾਵਾ ਕਰਦੇ ਸਨ ਤੇ ਬਹੁਤੇ ਤਾੜੀ ਮਾਰ ਕੇ ਹੱਸ ਵੀ ਰਹੇ ਸਨ।

"ਭਾਈ ਪਚੈਤੇ ਮੈਂ ਸ਼ਰਮਸਾਰ ਹਾਂ... ਮੇਰਾ ਭਾਣਜਾ ਇਸ ਤਰ੍ਹਾਂ ਦੇ ਨੀਚ ਕੰਮ ਕਰ ਰਿਹੈ।" ਬਾਪੂ ਜੀ ਨੇ ਗੱਲ ਤੋਰੀ।

"ਮਾਮਾ ਤੂੰ ਕਿਹੜੀ ਗੱਲੋਂ ਸ਼ਰਮਸਾਰ ਹੈਂ।" ਭੂਆ ਦਾ ਪੁੱਤ ਝੂਮਦਾ ਹੋਇਆ ਕਿਧਰੋਂ ਪਹੁੰਚ ਗਿਆ। "ਤੈਨੂੰ ਤਾਂ ਮਾਮਾ ਘੁਮੰਡ ਹੋਣਾ ਚਾਹੀਦੈ ਕਿ ਤੇਰਾ ਭਾਣਜਾ ਚਾਰ ਪਿੰਡਾਂ ਦਾ ਪਟਵਾਰੀ ਹੈ। ਪਟਵਾਰੀ ਜ਼ਮੀਨ ਦਾ ਮਾਲਿਕ ਹੁੰਦੈ। ਇਹ ਜਾਤ ਕੁਜਾਤ ਜੇਹੇ ਕੱਠੇ ਹੋ ਕੇ ਤੇਰੇ ਕੋਲੇ ਮੇਰੀ ਸ਼ਿਕਾਇਤ ਲੈ ਕੇ ਆਏ ਐ। ਕਿਉਂ ਓਏ ਜੱਟੋ ਤੁਹਾਨੂੰ ਆਪਣੀ ਜ਼ਮੀਨ ਨਹੀਂ ਚਾਹੀਦੀ। ਮੈਂ ਸਾਰਿਆਂ ਦੀ ਜ਼ਮੀਨ ਜਮਾਂਬੰਦੀ ਵਿਚੋਂ ਗਾਇਬ ਕਰਦਿਆਂ ਗਾ – ਭੁਖੇ ਮਰੋਗੇ ਭੁਖੇ, ਸਾਲੇ ਜੱਟ ਨਾ ਹੋਣ ਤਾਂ – ਜੱਟਵਾਦ ਕਿਸੇ ਥਾਂ ਦੀ – ਜੂਆਂ ਦੀ ਖਾਧ– ਭੱਜ ਜਾਓ ਨਹੀਂ ਤਾਂ ਬੁਰੀ ਕਰਾਂਗਾ। ਇਹ ਮਾਮਾ ਮੇਰਾ ਕੀ ਕਰ ਸਕਦੈ– ਇਹ ਕੀ ਫਰੀਦਕੋਟੀਆ ਰਾਜੈ। ਇਹ ਤਾਂ ਮੇਰੀ ਛੋਟੇ ਹੁੰਦੇ ਦੀ ਨਲੀ ਪੂੰਝਦਾ ਰਿਹੈ। ਮੇਰਾ ਸੀਂਢ – ਮੈਂ ਤਾਂ ਇਹਦੀ ਗੋਦੀ ਵਿਚ ਮੂਤ ਧਰਦਾ ਸੀ। ਇਹ ਕਦੇ ਵੀ ਕੁਸਕਦਾ ਨਹੀਂ ਸੀ ਤੇ ਹੁਣ ਤਾਂ ਮੈਂ ਪਟਵਾਰੀ ਹਾਂ ਉਹ ਵੀ ਚਾਰ ਪਿੰਡਾਂ ਦਾ! ਕਿਉਂ ਮਾਮਾ ਠੀਕ ਹੈ ਨਾ। ਤੂੰ ਹੀ ਤਾਂ ਰਾਜੇ ਨੂੰ ਕਹਿ ਕੇ ਮੈਨੂੰ ਪਟਵਾਰੀ ਬਣਾਇਆ।"

"ਇਹ ਬਕਵਾਸ ਕਰਕੇ ਤੂੰ ਮਾਮੇ ਦੀ ਇੱਜ਼ਤ ਕਰ ਰਿਹੈਂ ਜਾਂ ਬੇਇਜ਼ਤੀ ?" ਬਾਪੂ ਜੀ ਗੁੱਸੇ ਨਾਲ ਭਖ ਗਏ ਸਨ।

"ਮੇਰੇ ਮਾਮੇ ਦੀ ਬੇਇੱਜ਼ਤੀ ਕੌਣ ਕਰ ਸਕਦੈ। ਮੈਂ ਉਹਦੇ ਰੁਕੜੇ ਪੀਜਾਂਗਾ। ਮਾਮਾ ਤੂੰ ਤਾਂ ਮੇਰਾ ਰੱਬ ਹੈਂ ਰੱਬ।"

"ਤੂੰ ਨਸ਼ਾ ਪੀਤੈ ?"

"ਨਸ਼ਾ ਪੀਤੇ ਬਗੈਰ ਮੈਂ ਤੇਰੇ ਸਾਹਮਣੇ ਕਿਵੇਂ ਆ ਸਕਦਾਂ। ਮੇਰੀਆਂ ਤਾਂ ਲੱਤਾਂ ਹੀ ਕੰਬਣ ਲੱਗ ਜਾਂਦੀਐਂ। ਵੇਖ ਮੇਰਾ ਮੂਤ ਵੀ ਨਿਕਲ ਚਲਿਐ।"

"ਨਾਲਾਇਕ ਕੀ ਭੌਂਕੀ ਜਾਂਦੈ।" ਬਾਪੂ ਜੀ ਦਾ ਗੁੱਸਾ ਫੈਲਾ ਹੋ ਗਿਆ ਸੀ।

"ਤੂੰ ਜੱਟਾਂ ਨੂੰ ਲੜਾ ਲੜਾ ਕੇ ਕਿਉਂ ਮਾਰ ਰਿਹੈਂ ?" ਬਾਪੂ ਜੀ ਨੇ ਪੁੱਛਿਆ।

"ਜੱਟ ਲੜਦੇ ਭਿੜਦੇ ਹੀ ਚੰਗੇ ਰਹਿੰਦੇ ਹੈ- ਜਦੋਂ ਤੱਕ ਜੱਟ ਦੇ ਸਿਰ ਦਾ ਖੱਟਾ ਲਹੂ ਨਹੀਂ ਨਿਕਲਦਾ ਉਹ ਪਾਗਲ ਹੋ ਸਕਦੈ। ਐਵੇਂ ਫਿਕਰ ਨਾ ਕਰ ਜੱਟਾਂ ਨੂੰ ਕੁਝ ਨਹੀਂ ਜੇ ਹੁੰਦਾ। ਜਾਉ ਓਏ ਜੱਟੋ ਤੁਰ ਜੋ।- ਨਹੀਂ ਤਾਂ ਮੈਥੋਂ ਬੁਰਾ ਕੋਈ ਨਹੀਂ।" ਉਸ ਨੇ ਲੰਮੀ ਬਾਂਹ ਡਾਂਗ ਵਾਂਗ ਵਾਹੀ ਤੇ ਪੰਚਾਇਤ ਸੱਚ ਹੀ ਇਕ ਇਕ ਕਰਕੇ ਕਿਰ ਗਈ। ਪਰ ਬਾਪੂ ਜੀ ਬਾਹਰ ਤੂੰ ਉਹਨਾਂ ਦੇ ਨਾਲ ਤੁਰ ਗਏ। "ਪੰਚਾਇਤੇ ਮੈਂ ਬਹੁਤ ਸ਼ਰਮਸਾਰ ਹਾਂ। ਇਸਦਾ ਮੈਂ ਜ਼ਰੂਰ ਬੰਦੋਬਸਤ ਕਰਾਂਗਾ। ਜਾਂ ਤਾਂ ਭੈੜੇ ਕੰਮ ਛੱਡ ਦੇਵੇਗਾ ਤੇ ਜਾਂ ਮੈਂ ਰਾਜਾ ਸਾਹਿਬ ਨੂੰ ਕਹਿ ਕੇ ਇਸ ਦਾ ਹੋਰ ਕਿਧਰੇ ਤਬਾਦਲਾ ਕਰਵਾ ਆਵਾਂਗਾ।"

"ਭਾਈ ਸਾਹਿਬ ਅਸੀਂ ਇਹੀ ਆਸ ਲੈ ਕੇ ਆਏ ਸੀ।"

"ਸ਼ਾਬਾਸ਼ੇ ਭਾਈ ਤੂੰ ਸਾਡੀ ਇੱਜ਼ਤ ਰੱਖੀ।" ਇਹ ਬਹੁਤ ਬਜ਼ੁਰਗ ਸੀ। ਖੂੰਡੀ ਤੇ ਝੁਕਿਆ ਖੜ੍ਹਾ ਸੀ।

"ਸਾਨੂੰ ਬੜਾ ਮਾਣ ਸੀ।"

"ਤੇਰਾ ਸਿੱਖੀ 'ਚ ਨਾਂ ਹੈ ਭਾਈ ਸਾਹਿਬ।"

"ਐਡੇ ਵੱਡੇ ਸਿੱਖ ਦਾ ਭਾਣਜਾ ਦਾਰੂ ਪੀਏ ਤੇ ਭੈੜੇ ਕੰਮ ਕਰੇ- ਬੜੀ ਹੀ ਸ਼ਰਮ ਦੀ ਗੱਲ ਹੈ।" ਇਹ ਗੁਰਸਿੱਖ ਫ਼ੌਜੀ ਬਜ਼ੁਰਗ ਬੰਦਾ ਸੀ। ਉਸ ਨੇ ਪਗੜੀ ਪੋਚਵੀਂ ਬੰਨ੍ਹੀ ਸੀ। ਖਾਖੀ ਪਗੜੀ ਤੇ ਲਾਲ ਫਿਫਟੀ ਸੀ ਜਿਹੜੀ ਮੱਥੇ ਦੀ ਸ਼ਾਨ ਵਧਾ ਰਹੀ ਸੀ। ਬੰਦਾ ਬਹੁਤ ਪ੍ਰਭਾਵਸ਼ਾਲੀ ਲਗਦਾ ਸੀ।

ਬਾਪੂ ਜੀ ਸ਼ਾਇਦ ਬਹੁਤ ਸ਼ਰਮਿੰਦਾ ਸਨ ਜਿਸ ਕਰਕੇ ਪੰਚਾਇਤ ਨਾਲ ਗੱਲਾਂ ਕਰਦੇ, ਉਹਨਾਂ ਦੇ ਪਿੰਡ ਤੁਰ ਗਏ ਸਨ। ਪਿੰਡ ਪੈਰਾਂ ਦੀ ਵਾਟ ਸੀ।

ਬੇਬੇ ਜੀ ਪਟਵਾਰੀ ਲਈ ਰੋਟੀ ਬਣਾਉਣ 'ਚ ਰੁਝ ਗਏ ਸਨ।

"ਮਾਮੀ ਇਕ ਗਿਲਾਸ ਤੇ ਗੜਵੀ ਪਾਣੀ ਲੈ ਕੇ ਆ।" ਪਟਵਾਰੀ ਨੇ ਕਿਹਾ। ਉਸ ਨੇ ਪਗੜੀ ਮੰਜੀ ਦੇ ਪਾਵੇ ਨੂੰ ਜਿਵੇਂ ਪਹਿਨਾ ਦਿੱਤੀ ਸੀ। ਪਗੜੀ ਨੂੰ ਤਾਜ਼ਾ ਮਾਵਾ ਲੱਗਿਆ ਸੀ। ਪਗੜੀ ਦਾ ਰੰਗ ਬਦਾਮੀ ਸੀ। ਪਟਵਾਰੀ ਦੇ ਮੂੰਹ ਵਰਗਾ। ਪਟਵਾਰੀ ਦਾ ਨੰਗਾ ਚੌੜਾ ਮੱਥਾ ਚਮਕ ਰਿਹਾ ਸੀ। ਟੇਡਾ ਹੋਇਆ ਸੂਰਜ ਜਿਵੇਂ ਉਸ ਦੇ ਮੱਥੇ ਤੋਂ ਤਿਲਕ ਰਿਹਾ ਸੀ। ਮੱਥਾ ਲਿਸ਼ਕਾਂ ਮਾਰ ਰਿਹਾ ਸੀ। ਪਟਵਾਰੀ ਦੀਆਂ ਮੁੱਛਾਂ ਜਹਾਂਗੀਰੀ ਟਾਈਪ ਦੀਆਂ ਸਨ ਤੇ ਦਾਹੜੀ ਦੇ ਖਤ ਵੀ ਕੱਢੇ ਸਨ। ਸ਼ਾਇਦ

ਬਾਪੂ ਜੀ ਦੀ ਨਜ਼ਰ ਨਹੀਂ ਪਈ ਸੀ ਕਿ ਉਸ ਦੇ ਰੋਮ ਕੱਟੇ ਸਨ ਨਹੀਂ ਤਾਂ ਉਹ ਪਟਵਾਰੀ ਨੂੰ ਘਰੋਂ ਹੀ ਕੱਢ ਦਿੰਦਾ ਕਿਉਂਕਿ ਬਾਪੂ ਜੀ ਰੋਮ ਕੱਟਣ ਦੇ ਬਹੁਤ ਖਿਲਾਫ਼ ਸਨ। ਕਿਉਂਕਿ ਉਹ ਗੁਰਸਿੱਖ ਸਨ ਤੇ ਗੁਰਸਿੱਖ ਆਪਣੇ ਬੱਚੇ ਦੇ ਰੋਮ ਕੱਟਣ ਨੂੰ ਬਰਦਾਸ਼ਤ ਨਹੀਂ ਕਰ ਸਕਦਾ। ਪਰ ਬਾਪੂ ਜੀ ਨੂੰ ਪਿਆਰ ਬਹੁਤ ਕਰਦੇ ਸਨ। ਉਹ ਲਾਡਲਾ ਭਾਣਜਾ ਸੀ। ਉਸ ਮਾਂ ਦਾ ਪੁੱਤ ਸੀ ਜੋ ਵਿਧਵਾ ਸੀ ਤੇ ਬਾਪੂ ਨੂੰ ਬਹੁਤ ਪਿਆਰੀ ਸੀ। ਇਸ ਲਈ ਸ਼ਾਇਦ ਚੁੱਪ ਵੀ ਵਟ ਜਾਂਦਾ। ਬਾਪੂ ਨੇ ਉਸ ਦੀ ਸ਼ਰਾਬ ਵੀ ਤਾਂ ਦੇਖ ਲਈ ਸੀ। ਪੀਤੀ ਸ਼ਰਾਬ ਨਾਲ ਉਹ ਬਾਪੂ ਜੀ ਪਟਵਾਰੀ ਸਾਹਮਣੇ ਝੁੱਜੂ ਪਾ ਰਿਹਾ ਸੀ। ਪੰਚਾਇਤ ਨੂੰ ਅਬਾ ਤਬਾ ਬੋਲ ਰਿਹਾ ਸੀ। ਪਰ ਸ਼ਾਇਦ ਪੰਚਾਇਤ ਦੇ ਦੁਖ ਵਿਚ ਬਾਪੂ ਦਾ ਉਸਦੀ ਸ਼ਰਾਬ ਵੱਲ ਧਿਆਨ ਨਹੀਂ ਗਿਆ ਸੀ। ਬਾਪੂ ਜੀ ਜਿਵੇਂ ਸ਼ਿਕਾਇਤ ਦੇ ਬੋਝ ਥੱਲੇ ਬੌਂਦਲ ਹੀ ਗਏ ਸੀ। ਉਸ ਦੇ ਪੈਰਾਂ ਥੱਲਿਓਂ ਧਰਤੀ ਹਿੱਲ ਗਈ ਸੀ। ਜਿਵੇਂ ਇਹ ਸ਼ਿਕਾਇਤ ਉਸ ਦੇ ਲਾਡਲੇ ਭਾਣਜੇ ਦੀ ਨਹੀਂ ਸੀ। ਸ਼ਾਇਦ ਬਾਪੂ ਜੀ ਦਾ ਦਿਮਾਗ਼ ਪਿੰਡਾਂ ਦੀ ਸਮੱਸਿਆ 'ਚ ਉਲਝ ਗਿਆ ਸੀ।

ਬੇਬੇ ਜੀ ਨੇ ਇਕ ਗਿਲਾਸ ਤੇ ਪਾਣੀ ਦੀ ਗੜਵੀ ਪਟਵਾਰੀ ਕੋਲ ਰੱਖੀ। ਪਟਵਾਰੀ ਦੇ ਹੱਥ ਫੜੀ ਹਰੀ-ਅੰਗੂਰੀ ਬੋਤਲ ਤਕੀ। ਉਸ ਨੂੰ ਸਮਝ ਨਾ ਪਈ ਇਹ ਕੀ ਸੀ।

"ਇਹ ਪੁੱਤ ਕੀ ਹੈ?" ਬੇਬੇ ਜੀ ਨੇ ਪੈਰ ਮਲ ਕੇ ਪੁੱਛਿਆ।

"ਪੇਟ ਦੀ ਦਵਾਈ ਹੈ। ਨਿਰਮਲੇ ਸਾਧ ਨੇ ਦਿੱਤੀ ਹੈ। ਮੇਰੇ ਪੇਟ 'ਚ ਇਹ ਦਰਦ ਰਹਿੰਦੈ- ਇਹ ਨਾ ਪੀਵਾਂ ਤਾਂ ਦਰਦ ਲੀਹ ਬਣ ਕੇ ਉਠਦੈ ਤੇ ਮੈਂ ਦਰਦ ਨਾਲ ਮੇਹਲਦਾ ਰਹਿੰਦਾ ਹਾਂ। ਇਹ ਪੀਂਦਾ ਹਾਂ ਤਾਂ ਦਰਦ ਸੁਸਰੀ ਵਾਂਗ ਸੌਂ ਜਾਦੈ। ਪਟਵਾਰੀ ਨੇ ਗਿਲਾਸ ਭਰ ਲਿਆ ਤੇ ਸ਼ਰਬਤ ਵਾਂਗ ਸੂਤ ਲਿਆ। ਜਿਵੇਂ ਪੀਂਦਿਆ ਕੁੜੱਤਣ ਨਾਲ ਉਸ ਦੀਆਂ ਅੱਖਾਂ ਮਿਚ ਗਈਆਂ ਸਨ।

ਬੇਬੇ ਜੀ ਕੋਲ ਹੀ ਖੜੀ ਦੇਖ ਰਹੀ ਸੀ। ਹਵਾ ਦਾ ਬੁੱਲ੍ਹਾ ਆ ਗਿਆ ਤਾਂ ਦਵਾਈ ਬੂਟੀ ਦਾ ਮੁਸ਼ਕ ਉਸ ਦੇ ਮਗਜ਼ ਨੂੰ ਚੜ ਗਿਆ। ਬੇਬੇ ਜੀ ਨੂੰ ਧੁੜਧੜੀ ਆ ਗਈ।

"ਵੇ ਪੁੱਤ ਪਤਾ ਨਹੀਂ ਚੰਦਰਾ ਕੇਹੋ ਜਾ ਅਰਕ ਹੈ ਮੇਰੇ ਤਾਂ ਪਰਾਣ ਹੀ ਖੁਸ਼ਕ ਕਰ ਦਿੱਤੇ। ਸਾਰੇ ਵਿਹੜੇ 'ਚ ਗੰਦੀ ਬੂ ਖਿਲਰ ਗਈ।"

"ਮਾਮੀ ਇਹ ਘਰ ਹੈ ਹੱਡਾ ਰੋੜੀ ਤਾਂ ਨਹੀਂ ਜਿਥੋਂ ਚੰਦਰਾ ਮੁਸ਼ਕ ਆ ਰਿਹੈ।"

"ਭਾਈ ਇਹਨੂੰ ਦੁਬਾਰਾ ਨਾ ਖੋਲ੍ਹੀਂ ਨਹੀਂ ਤਾਂ ਮੈਨੂੰ ਉਪਛਲ ਲੱਗ ਜਾਏਗੀ।"

"ਮਾਮੀ ਮੇਰੇ ਲਈ ਘਿਉ ਦਾ ਛੰਨਾ ਭਰ ਕੇ ਲਿਆ ਪਹਿਲਾਂ ਇਹ ਜ਼ਾਹਿਰ ਪੀਂਦਾ ਹਾਂ ਤੇ ਉਪਰੋਂ ਘੀ ਦਾ ਛੰਨਾ ਪੀਂਦਾ ਹਾਂ।... ਤਾਂ ਜਾ ਕੇ ਦਰਦ ਟਿਕਦੈ।"

ਬੇਬੇ ਜੀ ਘੀ ਦਾ ਛੰਨਾ ਲੈਣ ਚਲੇ ਗਏ।

ਪਟਵਾਰੀ ਨੇ ਬੂਟੀ ਦਾ ਇਕ ਹੋਰ ਗਿਲਾਸ ਅੰਦਰ ਸੁਟਿਆ ਤੇ ਬੇਬੇ ਜੀ ਦੇ ਘੀ ਦਾ ਛੰਨਾ ਲਿਆਣ ਤੱਕ ਅੰਗੂਰੀ ਦੇ ਨਸ਼ੇ ਨਾਲ ਤਿਲਅਰ ਤੋਤਾ ਬਣ ਕੇ ਬੈਠ ਗਿਆ। ਉਹ ਮੰਜੇ ਦੀ ਬਾਹੀ ਤੇ ਬਾਹਾਂ ਦੀ ਟੇਕ ਲਾ ਕੇ ਝੂਮ ਰਿਹਾ ਸੀ ਤੇ ਹੀਰ ਦੀਆਂ ਬੈਂਤਾਂ ਗੁਣ ਗੁਣਾ ਰਿਹਾ ਸੀ।

"ਹੀਰ ਆਖਿਆ ਜੋਗੀਆ ਝੂਠ ਬੋਲੇਂ ਕੌਣ ਵਿਛੜੇ ਯਾਰ ਮਿਲਾਂਵਦਾ ਈ।"

"ਤੂੰ ਦਵਾਈ ਹੋਰ ਪੀਤੀ ਹੈ?" ਬੇਬੇ ਜੀ ਨੇ ਘੀ ਦਾ ਛੰਨਾ ਦਿੰਦਿਆਂ ਕਿਹਾ। ਬੇਬੇ ਜੀ ਦੇਖ ਰਹੇ ਸਨ ਕਿ ਬੋਤਲ ਅੱਧ 'ਚ ਪਹੁੰਚ ਗਈ ਸੀ।

"ਮਾਮੀ ਜੀ ਇਕ ਗਿਲਾਸ ਨਾਲ ਦਰਦ ਕਿੱਥੇ ਦਬਦੈ। ਬੜਾ ਬੁਰਾ ਦਰਦ ਹੈ। ਵੈਦ ਕਹਿੰਦੈ ਵੀਲੇ ਦਾ ਦਰਦ ਹੈ।"

"ਹੈਂ ਵੀਲੇ ਦਾ ਦਰਦ? ਉਹ ਤਾਂ ਭਾਈ ਬਹੁਤ ਭੈੜਾ ਹੁੰਦੈ" ਬੇਬੇ ਜੀ ਨੇ ਤੁਰਦਿਆਂ ਕਿਹਾ। ਉਸ ਨੂੰ ਹਰੀ ਅੰਗੂਰੀ ਦੀ ਦੁਬਾਰਾ ਲਪਟ ਆਈ ਸੀ। ਬੇਬੇ ਜੀ ਨੂੰ ਮੁਰਦਾਰ ਦੀ ਬਦਬੂ ਬਰਦਾਸ਼ਤ ਕਰਨੀ ਮੁਸ਼ਕਲ ਸੀ।

ਪਟਵਾਰੀ ਨੇ ਘੀ ਦਾ ਛੰਨਾ ਦੋਹਾਂ ਹੱਥਾਂ ਨਾਲ ਸੰਭਾਲ ਕੇ ਮੂੰਹ ਲਾ ਕੇ ਇਕ ਹੀ ਸੂਤੇ ਨਾਲ ਅੰਦਰ ਸੁਟ ਲਿਆ। ਨਿਘਾ ਘੀ ਉਸ ਦੀਆਂ ਆਂਤੜੀਆਂ 'ਚ ਸ਼ਾਇਦ ਪਾਰੇ ਵਾਂਗ ਫਿਰ ਗਿਆ। ਉਂਗਲੀ ਫੇਰ ਕੇ ਛੰਨਾ ਸਾਫ਼ ਕੀਤਾ ਤੇ ਲੰਮੀ ਜੀਭ ਨਾਲ ਸਾਰਾ ਛੰਨਾ ਚੱਟਿਆ ਤੇ ਦੋਵੇਂ ਹੱਥਾਂ ਨਾਲ ਕਸ ਕੇ ਛੰਨਾ ਮੰਜੀ ਦੇ ਪਾਵੇ ਤੇ ਮਾਰਿਆ ਤੇ ਛੰਨਾ ਖਖੜੀ ਵਾਂਗ ਚੀਕਰਾਂ ਚੀਕਰਾਂ ਹੋ ਗਿਆ। ਛੰਨੇ ਦੀ ਆਵਾਜ਼ ਬੇਬੇ ਜੀ ਤੱਕ ਪਹੁੰਚੀ। ਜਿਵੇਂ ਛੰਨਾ ਧਾਅ ਮਾਰ ਕੇ ਰੋਇਆ ਸੀ। ਚੁੱਲ੍ਹੇ ਤੇ ਕੰਮ ਕਰਦੀ ਬੇਬੇ ਜੀ ਦੌੜ ਕੇ ਆਈ। ਛੰਨਾ ਟੁੱਟਿਆ ਸੀ। ਪਟਵਾਰੀ ਹੱਸ ਰਿਹਾ ਸੀ। ਬਾਹਾਂ ਦੇ ਜ਼ੋਰ ਨਾਲ ਮੰਜੀ ਦੀਆਂ ਬਾਹੀਆਂ ਕੰਬ ਰਹੀਆਂ ਸਨ।

"ਤੇਰੇ ਜਣਦਿਆਂ ਨੂੰ ਪਿਟਿਆ... ਮੇਰਾ ਪੰਜ ਰੁਪਿਆਂ ਦਾ ਛੰਨਾ ਭੰਨਤਾ।"

"ਪਿਟਦੀ ਰਹਿ ਜਣਦਿਆਂ ਨੂੰ ਮੈਂ ਆਪਣੇ ਦਰਦ ਦਾ ਇਲਾਜ ਨਹੀਂ ਕਰਨਾ ਸੀ। ਮੈਂ ਦਰਦ ਨਾਲ ਮਿਹਲੀ ਜਾਂਦਾ ਹਾਂ ਇਹਨੂੰ ਪੰਜ ਰੁਪਿਆਂ ਦੀ ਪਈ ਹੈ। ਬਥੇਰੇ ਦਾਣੇ ਹੁੰਦੇ ਨੇ ਨੋਟਾਂ ਨੂੰ ਅੱਗ ਲਾਇਆਂ ਨਹੀਂ ਲਗਦੀ। ਹੋਰ ਮੰਗਵਾ ਲਈਂ ਮਾਮੇ ਤੋਂ।"

"ਤੇਰਾ ਮਾਮਾ ਐਨਾ ਕੂਲੈ ਜਿਹੜਾ ਝਟ 'ਚ ਲਿਆਦੂ- ਇਹ ਤਾਂ ਚੰਦਰਿਆ ਮੇਰਾ ਦਾਜ ਦਾ ਛੰਨਾ ਸੀ। ਮੈਂ ਤੇਰੇ ਲਈ ਚਾਅ ਨਾਲ ਸੰਦੂਖੋਂ ਕੱਢਿਆ ਸੀ ਤੇ ਤੂੰ ਕੌਣ ਕੀਤੀ। ਆ ਲੈਣ ਦੇ ਤੇਰੇ ਮਾਮੇ ਨੂੰ ਅੱਜ ਤੇਰੀਆਂ ਤੇ ਮੇਰੀਆਂ ਗੱਲਾਂ।"

"ਮਾਮਾ ਕੀ ਮੇਰੇ ਤੇ ਫ਼ੌਜ ਦਾਰੀ ਲਾਦੂ- ਏਹੋ ਜੇ ਜੱਟ ਪੰਜਾਹ ਦੇਖੇ ਹੈ।"

"ਵੇ ਚੰਦਰਿਆ ਕੀ ਭੌਂਕਦੈ। ਰੱਬ ਵਰਗੇ ਮਾਮੇ ਨੂੰ ਜੱਟ ਬੋਲਦੈਂ ?"

"ਨਾ ਹੋਰ ਮੈਂ ਉਸ ਨੂੰ ਰੱਬ ਬੋਲਾਂ। ਜੂਆਂ ਦੀ ਖਾਧ ਨੂੰ।"

"ਕੀ ਭੌਂਕਦੈ ਵੇ। ਚਲ ਬਾਹਰ ਨਿਕਲ ਮੇਰੇ ਘਰੋਂ।"

"ਇਹ ਘਰ ਤਾਂ ਮੇਰੇ ਮਾਮੇ ਦਾ। ਤੂੰ ਤਾਂ ਲਿਆਂਦੀ ਗਈ ਐਂ। ਇਹ ਤਾਂ ਮੇਰੀ ਜਾਨ ਹੈ ਜਿਹੜੀ ਤੈਨੂੰ ਰੱਖੀ ਬੈਠੀ ਹੈ ਨਹੀਂ ਤਾਂ ਮਾਮਾ ਤੈਨੂੰ ਕਦੋਂ ਦੀ ਕੱਢ ਦਿੰਦਾ। ਤੇਰੇ ਵਰਗੀ ਕਮਲੀ ਘਰ ਰੱਖਣ ਦੇ ਕਾਬਲ ਥੋੜ੍ਹਾ ਹੁੰਦੀ ਹੈ, ਨਾ ਅਕਲ ਨਾ ਮੌਤ। ਜਾ ਪਰਾਂ ਉਤੇ ਥੁਕੀ ਜਾਂਦੀ ਹੈਂ- ਬਦਬੋ ਮਾਰਦੀ ਹੈ ਤੇਰੇ 'ਚੋਂ- ਮੈਨੂੰ ਤਾਜ਼ੀ ਹਵਾ ਆਣ ਦੇ। ਸਾਹ ਬੰਦ ਹੋ ਰਿਹੈ। ਕੁੱਤੀ ਜਾਤ ਦੁਪਹਿਰੇ ਗਿੱਧਾ।

"ਖੜ ਕੇਰਾਂ ਕੁਤਿਆ ਕਿਸੇ ਥਾਂ ਦਿਆ- ਦਸਦੀ ਹਾਂ ਬੋਲ ਕਬੋਲ ਬੋਲਣ ਦਾ ਪਤਾ" ਬੇਬੇ ਜੀ ਅੰਦਰੋਂ ਕੋਈ ਸੋਟਾ ਲੈਣ ਗਏ। ਸ਼ੇਰ ਵਾਂਗ ਗਰਜੇ। ਬੇਬੇ ਅੰਦਰ ਅੰਤਾਂ ਦਾ ਗੁੱਸਾ ਆ ਗਿਆ ਸੀ। ਉਸ ਦੀਆਂ ਅੱਖਾਂ 'ਚ ਖ਼ੂਨ ਉਤਰ ਆਇਆ ਸੀ। ਬੇਬੇ ਜੀ ਨੰਗੀ ਤਲਵਾਰ ਲੈ ਕੇ ਬਾਹਰ ਆਏ ਤਾਂ ਪਟਵਾਰੀ ਦਾ ਮੰਜਾ ਖਾਲੀ ਸੀ। ਨਾ ਪਗੜੀ ਨਾ ਦਵਾਈ ਦੀ ਬੋਤਲ। ਕੇਵਲ ਬੇਬੇ ਜੀ ਦਾ ਟੁਟਿਆ ਛੰਨਾ ਪਿਆ ਸੀ। ਬੇਬੇ ਜੀ ਰੁਕ ਗਏ। ਪਟਵਾਰੀ ਦਾ ਪਰਛਾਵਾਂ ਨਾ ਭੂਤ ਹੀ ਨਜ਼ਰ ਆ ਰਿਹਾ ਸੀ। ਬੇਬੇ ਜੀ ਖੜੇ ਚੌਂਧੀ ਲੱਗੇ ਬੱਚੇ ਵਾਂਗ ਚਾਰੇ ਪਾਸੇ ਝਾਕ ਰਹੇ ਸਨ।

"ਕੀ ਹੋਇਆ ? ਤਲਵਾਰ ਫੜੀ ਹੋਈ ਹੈ।" ਅਚਾਨਕ ਬਾਪੂ ਜੀ ਨੇ ਬਾਹਰੋਂ ਆ ਕੇ ਕਿਹਾ। ਬਾਪੂ ਜੀ ਹੈਰਾਨ ਹੋ ਕੇ ਤਕ ਰਹੇ ਸਨ। ਬਗੈਰ ਜਵਾਬ ਦਿੱਤੇ ਬੇਬੇ ਜੀ ਅੰਦਰ ਚਲੇ ਗਏ। ਸ਼ਾਇਦ ਤਲਵਾਰ ਰੱਖਣ ਗਏ ਸਨ।

ਬੇਬੇ ਜੀ ਮਹੀਨਿਆਂ ਤੱਕ ਦਾਜ ਦੇ ਛੰਨੇ ਨੂੰ ਯਾਦ ਕਰਕੇ ਬੁਸ ਬੁਸ ਕਰਦੇ ਰਹੇ।

ਖ਼ਬਰ ਨੇ ਮੂੰਹ ਜੋੜ ਦਿੱਤੇ। ਦੀਵਾਲੀ ਵਾਲੀ ਰਾਤ ਨਾਲ ਦੇ ਪਿੰਡਾਂ ਵਿਚ ਦੋ ਕਤਲ ਹੋ ਗਏ। ਕਤਲਾਂ ਦਾ ਮੋਢੀ ਪਟਵਾਰੀ ਸੀ। ਜੱਟ ਤਿੰਨ ਦਿਨਾਂ ਤੋਂ ਸ਼ਰਾਬ ਪੀਂਦੇ ਰਹੇ ਤੇ ਦੰਦ ਕਰੀਚਦੇ ਰਹੇ। ਪਟਵਾਰੀ ਰੇਤੀ ਨਾਲ ਦਾਤ ਤੇਜ਼ ਕਰਨ ਵਾਂਗ ਉਹਨਾਂ ਦੇ ਗੁੱਸੇ ਨੂੰ ਤਰਾਸ਼ਦਾ ਰਿਹਾ। ਇਰਾਦੇ ਮਜ਼ਬੂਤ ਕਰਦਾ ਰਿਹਾ। ਜਿਉਂ ਹੀ ਦੀਵਾਲੀ ਦੇ ਦੀਵੇ ਜਗੇ ਦੋ ਘਰਾਂ ਦੇ ਚਿਰਾਗ ਬੁਝ ਗਏ। ਪੁਲਿਸ ਪਹੁੰਚ ਗਈ। ਲਾਸ਼ਾਂ ਬਰਾਮਦ

ਕਰ ਲਈਆਂ ਗਈਆਂ। 302/34 ਦੇ ਕੇਸ ਬਣ ਗਏ। ਇਕ ਧਿਰ ਪਟਵਾਰੀ ਦਾ ਨਾਂ ਧਰਨ ਲਈ ਬਜ਼ਿਦ ਸੀ ਪਰ ਪੁਲਿਸ ਨੇ ਨਹੀਂ ਧਰਨ ਦਿੱਤਾ। "ਕੇਸ ਖ਼ਰਾਬ ਹੋ ਜਾਵੇਗਾ।" ਪੁਲਿਸ ਦਾ ਕਹਿਣਾ ਸੀ। ਸਿਆਣੇ ਬੰਦੇ ਹੈਰਾਨ ਸਨ ਕਿ ਕੇਸ ਕਿਵੇਂ ਖ਼ਰਾਬ ਹੋ ਜਾਏਗਾ। ਪਰ ਉਹਨਾਂ ਦੀ ਕਿਸੇ ਨੇ ਇਕ ਵੀ ਨਹੀਂ ਸੁਣੀ। 34 ਵਿਚ ਬਹੁਤ ਸਾਰੇ ਬੰਦੇ ਪੁਲਿਸ ਨੇ ਗੇੜ੍ਹ ਲਏ ਸਨ। ਇਕ ਵਾਰ ਸਾਰਾ ਪਿੰਡ ਹੀ ਥਾਣੇ ਦੇ ਪੰਜੇ ਵਿਚ ਆ ਗਿਆ ਸੀ।

ਬਾਪੂ ਜੀ ਦੋਹਾਂ ਧਿਰਾਂ ਦੇ ਸਥਰਾਂ ਤੇ ਪਹੁੰਚੇ। ਬਾਪੂ ਜੀ ਦੇ ਨਾਲ ਪਿੰਡ ਦੇ ਹੋਰ ਵੀ ਬੰਦੇ ਸਨ। ਇਸ ਤਰ੍ਹਾਂ ਦੀਆਂ ਘਟਨਾਵਾਂ ਪਿੰਡਾਂ ਵਿਚ ਦਿਨ ਬਦਿਨ ਵਧ ਰਹੀਆਂ ਸਨ। ਸਿਆਣੇ ਬੰਦੇ ਚਿੰਤਤ ਸਨ।

"ਭਾਈ ਸਾਹਿਬ ਜੀ ਜੇ ਆਪਣੇ ਭਾਣਜੇ ਤੇ ਨਾ ਲਓਂ ਤਾਂ ਇਕ ਗੱਲ ਸੁਣਾਵਾਂ?" ਕਿਸੇ ਨੇ ਸੱਥਰ ਤੇ ਬੈਠੇ ਨੇ ਗੱਲ ਤੋਰੀ।

"ਮੇਰਾ ਜੀ ਉਹ ਹੁਣ ਨਾਂ ਦਾ ਹੀ ਭਾਣਜਾ ਹੈ ਜਿਹੜਾ ਧੋਤਾ ਨਹੀਂ ਜਾ ਸਕਦਾ, ਨਹੀਂ ਤਾਂ ਉਹ ਮੇਰੇ ਦਿਲ ਦਿਮਾਗ਼ 'ਚੋਂ ਉਤਰ ਗਿਆ ਹੈ। ਮੈਂ ਉਸ ਨੂੰ ਦੁਰਕਾਰ ਦਿੱਤਾ ਹੈ ਕਿ ਤੂੰ ਮੇਰੇ ਮੱਥੇ ਨਾ ਲੱਗੀਂ ਤੇ ਮੈਂ ਤੇਰੇ ਮੱਥੇ ਨਹੀਂ ਲਗਾਂਗਾ। ਸਿੰਘ ਜੀ ਉਸ ਨੇ ਮੈਨੂੰ ਮੂੰਹ ਵਖਾਣ ਜੋਗਾ ਨਹੀਂ ਛੱਡਿਆ। ਗੁਰਸਿੱਖ ਬੱਚਿਆਂ ਦੇ ਇਹ ਕਾਰਨਾਮੇ ਨਹੀਂ ਹੁੰਦੇ। ਰੋਮ ਕਤਰਨੇ, ਸ਼ਰਾਬਾਂ ਪੀਣੀਆਂ ਤੇ ਦਵੈਤ ਰੱਖਣਾ" ਬੋਲਦਿਆਂ ਸ਼ਾਇਦ ਬਾਪੂ ਜੀ ਭਾਵੁਕ ਹੋ ਗਏ ਸਨ। ਉਹਨਾਂ ਦੀਆਂ ਅੱਖਾਂ ਵਿਚ ਪਾਣੀ ਆ ਗਿਆ ਸੀ। ਗਲਾ ਭਰ ਗਿਆ ਸੀ ਤੇ ਨੱਕ ਵੀ ਵਗ ਤੁਰਿਆ ਸੀ। ਸ਼ਾਇਦ ਬੋਲਦਿਆਂ ਬਾਪੂ ਜੀ ਨੂੰ ਰੁਕਣਾ ਪਿਆ ਸੀ। ਬੋਲਣ ਦੀ ਸ਼ਕਤੀ ਡਗਮਗਾ ਗਈ ਸੀ। ਦਿਲੋਂ ਰੁਦਨ ਸ਼ੁਰੂ ਹੋ ਗਿਆ ਸੀ। ਮਾਪਿਆਂ ਨੂੰ ਔਲਾਦ ਦੇ ਸੱਲ ਗਹਿਰੇ ਹੁੰਦੇ ਹਨ। "ਪਟਵਾਰੀ ਵਰਗਾ ਹੀ ਕੋਈ ਕੁਪੱਤਾ ਕਿਸੇ ਪਿੰਡ ਵਿਚ ਰਹਿੰਦਾ ਸੀ।" ਸਿਆਣੇ ਬੰਦੇ ਨੇ ਬੜੀ ਸੰਜੀਦਗੀ ਨਾਲ ਗੱਲ ਸ਼ੁਰੂ ਕੀਤੀ। ਸਾਰੇ ਬਹੁਤ ਗਹੁ ਨਾਲ ਸੁਣਨ ਲੱਗ ਪਏ ਸਨ। ਸੋਗੀ ਤੇ ਸੰਜੀਦਾ ਮਾਹੌਲ ਸੀ।

"ਉਸ ਨੇ ਚੁਗਲੀਆਂ ਨਾਲ ਸਾਰੇ ਪਿੰਡ ਨੂੰ ਖਖੜੀਆਂ ਕਰੇਲੇ ਕਰ ਛੱਡਿਆ ਸੀ। ਘਰਾਂ ਦੇ ਉਜਾੜੇ ਹੋ ਗਏ ਸਨ। ਜਵਾਨ ਬੱਚੇ ਕੁਝ ਕਤਲ ਹੋ ਗਏ ਤੇ ਕੁਝ ਜੇਲ੍ਹਾਂ ਵਿਚ ਅੜ ਗਏ। ਕੁਝ ਸਿਆਣੇ ਬੰਦਿਆਂ ਨੇ ਮੀਟਿੰਗ ਕੀਤੀ। ਇਕ ਦੂਜੇ ਨੂੰ ਵਿਰੋਧ ਦੇ ਕਾਰਨ ਪੁਛੇ ਪਰ ਕਿਸੇ ਨੂੰ ਵੀ ਕਾਰਨ ਦਾ ਪਤਾ ਨਹੀਂ ਲੱਗ ਰਿਹਾ ਸੀ। ਕਾਰਨ ਕੋਈ ਹੈ ਹੀ ਨਹੀਂ ਸੀ। ਉਸ ਪਾਪੀ ਦਾ ਬਣਾਇਆ ਭਰਮ ਸੀ। ਭਰਮ ਦੂਰ ਹੋ ਗਏ। ਲੋਕਾਂ ਨੇ ਪਿਆਰ ਦੀ ਜੱਫ਼ੀ ਪਾ ਲਈ। ਫੇਰ ਫੈਸਲਾ ਹੋਇਆ ਉਸ ਪਾਪੀ ਨੂੰ ਮਾਰਿਆ ਜਾਏ। ਸਿਆਣੇ ਬੰਦਿਆਂ ਨੇ ਜੋਸ਼ੀਲੇ ਜਵਾਨ ਬੱਚਿਆਂ ਨੂੰ ਕੁਝ ਵੀ ਨਾ ਕਰਨ ਦੀ

ਗੱਲ ਸਮਝਾਈ ਪਰ ਉਹ ਮੰਨੇ ਨਹੀਂ। ਉਹਨਾਂ ਪਾਪੀ ਨੂੰ ਇਤਨਾ ਮਾਰਿਆ ਕਿ ਉਸ ਦੀ ਜਾਨ ਅੱਧ ਵਿਚਕਾਰ ਲਟਕ ਗਈ। ਮਰਨ ਵਾਲੇ ਨੇ ਮਾਰਨ ਵਾਲਿਆਂ ਨੂੰ ਮਨਾ ਲਿਆ ਕਿ ਉਸ ਦੀ ਜਾਨ ਉਸ ਦੀ ਦੱਸੀ ਵਿਧੀ ਨਾਲ ਹੀ ਨਿਕਲ ਸਕਦੀ ਸੀ। ਮਰਨ ਵਾਲੇ ਦੀ ਆਖ਼ਰੀ ਇੱਛਾ ਪੂਰੀ ਕਰਨੀ ਤਾਂ ਹਰ ਧਰਮ ਦੀ ਪਿਰਤ ਹੈ। ਲੋਕ ਮੰਨ ਗਏ ਕਿ ਉਸਦੀ ਆਖਰੀ ਇੱਛਾ ਪੂਰੀ ਕਰਨੀ ਚਾਹੀਦੀ ਹੈ। ਪਰ ਇਕ ਸਿਆਣੇ ਬੰਦੇ ਨੇ ਉਸ ਦੀ ਗੱਲ ਨਾ ਮੰਨਣ ਲਈ ਕਿਹਾ। ਪਰ ਉਹ ਨਾ ਮੰਨੇ। ਅਖ਼ੀਰ ਉਸ ਪਾਪੀ ਨੂੰ ਉਸ ਦੀ ਆਖ਼ਰੀ ਇੱਛਾ ਪੂਰੀ ਕਰਨ ਲਈ ਮਾਰ ਕੇ ਪਿੰਡ ਦੇ ਚੌਰਾਹੇ ਵਿਚ ਟੰਗ ਦਿੱਤਾ ਤੇ ਉਸ ਦੇ ਪਿੱਛੇ ਕਿੱਲਾ ਠੋਕ ਦਿੱਤਾ। ਕਿੱਲਾ ਠੁਕਦਿਆਂ ਹੀ ਸੋਢੇ ਦੇ ਡੱਟ ਵਾਂਗ ਜਾਨ ਸਰੀਰੋਂ ਬਾਹਰ ਹੋ ਗਈ। ਗਸ਼ਤ ਕਰਦੀ ਘੋੜਾ ਪੁਲਿਸ ਲੰਘ ਰਹੀ ਸੀ ਜਿਸ ਨੇ ਸਾਰੇ ਪਿੰਡ ਨੂੰ ਕਤਲ ਦੇ ਦੋਸ਼ ਵਿਚ ਗ੍ਰਿਫ਼ਤਾਰ ਕਰ ਲਿਆ। ਮਰਦਿਆਂ ਵੀ ਉਹ ਪਾਪੀ ਸਾਰੇ ਪਿੰਡ ਨੂੰ ਬਹੁਤ ਵੱਡੀ ਸਜ਼ਾ ਦੇ ਗਿਆ। ਉਹ ਬੰਦਾ ਸਾਡਾ ਪਟਵਾਰੀ ਹੈ। ਅਜੇ ਇਸ ਨੇ ਪਿੰਡ ਨੂੰ ਕੀ ਸਜ਼ਾ ਦੇਣੀ ਹੈ- ਸਮਾਂ ਦੱਸੇਗਾ।" ਸਾਰੇ ਲੋਕ ਨੀਵੀਆਂ ਪਾਈ ਕਹਾਣੀ ਸੁਣ ਰਹੇ ਸਨ। ਸਾਰਿਆਂ ਨੇ ਅੱਖਾਂ ਪੂੰਝਦਿਆਂ ਸਿਰ ਉਪਰ ਚੁਕੇ ਤਾਂ ਬਾਪੂ ਜੀ ਜਾ ਚੁੱਕੇ ਸਨ। ਪਿੰਡ ਤੱਕ ਪਹੁੰਚਦਿਆਂ ਬਾਪੂ ਜੀ ਦੀਆਂ ਅੱਖਾਂ ਦੀ ਝੜੀ ਲੱਗੀ ਰਹੀ ਸੀ। ਸ਼ਾਇਦ ਬਾਪੂ ਜੀ ਨੂੰ ਯਾਦ ਆ ਰਿਹਾ ਸੀ ਭੂਆ ਜੀ ਬੋਲਦੇ ਸਨ, "ਭਾਈ ਮੇਰੀ ਔਲਾਦ ਚੰਗੀ ਨਹੀਂ। ਛੋਟਾ ਤਾਂ ਬਹੁਤਾ ਬੁਰਾ ਹੈ।" ਭੂਆ ਜੀ ਬਹੁਤ ਨਿਰਪੱਖ ਔਰਤ ਸੀ ਪਰ ਬਾਪੂ ਜੀ ਮੰਨਦੇ ਨਹੀਂ ਸਨ। ਬਾਪੂ ਜੀ ਮੋਹ ਵਸ ਸਨ। ਛੋਟੇ ਨੂੰ ਵੱਧ ਪਿਆਰ ਕਰਦੇ ਸਨ।

"ਭਾਈ ਸਾਹਿਬ ਜੀ ਬੱਲੇ ਬੱਲੇ, ਸੂਰਮੇ ਭਾਣਜੇ ਦੀ ਸੂਰਮਗਤੀ ਸੁਣੀ ?" ਬੱਗੂ ਇਕ ਤਰ੍ਹਾਂ ਗਿੱਧਾ ਪਾਂਦਾ ਆਇਆ। ਉਸ ਨੇ ਪਟਵਾਰੀ ਦਾ ਕੋਈ ਕਾਰਨਾਮਾ ਸੁਣਿਆ ਸੀ। ਬਾਪੂ ਜੀ ਨੂੰ ਪਤਾ ਲੱਗ ਗਿਆ ਸੀ ਕਤਲ ਕੇਸ ਵਿਚ ਚਾਰ ਬੰਦੇ ਫਾਹੇ ਲੱਗ ਗਏ ਸਨ। ਪਿੰਡ ਵਿਚ ਮਾਤਮ ਛਾ ਗਿਆ ਸੀ। ਜਿਵੇਂ ਜਿਉਂਦੇ ਜਾਗਦੇ ਹੀ ਪਿੰਡ ਦੀਆਂ ਗਲੀਆਂ ਸੁੰਨੀਆਂ ਹੋ ਗਈਆਂ ਸਨ। ਬਾਪੂ ਜੀ ਇਸ ਸਾਰੇ ਦਾ ਕਾਰਨ ਪਟਵਾਰੀ ਭਾਣਜੇ ਨੂੰ ਹੀ ਮੰਨਦੇ ਸਨ। ਬਾਪੂ ਜੀ ਸ਼ਰਮ ਦੇ ਸਾਗਰਾਂ ਵਿਚ ਲੱਥ ਗਏ ਸਨ। ਮੂੰਹ ਤੋਂ ਮੱਖੀ ਨਹੀਂ ਉਡਦੀ ਸੀ। ਬਾਪੂ ਜੀ ਭਾਣਜੇ ਨੂੰ ਮੱਥੇ ਵੀ ਨਹੀਂ ਲਾਣਾ ਚਾਹੁੰਦੇ ਸਨ ਪਰ ਬਾਪੂ ਜੀ ਸੂਰਮਗਤੀ ਸੁਣਨ ਲਈ ਪਤਾ ਨਹੀਂ ਕਿਉਂ ਰੁਕ ਗਏ।

"ਬੱਗੂ ਕੋਈ ਖੋਟੀ ਗੱਲ ਨਾ ਸੁਣਾਈਂ।"

"ਖੋਟੀ ਗੱਲ ਸੁਣਾ ਕੇ ਤੈਥੋਂ ਲਾਹ ਪਾਹ ਕਰਵਾਣੀ ਹੈ। ਭੂਆ ਦਾ ਪੁੱਤ ਸੂਰਮਾ ਹੈ ਸੂਰਮਾ।"

"ਪਰ ਉਸ ਨੇ ਕੀ ਕੀਤੈ। ਕੋਈ ਭੈੜਾ ਕੰਮ ਤਾਂ ਨਹੀਂ ਕੀਤਾ ?"

"ਉਸ ਨੇ ਆਪਣਾ ਅਫ਼ਸਰ ਕੁਟਿਆ। ਉਸ ਦੀ ਦਾਹੜੀ ਹੀ ਪੱਟ ਤੀ ਤੇ ਉਹ ਅਫਸਰ ਪੱਟੀ ਦਾਹੜੀ ਡੱਬੀ 'ਚ ਪਾਈ ਫਿਰਦੈ ਜਿਹੜੀ ਰਾਜਾ ਸਾਹਿਬ ਨੂੰ ਦਖਾਕੇ ਇਨਸਾਫ਼ ਮੰਗੇਗਾ ਤੇ ਪੱਟੀ ਦਾਹੜੀ ਨਾਲ ਸਾਲਾ ਇਕ ਕੌਡਾ ਰਾਖਸ਼ ਲਗਦੈ ਤੇ ਮੂੰਹ ਇਸ ਤਰ੍ਹਾਂ ਲਗਦੈ ਜਿਵੇਂ ਕਾਂਵਾਂ ਦਾ ਪਿੜ ਪੱਟਿਆ ਹੁੰਦੈ। ਇਕ ਪਾਸੇ ਤੋਂ ਸਫ਼ਾ ਚੱਟ। ਬੜਾ ਭੈੜਾ ਲੱਗਦੈ।" ਬੱਗੂ ਖੁਸ਼ੀ ਦੀ ਮਸਤੀ ਵਿਚ ਬਿਰਤਾਂਤ ਦੱਸ ਰਿਹਾ ਸੀ। ਬਾਪੂ ਜੀ ਮੂੰਹ ਅੱਡੀ ਆਵਾਜ਼ ਹੀ ਗੱਲ ਸੁਣ ਰਹੇ ਸਨ ਤੇ ਬੇਬੇ ਜੀ ਵੀ ਕੋਲੇ ਆ ਕੇ ਖੜੇ ਸਨ। ਭਾਵੇਂ ਬੇਬੇ ਜੀ ਛੰਨੇ ਦੀ ਗੱਲ ਨਹੀਂ ਭੁਲਦੇ ਸਨ ਪਰ ਭਾਣਜੇ ਨੂੰ ਪਿਆਰ ਬਾਪੂ ਜੀ ਵਾਂਗ ਹੀ ਕਰਦੇ ਸਨ। ਬੇਬੇ ਜੀ ਨੇ ਭਾਣਜੇ ਨੂੰ ਸਾਡੇ ਵਾਂਗ ਹੀ ਮੱਖਣ ਖਲਾਇਆ ਸੀ, ਸਗੋਂ ਵੱਧ ਮੱਖਣ ਖਲਾਇਆ ਸੀ ਕਿਉਂਕਿ ਉਹ ਸੁਹਣਾ ਬਹੁਤ ਸੀ ਤੇ ਭਾਣਜਾ ਸੀ ਜਿਸ ਨੂੰ ਬਾਪੂ ਜੀ ਬਹੁਤ ਪਿਆਰ ਕਰਦੇ ਸਨ ਤੇ ਬੇਬੇ ਜੀ ਨੂੰ ਉਹ ਹਰ ਗੱਲ ਚੰਗੀ ਲਗਦੀ ਸੀ ਜਿਹੜੀ ਬਾਪੂ ਜੀ ਨੂੰ ਪਸੰਦ ਸੀ। ਬੇਬੇ ਜੀ ਨੂੰ ਗੁਰਬਾਣੀ ਦੀ ਇਕ ਤੁਕ ਬਹੁਤ ਪਸੰਦ ਸੀ "ਏਕ ਜੋਤ ਦੋਏ ਮੂਰਤੀ ਧੰਨ ਪਿਰ ਕਹੀਏ ਸੋਏ।"

"ਪਰ ਉਸ ਪਾਪੀ ਨੇ ਗੁਰਸਿੱਖ ਦੀ ਦਾਹੜੀ ਨੂੰ ਹੱਥ ਕਿਉਂ ਲਾਇਆ। ਇਸ ਤੋਂ ਪਹਿਲਾਂ ਮਰ ਕਿਉਂ ਨਾ ਗਿਆ ?"

"ਉਹ ਬੁੱਚੜ ਕੋਈ ਗੁਰਸਿੱਖ ਨਹੀਂ ਸੀ। ਸਾਲਾ ਦਾਰੂ ਦਾ ਮੱਟ ਸੀ। ਪਟਵਾਰੀ ਨੇ ਉਸ ਦਾ ਪਿੰਡਾਂ ਦਾ ਦੌਰਾ ਰੱਖਿਆ। ਬਹੁਤ ਸਾਰੇ ਜ਼ਮੀਨਾਂ ਦੇ ਕੇਸ ਸਨ। ਇੰਤਕਾਲ ਖਾਤੇ 'ਚ ਚੜ੍ਹਨੇ ਸਨ। ਜ਼ਮੀਨਾਂ ਫੱਕ ਹੋਣੀਆਂ ਸਨ। ਭਾਈ ਸਾਹਿਬ ਪਟਵਾਰੀ ਨੇ ਹੱਥ ਰੰਗ ਲਏ। ਵਾਹ ਲਈਆਂ ਹੱਥਾਂ ਦੀਆਂ। ਸੈਂਕੜੇ ਰੁਪਏ ਇਕੱਠੇ ਕਰ ਲਏ। ਪਿੰਡ 'ਚ ਤਹਿਸੀਲਦਾਰ ਦੀ ਅਦਾਲਤ ਲੱਗ ਗਈ। ਪਟਵਾਰੀ ਨੇ ਪਤਲੀ ਮਲਮਲ ਦਾ ਕੁੜਤਾ ਪਾਇਆ ਤੇ ਜੇਬ 'ਚ ਸੌ ਦਾ ਨੀਲਾ ਨੋਟ ਪਾ ਲਿਆ ਜਿਹੜਾ ਅੰਨ੍ਹੇ ਨੂੰ ਵੀ ਦੀਂਹਦਾ ਸੀ। ਵੇਚਣ ਵਾਲੇ ਨੂੰ ਪੁੱਛਿਆ ਗਿਆ! ਕਿਉਂ ਬਈ ਤੂੰ ਇਸ ਨੂੰ ਜ਼ਮੀਨ ਵੇਚੀ ਹੈ ? ਅਗਲਾ ਕਹਿੰਦਾ "ਹਾਂ ਵੇਚੀ ਹੈ"। "ਕੋਈ ਪੈਸਾ ਬਾਕੀ ਤਾਂ ਨਹੀਂ ?" "ਨਹੀਂ।" ਹੋਰ ਕੋਈ ਉਜਰ।" "ਜੀ ਕੋਈ ਨਹੀਂ"। "ਤੇਰੇ ਨਾਂ ਤੋਂ ਜ਼ਮੀਨ ਫੱਕ ਕਰਦਿਆਂ ?" "ਜੀ ਕਰ ਦਿਓ" ਤਹਿਸੀਲਦਾਰ ਪਟਵਾਰੀ ਵਲ ਦੇਖਦਾ। "ਕਿਉਂ ਪਟਵਾਰੀ ਜੀ ?" ਪਟਵਾਰੀ ਆਪਣੀ ਜੇਬ ਨੂੰ ਹੱਥ ਲਾ ਕੇ ਕੋਈ ਗੁੱਝਾ ਇਸ਼ਾਰਾ ਕਰਦਾ ਤੇ ਤਹਿਸੀਲਦਾਰ ਜ਼ਮੀਨ ਫੱਕ ਕਰਦਾ ਰਿਹਾ। ਕਈ ਕਈ ਸਾਲਾਂ ਦੇ ਰੁਕੇ ਹੋਏ ਮਾਮਲੇ ਸੂਰਮੇ ਪਟਵਾਰੀ ਨੇ ਤਹਿਸੀਲਦਾਰ ਨੂੰ ਨੋਟਾਂ ਵਾਲੀ ਜੇਬ ਦਿਖਾ ਦਿਖਾ ਕੇ ਠੀਕ ਕਰਵਾ ਲਏ। ਮੁਰਗਾ ਰਿਝ ਰਿਹਾ ਸੀ ਤੇ ਸ਼ਰਾਬ ਦੀਆਂ ਬੋਤਲਾਂ ਆ

ਚੁੱਕੀਆਂ ਸਨ। ਲੋਕ ਜਾ ਚੁੱਕੇ ਸਨ। ਸੂਰਜ ਵੀ ਛੁਪਣ ਦੇ ਆਹਰ ਵਿਚ ਸੀ। ਕੁਝ ਕੁ ਲੋਕ ਬੈਠੇ ਸਨ।

"ਲਉ ਜੀ ਪਟਵਾਰੀ ਸਾਹਿਬ ਹਿਸਾਬ ਕਰ ਲਈਏ।" ਚਾਰ ਪੈੱਗ ਮਾਰਨ ਮਗਰੋਂ ਤਹਿਸੀਲਦਾਰ ਨੇ ਕਿਹਾ। ਉਸ ਨੂੰ ਚੜ੍ਹ ਰਹੇ ਨਸ਼ੇ ਤੋਂ ਡਰ ਲੱਗਿਆ ਸੀ ਕਿਤੇ ਮਗਰੋਂ ਨੋਟਾਂ ਦੀ ਗਿਣਤੀ ਵਿਚ ਭੁਲਚੁਕ ਨਾ ਹੋ ਜਾਏ।

"ਹਿਸਾਬ ਕਾਹਦਾ ?" ਪਟਵਾਰੀ ਨੇ ਪੁੱਛਿਆ।

"ਚਾਲੀ ਮਾਮਲੇ ਕੀਤੇ ਹੈ।"

"ਉਹ ਤਾਂ ਕੀਤੇ ਹੈ... ਕਰਨੇ ਹੀ ਸੀ ਪਈ ਜੱਟ ਖੁਰ ਵੱਢਦੇ ਫਿਰਦੇ ਸਨ। ਸਾਲ ਭਰ ਤੋਂ ਤਾਂ ਮੇਰੀ ਦੇਹਲੀ ਨੀਵੀਂ ਕਰ ਦਿੱਤੀ ਸੀ।"

"ਮੇਰੇ ਹਿੱਸੇ ਦਾ ਚਾਰ ਹਜ਼ਾਰ ਬਣਦੈ।"

"ਫੇਰ ਉਹ ਜੱਟਾਂ ਤੋਂ ਲੈਣਾ ਸੀ।"

"ਪਰ ਮੈਂ ਤਾਂ ਤੈਨੂੰ ਪੁੱਛ ਪੁੱਛ ਕੀਤੇ।"

"ਮੈਥੋਂ ਕਦੋਂ ਪੁੱਛਿਆ ?"

"ਮੈਂ ਪੁੱਛਦਾ ਸਾਂ ਕਿਉਂ ਪਟਵਾਰੀ ਸਾਹਿਬ ਤੇ ਤੂੰ ਜੇਬ ਨੂੰ ਹੱਥ ਲਾ ਕੇ ਕਹਿੰਦਾ ਸੀ ਠੀਕ ਹੈ।"

"ਉਹ ਤਾਂ ਮੈਨੂੰ ਗਰਮੀ ਲਗਦੀ ਸੀ ਤੇ ਮੈਂ ਕੁੜਤਾ ਢਿੱਲਾ ਕਰਦਾ ਸਾਂ।"

"ਮੇਰਾ ਹਿੱਸਾ ਕੱਢ।" ਤਹਿਸੀਲਦਾਰ ਮੁਰਦਾਰ ਤੇ ਕੁੱਤੇ ਵਾਂਗ ਝਪਟਿਆ।

"ਮੇਰੇ ਕੋਲੇ ਜੂਐਂ, ਆਹ ਕਈ ਮਹੀਨਿਆਂ ਮਗਰੋਂ ਤਲਬ ਮਿਲੀ ਦਾ ਸੌ ਰੁਪਿਐ ਇਹ ਤੂੰ ਲੈ ਜਾ।"

"ਮੈਂ ਤੇਰਾ ਮੂੰਹ ਭੰਨ ਦੂੰ। ਮੈਂ ਸੁਣਿਐ ਤੂੰ ਕਾਨੂੰਗੋਆਂ ਨੂੰ ਕੁਟ ਕੇ ਭੇਜਦੈਂ ਤੇ ਉਹ ਤੇਰੇ ਇਲਾਕੇ ਦੇ ਦੌਰੇ ਤੇ ਨਹੀਂ ਆਂਦੇ ਡਰਦੇ ਮਾਰੇ। ਤੈਨੂੰ ਮੇਰੇ ਹੱਥਾਂ ਦਾ ਨਹੀਂ ਪਤਾ।" ਤਹਿਸੀਲਦਾਰ ਸ਼ੇਰ ਵਾਂਗ ਕੁੱਦਿਆ। ਤੇਰੇ ਭਾਣਜੇ ਨੇ ਉਸ ਦੀਆਂ ਬਾਹਾਂ ਰੋਕ ਕੇ ਅਧੀ ਬੋਤਲ ਉਸ ਦੇ ਘੁਮਾ ਕੇ ਮੂੰਹ ਤੇ ਮਾਰੀ ਤੇ ਮੂੰਹ ਇਕ ਤਰ੍ਹਾਂ ਭੰਨ ਹੀ ਦਿੱਤਾ। ਭਾਈ ਤੇਰੇ ਭਾਣਜੇ ਨੂੰ ਲੜਾਈ 'ਚ ਰੰਗ ਹੀ ਚੜ੍ਹ ਜਾਂਦੈ ਤੇ ਉਹ ਖਿਡਾਰੀਆਂ ਵਾਂਗ ਛਾਲਾਂ ਮਾਰਦੈ ਤੇ ਉਸ ਦੇ ਚਿਹਰੇ ਦਾ ਜਲਾਲ ਵੇਖਣ ਦੇ ਕਾਬਲ ਹੁੰਦੈ। ਫੇਰ ਉਸ ਥੱਬਾ ਭਰ ਕੇ ਤਹਿਸੀਲਦਾਰ ਨੂੰ ਨਾਲ ਲਗਦੇ ਛੱਪੜ ਵਿਚ ਸੁਟ ਲਿਆ। ਸਾਲੇ ਨੂੰ ਚਿੱਕੜ 'ਚ ਮਲ ਧਰਿਆ। ਲੋਕ ਛੁਡਾਣ ਦੀ ਥਾਂ ਭਲਵਾਨਾਂ ਦਾ ਘੋਲ ਤੱਕਣ ਲੱਗ

ਪਏ। ਜ਼ੋਰ ਜ਼ੋਰ ਤਾੜੀਆਂ ਮਾਰਨ ਲੱਗ ਪਏ। ਪਟਵਾਰੀ ਨੌਜਵਾਨ ਮੁੰਡਾ ਉਹਦਾ ਭਲਵਾਨੀ ਸਰੀਰ ਜਿਹੜਾ ਸਵਾ ਛੇ ਫੁੱਟ ਲੰਮਾ ਸੀ। ਤਹਿਸੀਲਦਾਰ ਉਮਰਖਾਈ ਬੈਠਾ, ਵਿੱਡ ਛੱਡਿਆ ਹੋਇਆ ਛੱਪੜ ਦੇ ਗਾਰੇ 'ਚੋਂ ਇਸ ਤਰ੍ਹਾਂ ਨਿਕਲਿਆ ਜਿਵੇਂ ਖੇਤ ਦੀ ਖੱਡ 'ਚੋਂ ਪਾਣੀ ਪੈਣ ਮਗਰੋਂ ਚੂਹਾ ਬੌਂਦਲਿਆ ਜੇਹਾ ਨਿਕਲਦੈ। ਸਾਲੇ ਨੂੰ ਭੱਜਦੇ ਨੂੰ ਰਾਹ ਨਾ ਲਭਿਆ ਤੇ ਆਪਣੀ ਪੈਂਟ ਹੀ ਛੱਡ ਕੇ ਦੌੜ ਗਿਆ। ਮਸਾਂ ਪਟਵਾਰੀ ਤੋਂ ਦਾਹੜੀ ਛੁਡਾਈ। ਅੱਧੀ ਪੱਟੀ ਗਈ। ਦਾਹੜੀ ਦਾ ਰੁਗ ਪਟਵਾਰੀ ਦੀਆਂ ਉਂਗਲਾਂ 'ਚ ਅੜਿਆ ਰਹਿ ਗਿਆ। ਭੱਜੇ ਜਾਂਦੇ ਤਹਿਸੀਲਦਾਰ ਲੋਕ ਤਾੜੀਆਂ ਮਾਰ ਰਹੇ ਸਨ। ਪਟਵਾਰੀ ਭਾਈ ਸੂਰਮੇ ਜਿਸ ਨੇ ਅਫ਼ਸਰ ਦੀ ਲੋਰ ਕੱਢ ਤੀ, ਹੈਨਾ ਭਾਈ ਸਾਹਿਬ ਸੁਨਣ ਲਾਇਕ ਗੱਲ ?" ਬੱਗੂ ਜਿਵੇਂ ਬਾਪੂ ਜੀ ਤੋਂ "ਵਾਹ ਵਾਹ" ਸੁਨਣਾ ਚਾਹੁੰਦਾ ਸੀ ਤੇ ਭਾਣਜੇ ਲਈ "ਸ਼ਾਬਾਸ਼" ਸ਼ਬਦ ਸੁਣਨਾ ਚਾਹੁੰਦਾ ਸੀ। ਪਰ ਬਾਪੂ ਜੀ ਦੇ ਸਿਰ ਤਾਂ ਸੌ ਘੜਾ ਪਾਣੀ ਪੈ ਗਿਆ ਤੇ ਬੇਬੇ ਜੀ ਵੀ ਨਿਮੋਝੂਣੀ ਹੋਈ ਪਈ ਸੀ। ਦੋਵੇਂ ਜੀਅ ਸੋਗ ਜੇਹੇ ਵਿਚ ਡੁੱਬ ਗਏ ਸਨ।

ਬਾਪੂ ਜੀ ਪਟਵਾਰੀ ਦੀ ਚਰਚਾ ਭੁਲ ਗਏ ਸਨ। ਕੋਈ ਉਘਸੁਘ ਮਿਲਦੀ ਸੀ ਤਾਂ ਕੰਨਾਂ ਤੇ ਹੱਥ ਧਰ ਲੈਂਦੇ ਸਨ। ਸ਼ਾਇਦ ਪਟਵਾਰੀ ਨਾਲ ਦੇ ਪਿੰਡਾਂ 'ਚੋ ਬਦਲ ਗਿਆ ਸੀ। ਕਿਥੇ ਚਲਾ ਗਿਆ ਸੀ ਬਾਪੂ ਜੀ ਜਾਨਣਾ ਨਹੀਂ ਚਾਹੁੰਦੇ ਸਨ। ਪਟਵਾਰੀ ਦੇ ਖ਼ਿਆਲ ਨਾਲ ਹੀ ਬਾਪੂ ਜੀ ਦੀ ਰੂਹ ਕੰਬ ਜਾਂਦੀ ਸੀ। ਸਰੀਰ ਨੂੰ ਕਾਂਬਾ ਚੜ੍ਹ ਜਾਂਦਾ ਸੀ। ਰਾਤ ਸਮੇਂ ਨੀਂਦ ਨਹੀਂ ਆਂਦੀ ਸੀ। ਕਈ ਕਈ ਦਿਨ ਰੋਟੀ ਵੀ ਚੰਗੀ ਨਹੀਂ ਲੱਗਦੀ ਸੀ। ਬਾਪੂ ਜੀ ਬੀਮਾਰ ਰਹਿਣ ਲੱਗ ਪਏ ਸਨ। ਮੂੰਹ ਤੋਂ ਤੰਦਰੁਸਤੀ ਉਡ ਗਈ ਸੀ। ਸਰੀਰ ਤੇ ਰੋਈ ਹੀ ਨਹੀਂ ਰਹਿ ਗਈ ਸੀ। ਬਾਪੂ ਜੀ ਨੂੰ ਤੇਈਏ ਦਾ ਤਾਪ ਚੜ੍ਹਨ ਲੱਗ ਪਿਆ ਸੀ। ਕਈ ਸਾਧ ਸੰਤ ਦਵਾਈ ਦੇ ਗਏ ਸਨ। ਪਰ ਤੇਈਏ ਦੀ ਵਾਰੀ ਨਹੀਂ ਖੁੰਝੀ ਸੀ। ਪੰਜ ਭੱਠ ਤਾਪ ਚੜ੍ਹਦਾ ਸੀ।

"ਵੀਰੋ ਨੂੰ ਬੁਲਾ ਲਉ। ਭੈਣ ਨਾਲ ਗੱਲਾਂ ਕਰਕੇ ਸ਼ਾਇਦ ਤਾਪ ਚੜ੍ਹਨੋਂ ਹੱਟ ਜਾਏ।" ਬੇਬੇ ਜੀ ਨੇ ਕਿਹਾ। ਉਹ ਮੇਰੀ ਭੂਆ ਜੀ ਨੂੰ ਬਾਪੂ ਜੀ ਵਾਂਗ ਹੀ ਪਿਆਰ ਕਰਦੀ ਸੀ। ਨਨਾਣ ਭਰਜਾਈ ਦੀ ਬਹੁਤ ਬਣਦੀ ਸੀ।

* * *

ਬਾਪੂ ਜੀ ਨੇ ਮੈਨੂੰ ਗੱਡੀ ਚੜ੍ਹਨ ਤੇ ਕਿੰਨੇ ਸਟੇਸ਼ਨਾਂ ਮਗਰੋਂ ਉਤਰਨ ਦੀ ਗੱਲ ਸਮਝਾਈ। ਮੈਂ ਪੂਰੀ ਤਰ੍ਹਾਂ ਸਫ਼ਰ ਕਰਨ ਲਈ ਤਿਆਰ ਸਾਂ। ਮੈਨੂੰ ਭਾੜਾ ਦਿੱਤਾ ਤੇ ਮੈਂ ਕੱਸੀ ਪਾਸੇ ਤੁਰਦਾ ਗੱਡੀ ਦੇ ਸਮੇਂ ਤੋਂ ਪਹਿਲਾਂ ਹੀ ਸਟੇਸ਼ਨ ਤੇ ਪਹੁੰਚ ਗਿਆ। ਸਟੇਸ਼ਨ ਸੁੰਨਾ ਸੀ। ਕੋਈ ਬੰਦਾ ਨਾ ਪਰਿੰਦਾ। ਅਸਲੀ ਗੱਲ ਅਜੇ ਗੱਡੀਆਂ 'ਚ ਸਮਾਂ

ਬਾਕੀ ਸੀ। ਮੈਂ ਟਾਹਲੀ ਦੀ ਛਾਂ ਥੱਲੇ ਡਹੇ ਬੈਂਚ ਉਪਰ ਜੁੱਤੀ ਲਾਹ ਕੇ ਬੈਠ ਗਿਆ। ਮੈਂ ਗੁਰਗਾਬੀ ਪਾਈ ਹੋਈ ਸੀ ਜਿਸ ਨੇ ਪੰਜ ਕੋਹ ਤੁਰਨ ਨਾਲ ਮੇਰੇ ਪੈਰ ਭੰਨ ਦਿੱਤੇ ਸਨ। ਜੁੱਤੀ 'ਚੋਂ ਪੈਰ ਕੱਢੇ ਤਾਂ ਸੁੱਖ ਮਹਿਸੂਸ ਹੋਇਆ। ਮੇਰੀਆਂ ਅੱਡੀਆਂ ਲਾਲ ਹੋ ਗਈਆਂ। ਸ਼ਾਇਦ ਦੁਬਾਰਾ ਜੁੱਤੀ ਪਾਣੀ ਮੁਸ਼ਕਿਲ ਹੋਣੀ ਸੀ। ਮੈਂ ਬੈਂਚ ਤੇ ਟੇਡਾ ਹੋ ਗਿਆ। ਸ਼ਾਇਦ ਨੀਂਦਰ ਵੀ ਆ ਗਈ। ਗੱਡੀ ਦੇ ਆਂਵਦ ਦੀ ਘੰਟੀ ਨਾਲ ਮੇਰੀ ਅੱਖ ਖੁੱਲ੍ਹੀ ਤੇ ਬਾਪੂ ਜੀ ਦੀ ਸੀਖ ਮੁਤਾਬਕ ਮੈਂ ਟਿਕਟ ਲੈਣ ਗਿਆ। ਪੈਦਲ ਸਫ਼ਰ ਕਰਕੇ ਅੰਬੇ ਪੈਰ ਮੈਂ ਬੜੀ ਮੁਸ਼ਕਿਲ ਨਾਲ ਜੁੱਤੀ 'ਚ ਪਾਏ ਸਨ। ਦਰਦ ਸਹਿ ਲਿਆ ਸੀ। ਛੂੰਹ ਕਰਕੇ ਗੱਡੀ ਪਹੁੰਚ ਗਈ। ਸਵਾਰੀਆਂ ਬਹੁਤੀਆਂ ਨਹੀਂ ਸਨ। ਗੱਡੀ ਦੇ ਡੱਬੇ ਵੀ ਬਹੁਤੇ ਨਹੀਂ ਸਨ। ਮੈਂ ਗਾਡ ਦੇ ਨਾਲ ਦੇ ਡੱਬੇ ਵਿਚ ਚੜ੍ਹਿਆ ਸਾਂ। ਮੈਂ ਸ਼ਾਇਦ ਪਹਿਲੀ ਵਾਰ ਗੱਡੀ ਚੜ੍ਹਿਆ ਸਾਂ ਪਰ ਇਸ ਤਰ੍ਹਾਂ ਜਿਵੇਂ ਮੈਨੂੰ ਸਫ਼ਰ ਕਰਨ ਦਾ ਪੂਰਾ ਗਿਆਨ ਸੀ। ਮੈਂ ਵੇਖਣ ਨੂੰ ਛੋਟਾ ਨਹੀਂ ਲਗਦਾ ਸਾਂ। ਨਵੇਂ ਕਪੜਿਆਂ ਵਿਚ ਮੈਂ ਫਬ ਰਿਹਾ ਸਾਂ। ਮਾਂ ਨੇ ਮੈਨੂੰ ਜੀ ਭਰ ਕੇ ਤਕਿਆ ਸੀ ਤੇ ਬੁਕਲ 'ਚ ਲਿਆ ਸੀ ਜਿਵੇਂ ਮੈਨੂੰ ਬੁੱਕਲ 'ਚ ਲੈ ਕੇ ਬੇਬੇ ਜੀ ਨੂੰ ਕੋਈ ਗੈਬੀ ਸੁੱਖ ਮਿਲਿਆ ਸੀ। ਗੱਡੀ ਛੂੰਹ ਕਰਕੇ ਬਠਿੰਡੇ ਪਹੁੰਚ ਗਈ ਸੀ। ਬਠਿੰਡਾ ਬਹੁਤ ਵੱਡਾ ਸਟੇਸ਼ਨ ਦੱਸਿਆ ਜਾਂਦਾ ਸੀ ਜਿਥੇ ਰੇਲਾਂ ਦੀਆਂ ਸੱਤ ਲਾਈਨਾਂ ਪੈਂਦੀਆਂ ਸਨ। ਲੰਮਾ ਚੌੜਾ ਸਟੇਸ਼ਨ-ਪਲੇਟਫ਼ਾਰਮ ਦੇਖ ਦੇਖ ਕੇ ਮੇਰੀਆਂ ਅੱਖਾਂ ਚਕਾਚੌਂਧ ਹੋ ਰਹੀਆਂ ਸਨ। ਭਮੱਤਰ ਰਹੀਆਂ ਸਨ। ਇਤਨੀ ਭੀੜ ਤਾਂ ਮੈਂ ਕਦੇ ਸੁਪਨੇ ਵਿਚ ਵੀ ਨਹੀਂ ਦੇਖੀ ਸੀ ਤੇ ਨਾ ਹੀ ਲੱਖੀ ਜੰਗਲ ਦੇ ਪੁਨਿਆ ਮੱਸਿਆ ਦੇ ਮੇਲੇ ਤੇ। ਐਨੇ ਲੋਕ ਕਿੱਥੋਂ ਆ ਗਏ ਸਨ ? ਮੈਂ ਮਨ ਹੀ ਮਨ 'ਚ ਸੋਚ ਰਿਹਾ ਸਾਂ ਕਿ ਮੇਰੀ ਭਮੱਤਰੀ ਨਿਗਾਹ ਬਾਈ ਪਟਵਾਰੀ ਤੇ ਪਈ। ਉਹ ਸਾਰੀ ਭੀੜ 'ਚੋਂ ਉੱਚਾ ਸੀ। ਪਗੜੀ ਦਾ ਪਿਛਲਾ ਲੜ ਲਕ ਤਕ ਲਕਟ ਰਿਹਾ ਸੀ। ਪਗੜੀ ਟੱਸਰ ਦੀ ਮਲਮਲ ਦੀ ਸੀ। ਸਿਰ ਭਾਰੀ ਸਰਦਾਰ ਦਾ। ਸਿਰ ਵੱਡੇ ਸਰਦਾਰਾਂ ਤੇ ਪੈਰ ਵੱਡੇ ਗੰਵਾਰਾਂ ਦੇ' ਕਹਾਵਤ ਅਨੁਸਾਰ ਸੀ। ਮੈਂ ਉਚੀ ਆਵਾਜ਼ ਮਾਰੀ ਤੇ "ਪਟਵਾਰੀ ਬਾਈ" ਸੁਣਕੇ ਉਹ ਖੜ ਗਿਆ ਮੇਰੇ ਵੱਲ ਤੱਕ ਕੇ, ਪਹਿਚਾਨ ਕੇ ਤੇਜ਼ੀ ਨਾਲ ਅੱਗੇ ਆਇਆ ਤੇ ਮੈਨੂੰ ਬਾਹਾਂ ਵਿਚ ਕਸ ਲਿਆ। ਉਸਦੀਆਂ ਬਾਹਾਂ ਬਾਹੀਆਂ ਵਰਗੀਆਂ ਸਨ ਤੇ ਬੁੱਕਲ ਰਜ਼ਾਈ ਦੇ ਲੇਫ ਵਰਗੀ ਸੀ। ਉਸ ਨੇ ਮੈਨੂੰ ਬਹੁਤ ਪਿਆਰ ਕੀਤਾ ਤੇ ਕਿੰਨੇ ਹੀ ਚਿਰ ਮਗਰੋਂ ਬਾਹਾਂ ਵਿਚੋਂ ਢਿੱਲਾ ਕੀਤਾ।

"ਤੂੰ ਕਿੱਥੇ ਚੱਲਿਐਂ ?"

"ਭੂਆ ਨੂੰ ਲੈਣ, ਬਾਪੂ ਜੀ ਨੂੰ ਤਾਪ ਚੜ੍ਹਦੈ।"

"ਕਦੋਂ ਤੋਂ ?" ਉਹ ਚਿੰਤਾ ਨਾਲ ਬੋਲਿਆ।

"ਮਹੀਨੇ ਤੋਂ।"

"ਅਗਲੇ ਸਾਤੇ ਮੈਂ ਗੇੜਾ ਮਾਰਾਂਗਾ। ਤੂੰ ਰੋਟੀ ਖਾਧੀ ਹੈ?"

"ਪਿੰਡੋਂ ਖਾ ਕੇ ਟੁਰਿਆ ਸਾਂ।" ਮੈਂ ਘਰੋਂ ਸਿੱਕੇ ਵਾਲਾ ਕੌਡਾ ਬਣ ਕੇ ਤੁਰਿਆ ਸਾਂ। ਭੂਆ ਦੀ ਚੂਰੀ ਖਾਣ ਤੋਂ ਪਹਿਲਾਂ ਮੈਨੂੰ ਕਿਸੇ ਚੀਜ਼ ਦੀ ਲੋੜ ਨਹੀਂ ਸੀ।

"ਉਹ ਤਾਂ ਕਦੋਂ ਦੀ ਹਜ਼ਮ ਹੋ ਗਈ ਹੋਊ ਚਲ ਮੇਰੇ ਨਾਲ।"। ਉਹ ਮੇਰੀ ਬਾਂਹ ਫੜ ਕੇ ਉਤਰ ਗਿਆ। ਮੈਨੂੰ ਗੱਡੀ ਦੇ ਤੁਰਨ ਦਾ ਡਰ ਸੀ ਪਰ ਇਸ ਤਰ੍ਹਾਂ ਜਿਵੇਂ ਉਸ ਨੂੰ ਕੋਈ ਡਰ ਨਾ ਪਰਵਾਹ ਸੀ। ਗੱਡੀ ਉਸ ਦੀ ਖ਼ਰੀਦੀ ਹੋਈ ਸੀ।

ਅਸੀਂ ਇਕ ਡੱਬੇ ਵਿਚ ਚੜ੍ਹ ਗਏ ਤੇ ਗੱਡੀ ਝਟਕਾ ਮਾਰ ਕੇ ਤੁਰ ਪਈ। ਇਹ ਡੱਬਾ ਹੋਟਲ ਸੀ। ਲੋਕ ਰੋਟੀ ਖਾ ਰਹੇ ਸਨ। ਭੀੜ ਬਹੁਤੀ ਨਹੀਂ ਸੀ। ਜੁੱਤੀ ਪਾਲਿਸ਼ ਕਰਨ ਵਾਲਾ ਵੀ ਡੱਬਾ ਲੈ ਕੇ ਫਿਰ ਰਿਹਾ ਸੀ।

"ਇਸ ਦੀ ਜੁੱਤੀ ਪਾਲਿਸ਼ ਕਰ।" ਪਟਵਾਰੀ ਨੇ ਮੁੰਡੂ ਨੂੰ ਕਿਹਾ।

"ਕਿੰਨੇ ਪੈਸੇ?" ਮੈਂ ਸੁਭਾਵਕ ਹੀ ਪੁੱਛਿਆ।

"ਦੇ ਦਿਆਂਗੇ... ਕੀ ਊਠ ਘੋੜਾ ਮੰਗੇਗਾ।" ਪਟਵਾਰੀ ਨੇ ਲਾਪਰਵਾਹੀ ਨਾਲ ਕਿਹਾ।

"ਚਾਰ ਆਨੇ।" ਮੁੰਡੇ ਨੇ ਕਹਿ ਕੇ ਜੁੱਤੀ ਮੇਰੇ ਪੈਰਾਂ 'ਚੋਂ ਲਾਹ ਲਈ।

ਮੈਂ ਜੁੱਤੀ ਪਾਲਿਸ਼ ਕਰਵਾਣੀ ਚਾਹੁੰਦਾ ਸਾਂ ਭਾਵੇਂ ਪੈਸੇ ਬਹੁਤੇ ਮੰਗੇ ਸਨ। ਜੁੱਤੀ ਦਾ ਚਮੜਾ ਰੁਖਾ ਤੇ ਖੁਸ਼ਕ ਹੋ ਚੁੱਕਿਆ ਸੀ।

ਜੁੱਤੀ ਚਮਕ ਉਠੀ। ਸ਼ੀਸ਼ਾ ਬਣ ਗਈ। ਮੂੰਹ ਦੇਖਿਆ ਜਾ ਸਕਦਾ ਸੀ। ਮੈਂ ਪੈਸੇ ਦੇਣ ਲੱਗਿਆ।

"ਕਾਹਦੇ ਪੈਸੇ ਓਏ। ਤੂੰ ਤਾਂ ਜੁੱਤੀ ਖ਼ਰਾਬ ਕਰ ਤੀ। ਕਾਲਾ ਰੰਗ ਲਾ ਕੇ ਚਮੜਾ ਹੀ ਖ਼ਰਾਬ ਕਰ ਦਿੱਤਾ। ਭੱਜ ਜਾ ਕੋਈ ਪੈਸਾ ਨਹੀਂ ਮਿਲੇਗਾ। ਨਹੀਂ ਤਾਂ ਮਾਰੂੰਗਾ ਸਾਲਾ ਭਾਨ ਮੰਗਦੈ।" ਪਟਵਾਰੀ ਰੋਟੀ ਖਾ ਰਿਹਾ ਸੀ। ਮੇਰੇ ਸਾਹਮਣੇ ਵੀ ਪਲੇਟ ਰੱਖੀ ਸੀ ਪਰ ਮੈਂ ਖਾਣ ਲਈ ਮੰਨਿਆ ਨਹੀਂ ਸਾਂ।

ਪਾਲਿਸ਼ਵਾਲਾ ਮੁੰਡੂ ਡਰਿਆ ਡਰਿਆ ਤੱਕ ਰਿਹਾ ਸੀ।

ਮੈਂ ਜੇਬ 'ਚੋਂ ਚਾਰ ਆਨੇ ਦੇਣ ਵਾਸਤੇ ਕੱਢੇ।

"ਨਹੀਂ ਦੇਣੇ।" ਪਟਵਾਰੀ ਨੇ ਕੜਕਦੀ ਆਵਾਜ਼ 'ਚ ਕਿਹਾ।

"ਪਰ ਇਹਨੇ ਜੁੱਤੀ ਪਾਲਿਸ਼ ਕੀਤੀ ਹੈ।" ਮੈਂ ਡਰਦਿਆਂ ਡਰਦਿਆਂ ਕਿਹਾ।

"ਪਾਲਿਸ਼ ਨਹੀਂ ਖ਼ਰਾਬ ਕੀਤੀ ਹੈ। ਇਸ ਨੂੰ ਤਾਂ ਉਲਟੇ ਪੈਸੇ ਦੇਣੇ ਪੈਣਗੇ। ਕੱਢ ਓਏ ਪੈਸੇ। ਅੱਜ ਕਿੰਨੇ ਕਮਾਏ ਐ।" ਮੁੰਡੂ ਡਰਿਆ ਡਰਿਆ ਝਾਕ ਰਿਹਾ ਸੀ।

"ਮੈਂ ਤਾਂ ਸਰਦਾਰ ਜੀ ਗਰੀਬ ਹਾਂ।... ਤਰਸ ਕਰੋ।"

"ਗਰੀਬ ਹਾਂ... ਤੁਹਾਡੇ ਤੇ ਰੱਬ ਨੇ ਤਰਸ ਨਹੀਂ ਕੀਤਾ। ਅਸੀਂ ਕਿਉਂ ਕਰੀਏ।" ਪਟਵਾਰੀ ਕਹਿ ਰਿਹਾ ਸੀ। ਕੁਝ ਸਵਾਰੀਆਂ ਸਾਡੇ ਵੱਲ ਝਾਕ ਰਹੀਆਂ ਸਨ। "ਤੁਸੀਂ ਆਪਣਾ ਕੰਮ ਕਰੋ ਓਏ- ਖ਼ਬਰਦਾਰ ਜੇ ਸਾਡੇ ਵਲ ਝਾਕੇ ਤਾਂ ਆਨੀਆਂ ਕਢ ਦਿਆਂਗਾ।" ਪਟਵਾਰੀ ਨੇ ਝਾਕਦੇ ਬੰਦਿਆਂ ਨੂੰ ਉਹਨਾਂ ਨੇ ਮੂੰਹ ਘੁਮਾ ਲਏ। "ਸਰਦਾਰ ਦੇ ਮੋਢਿਆਂ ਤੇ ਮੌਤ ਬੈਠੀ ਹੈ।" ਕਿਸੇ ਦੀ ਆਵਾਜ਼ ਆਈ ਸੀ। "ਭੌਂਕ ਨਾ ਕੁੱਤਿਆ।" ਪਟਵਾਰੀ ਨੇ ਬੋਲਣ ਵਾਲੇ ਨੂੰ ਘੂਰਕਿਆ ਤੇ ਮੁੰਡੂ ਵਲ ਝੁੱਕ ਗਿਆ।

"ਕੱਢ ਕਿੰਨੇ ਪੈਸੇ ਹੈ ਤੇਰੇ ਕੋਲ ਨਹੀਂ ਤਾਂ ਚੁੱਕ ਕੇ ਭੱਜਦੀ ਗੱਡੀ 'ਚੋਂ ਬਾਹਰ ਸੁੱਟ ਦਿਆਂਗਾ।"

ਮੁੰਡੂ ਜੇਬ ਘੁਟ ਕੇ ਰੋਂਦਾ ਰੋਂਦਾ ਥਾਂ ਤੇ ਹੀ ਬੈਠ ਗਿਆ। ਉਸ ਦੀਆਂ ਚੀਕਾਂ ਭੱਜਦੀ ਗੱਡੀ ਦੇ ਖੜਕੇ ਤੋਂ ਵੱਧ ਸੁਣਾਈ ਦੇ ਰਹੀਆਂ ਸਨ।

"ਬਾਈ ਇਹ ਨਾ ਕਰ।" ਮੈਂ ਘਬਰਾ ਕੇ ਕਿਹਾ। ਮੈਨੂੰ ਗਰੀਬ ਮੁੰਡੂ ਤੇ ਬਹੁਤ ਤਰਸ ਆਇਆ। ਉਸ ਦੀਆਂ ਲੇਰਾਂ ਨਿਕਲ ਰਹੀਆਂ ਸਨ। ਪਟਵਾਰੀ ਨੇ ਉਸ ਦੀ ਬਾਂਹ ਨੂੰ ਵਟਾ ਦਿੱਤਾ ਹੋਇਆ ਸੀ ਜਿਸ ਤਰ੍ਹਾਂ ਗਿੱਲਾ ਕਪੜਾ ਨਚੋੜਿਆ ਜਾਂਦਾ ਹੈ।

"ਬਾਈ ਹਟ ਜਾ ਨਹੀਂ ਤਾਂ ਮੈਂ....।" ਮੈਂ ਚੀਕਿਆ।

"ਕੀ ਕਰੇਂਗਾ ਓਏ ਬਲੂੰਗੜਿਆ... ਤੇਰੇ ਕੋਲੇ ਪੈਸੇ ਵਾਧੂ ਹੈ ?"

"ਹਾਹੋ, ਵਾਧੂ ਹੈ।" ਮੈਂ ਗੁੱਸੇ ਨਾਲ ਕਿਹਾ।

"ਚੰਗਾ ਲੁਟਾ ਦੇ..." ਪਟਵਾਰੀ ਨੇ ਮੁੰਡੂ ਦੀ ਬਾਂਹ ਛੱਡ ਤੀ। ਮੈਂ ਚਾਰ ਆਨੇ ਦਿੱਤੇ ਤੇ ਮੁੰਡੂ ਦੇਖਦੇ ਦੇਖਦੇ ਰੁਕਣ ਲਈ ਧੀਮੀ ਹੋਈ ਗੱਡੀ 'ਚੋਂ ਉਤਰ ਗਿਆ ਜਿਵੇਂ ਕੋਈ ਚੋਰ ਪੁਲਿਸ ਤੋਂ ਭਜਦੈ।

ਬਹਿਰੇ ਨੇ ਸੌਂਫ ਦੇ ਨਾਲ ਇਕ ਪਲੇਟ ਵਿਚ ਬਿੱਲ ਰੱਖਿਆ। ਪਟਵਾਰੀ ਨੇ ਮੈਨੂੰ ਗੱਡੀ ਤੋਂ ਉਤਰਨ ਲਈ ਕਿਹਾ ਤੇ ਮੈਂ ਉਤਰ ਗਿਆ। ਅਸੀਂ ਇਸ ਸਟੇਸ਼ਨ ਤੇ ਹੀ ਉਤਰਨਾ ਸੀ।

"ਸਰਦਾਰ ਜੀ ਬਿੱਲ।"

"ਕਾਹਦਾ ਬਿੱਲ ?" ਪਟਵਾਰੀ ਨੇ ਹੱਥ 'ਚ ਸਫ਼ਾਜੰਗ ਸੰਭਾਲਦਿਆਂ ਕਿਹਾ।

"ਰੋਟੀ ਦਾ।"

"ਰੋਟੀ ਤਾਂ ਤੇਰੀ ਬੇਹੀ ਸੀ। ਬਕਰਾ ਤੇਰਾ ਬੁੱਢਾ, ਮਿਰਚਾਂ ਨੇ ਮੇਰਾ ਤਾਲੂਆ ਸਾੜ ਦਿੱਤਾ। ਬਕਰੇ ਦਾ ਬੁੱਢਾ ਮਾਸ ਮੇਰੀਆਂ ਜਾਹੜਾਂ ਵਿਚ ਫਸ ਗਿਆ। ਹੋ ਸਕਦੈ ਮੈਨੂੰ ਜਾੜ੍ਹਾਂ ਕਢਾਣੀਆਂ ਪੈਣ, ਉਤੋਂ ਬਿੱਲ ਮੰਗਦੈਂ। ਤੈਥੋਂ ਮੈਂ ਡਾਕਟਰ ਦੇ ਪੈਸੇ ਮੰਗਾਂਗਾ।" ਪਟਵਾਰੀ ਨੇ ਦਮਦਾਰ ਧਮਕੀ ਦਿੱਤੀ ਤੇ ਗੱਡੀ ਇਕ ਹੀ ਝਟਕੇ ਨਾਲ ਤੁਰ ਪਈ। ਪਟਵਾਰੀ ਉਤਰ ਪਿਆ ਤੇ ਬਹਿਰਾ ਵੀ ਉਸ ਦੇ ਮਗਰ ਹੀ ਲਪਕਿਆ।

"ਮੇਰੇ ਨੇੜੇ ਆਇਆ ਤਾਂ ਸਫ਼ਾਜੰਗ ਵਾਹਦੂੰ- ਸਾਲਾ ਭੈੜੀ ਰੋਟੀ ਖੁਆ ਕੇ ਉਤੋਂ ਪੈਸੇ ਮੰਗਦੈ।"

ਗੱਡੀ ਰਫ਼ਤਾਰ ਫੜ ਰਹੀ ਸੀ। ਬਹਿਰਾ ਗਾਰਡ ਵੱਲ ਦੌੜਿਆ ਜਿਹੜਾ ਹਰੀ ਝੰਡੀ ਗੋਲ ਕਰਕੇ ਡੱਬੇ ਦੇ ਅੰਦਰ ਜਾ ਰਿਹਾ ਸੀ।

"ਸਰ ਇਹ ਸਰਦਾਰ ਮੇਰੇ ਪੈਸੇ ਨਹੀਂ ਦੇ ਕੇ ਗਿਆ।" ਉਹ ਇਕ ਤਰ੍ਹਾਂ ਵਿਲਕ ਰਿਹਾ ਸੀ। ਸ਼ਾਇਦ ਉਸ ਦੇ ਹੰਝੂ ਵਹਿ ਰਹੇ ਸਨ। ਗੱਡੀ ਦਾ ਗਾਰਡ ਤੇ ਬਹਿਰੇ ਦਾ ਡੱਬਾ ਸਾਡੇ ਸਾਹਮਣੇ ਤੋਂ ਲੰਘ ਚੁੱਕਿਆ ਸੀ। ਗੱਡੀ ਨਹੀਂ ਰੁਕੀ ਬਹਿਰੇ ਦੀਆਂ ਚੀਕਾਂ ਸੁਣਨੋਂ ਬੰਦ ਹੋ ਗਈਆਂ ਸਨ।

ਅਸੀਂ ਸਟੇਸ਼ਨ ਤੋਂ ਬਾਹਰ ਆ ਗਏ। ਸੁੰਨੇ ਜਿਹੇ ਸਟੇਸ਼ਨ ਤੇ ਟਿਕਟ ਫੜਨ ਵਾਲਾ ਕੋਈ ਬਾਬੂ ਨਹੀਂ ਸੀ। ਸਵਾਰੀਆਂ ਆਪਣੇ ਰਾਹ ਤੁਰ ਗਈਆਂ ਸਨ। ਅਸੀਂ ਵੀ ਪਗਡੰਡੀ ਤੋਂ ਕੋਟ ਵੱਤਾ ਪਿੰਡ ਦੇ ਵਿਚ ਦੀ ਭੂਆ ਦੇ ਪਿੰਡ ਭਾਗ ਵੱਲ ਤੁਰ ਰਹੇ ਸੀ। ਦਿਨ ਰੱਸਾ ਭਰ ਸੀ ਜਦ ਕਿ ਚਾਨਣ ਪੀਲਾ ਹੋ ਚਲਿਆ ਸੀ। ਰਾਹ ਦੇ ਮੋੜ ਤੇ ਪਿੰਡ ਦੀ ਫਿਰਨੀ ਤੇ ਇਕ ਗਊ ਨਵੀਂ ਹੋ ਰਹੀ ਸੀ। ਢੱਠਾ ਜਵਾਨ ਸੀ। ਜਿਸ ਦੇ ਸਿੰਗ ਸੇਲੇ ਵਾਂਗ ਤਿੱਖੇ ਸਨ। ਢੱਠੇ ਦਾ ਰੰਗ ਆਸਮਾਨੀ ਸੀ। ਉਹ ਘੂੰਰੂ ਪਾ ਰਿਹਾ ਸੀ। ਲੱਗਦਾ ਸੀ ਪੂਰੇ ਕਰੋਧ ਵਿਚ ਸੀ।

"ਬਾਈ ਜੀ ਇਸ ਤੋਂ ਥੋੜ੍ਹਾ ਦੂਰੋਂ ਲੰਘੋ, ਇਹ ਬੜੇ ਗੁੱਸੇ ਭਰੀ ਤਕਣ ਨਾਲ ਤੱਕ ਰਿਹੈ। ਇਹ ਮਗਰ ਪੈ ਸਕਦੈ।" ਮੈਂ ਕਿਹਾ।

"ਛੱਡ... ਡਰੂ ਨਾ ਹੋਵੇ... ਇਸ ਤਰ੍ਹਾਂ ਦੇ ਸਾਹਨ ਢੱਠੇ ਅਸੀਂ ਕੁਟ ਕੁਟ ਕੇ ਸਿੱਧੇ ਕੀਤੇ ਨੇ। ਤੂੰ ਜੱਟਾਂ ਦਾ ਮੁੰਡੈ ਕਿ ਕਰਾੜਾਂ ਦਾ।" ਬਾਈ ਨੇ ਮੇਰੀ ਗੱਲ ਨੂੰ ਸਿੱਟੇ ਦੇ ਬੂਰ ਵਾਂਗ ਝਾੜ ਦਿੱਤਾ। ਮੈਨੂੰ ਲੱਗ ਰਿਹਾ ਸੀ ਢੱਠਾ ਪਿੱਛੇ ਪਏਗਾ। ਮੈਂ ਰਾਹ ਛੱਡ ਕੇ ਦੂਰੋਂ

ਲੰਘ ਰਿਹਾ ਸਾਂ ਪਰ ਬਾਈ ਜੀ ਉਸ ਦੇ ਕੋਲ ਜਾ ਰਿਹਾ ਸੀ। ਢੱਠੇ ਨੇ ਫੁੰਕਾਰੇ ਮਾਰਨੇ ਸ਼ੁਰੂ ਕਰ ਦਿੱਤੇ ਸਨ ਪਰ ਬਾਈ ਜੀ ਸਫ਼ਾਜੰਗ ਦਿਖਾ ਕੇ ਉਸ ਨੂੰ ਡਰਾਣ ਦੀ ਕੋਸ਼ਿਸ਼ ਕਰ ਰਹੇ ਸਨ।

ਢੱਠੇ ਨੇ ਬਾਈ ਨੂੰ ਟੱਕਰ ਮਾਰਨ ਦੀ ਕੋਸ਼ਿਸ਼ ਕੀਤੀ ਪਰ ਬਾਈ ਜੀ ਨੇ ਉਸ ਦੇ ਸਿਰ ਵਿਚ ਸਫ਼ਾਜੰਗ ਜੜ ਦਿੱਤਾ ਜਿਹੜਾ ਉਸ ਦੇ ਖੰਗੜ ਵਰਗੇ ਸਿਰ ਵਿਚ ਇਕ ਇੰਚ ਖੁੱਭ ਗਿਆ ਤੇ ਸਫ਼ਾਜੰਗ ਦਾ ਫਲ਼ ਟੁਟ ਗਿਆ। ਢੱਠਾ ਪੀੜ ਨਾਲ ਕਰਾਹਿਆ ਤੇ ਚਾਰ ਕਦਮ ਪਿੱਛੇ ਹਟ ਕੇ ਬਾਈ ਨੂੰ ਸਿੰਗਾਂ ਤੇ ਚੁੱਕ ਕੇ ਕੰਧ ਨਾਲ ਮਾਰਿਆ। ਫਿਰ ਮਾਰਿਆ-ਫਿਰ ਮਾਰਿਆ ਤੇ ਬਾਈ ਦੀਆਂ ਚੀਕਾਂ ਬੰਦ ਹੋ ਗਈਆਂ ਤੇ ਢੱਠਾ ਜੇਤੂਆਂ ਵਾਂਗ ਬਾਈ ਦੇ ਮੁਰਦਾ ਸਰੀਰ ਤੇ ਅਗਲੇ ਪੈਰ ਧਰ ਕੇ ਖੜਾ ਹੋ ਗਿਆ। ਉਸ ਦੇ ਮੂੰਹ ਵਿਚੋਂ ਝੱਗ ਡਿੱਗ ਰਹੀ ਸੀ ਤੇ ਸਿਰ ਵਿਚੋਂ ਲਹੂ ਸਿੰਮ ਰਿਹਾ ਸੀ। ਉਹ ਸਿਰ ਹਿਲਾ ਰਿਹਾ ਸੀ। ਸਿੰਗਾਂ ਨਾਲ ਬਾਈ ਜੀ ਦੀ ਹੋਂਦ ਨੂੰ ਸ਼ਾਇਦ ਜਾਂਚ ਰਿਹਾ ਸੀ ਪਰ ਬਾਈ ਜੀ ਦਾ ਭੌਰ ਉਡਾਰੀ ਮਾਰ ਚੁੱਕਿਆ ਸੀ। ਮੇਰੀਆਂ ਚੀਕਾਂ ਬੰਦ ਹੋ ਗਈਆਂ ਸਨ। ਗਲਾ ਜਵਾਬ ਦੇ ਚੁੱਕਿਆ ਸੀ। ਸੂਰਜ ਡੁੱਬ ਚੁੱਕਿਆ ਸੀ। ਪਿੰਡ ਦੇ ਲੋਕ ਵਾਹੋਦਾਹੀ ਜਮਾਂ ਹੋ ਰਹੇ ਸਨ। ਡਰਦੇ ਲੋਕ ਢੱਠੇ ਦੇ ਨੇੜੇ ਨਹੀਂ ਜਾ ਰਹੇ ਸਨ। ਲੋਕਾਂ ਨੂੰ ਪਤਾ ਨਹੀਂ ਲੱਗ ਰਿਹਾ ਸੀ ਮਰਨ ਵਾਲਾ ਕੌਣ ਸੀ। ਲੋਕਾਂ ਦੇ ਮੁਤਾਬਕ ਢੱਠਾ ਬਹੁਤ ਸਾਊ ਸੀ, ਉਹ ਕਿਸੇ ਤੇ ਵੀ ਹਮਲਾ ਨਹੀਂ ਕਰਦਾ ਸੀ। ਉਹ ਪਿੰਡ ਦਾ ਪਾਲਤੂ ਢੱਠਾ ਸੀ। ਖੇਤੀ ਦਾ ਨੁਕਸਾਨ ਨਹੀਂ ਕਰਦਾ ਸੀ। ਸੈਰ ਕਰਨ ਵਾਲਿਆਂ ਵਾਂਗ ਜਾਂ ਸਿਆਣਿਆਂ ਦੇ ਸਾਗ ਤੋੜਨ ਵਾਂਗ ਖੇਤਾਂ ਵਿਚਦੀ ਇਕ ਇਕ ਬੁਰਕੀ ਚਰਦਾ ਮੀਲਾਂ ਦੂਰ ਚਲਾ ਜਾਂਦਾ ਸੀ। ਉਸ ਨੂੰ ਕੋਈ ਵੀ ਖੇਤ 'ਚੋਂ ਮੋੜਦਾ ਨਹੀਂ ਸੀ। ਚਰਨੋਂ ਨਹੀਂ ਰੋਕਦਾ ਸੀ। ਹੱਥ ਦੇ ਇਸ਼ਾਰੇ ਤੇ ਉਹ ਰਾਹ ਬਦਲ ਜਾਂਦਾ ਸੀ। ਗੁੱਸੇ ਨਾਲ ਫੁੰਕਾਰੇ ਨਹੀਂ ਮਾਰਦਾ ਸੀ। ਉਸਦੀ ਗਊ ਸੰਵਾਰੀ ਕਦੇ ਫਿਰਦੀ ਨਹੀਂ ਸੀ। ਜਿਸ ਦੀ ਵੀ ਗਊ ਸੰਵਰਦੀ ਸੀ ਉਹ ਘਰ ਉਸ ਦੀ ਤਿੰਨ ਦਿਨ ਸੇਵਾ ਕਰਦਾ ਸੀ। ਗੁੜ ਚਾਰਦਾ ਸੀ। ਦਾਣਾ ਚਾਰਦਾ ਸੀ। ਉਹ ਘਰ ਦੇ ਦੂਸਰੇ ਪਸ਼ੂਆਂ ਤੇ ਹਮਲਾ ਨਹੀਂ ਕਰਦਾ ਸੀ ਤੇ ਤੀਜੇ ਦਿਨ ਸਿਆਣਿਆਂ ਵਾਂਗ ਉਹ ਆਪਣੇ ਆਪ ਹੀ ਘਰ ਛੱਡ ਦਿੰਦਾ ਸੀ। ਉਹ ਦੂਸਰੇ ਪਿੰਡ ਦੀ ਗਊ ਨੂੰ ਸੰਵਾਰਦਾ ਨਹੀਂ ਸੀ। ਕਿਸੇ ਵੀ ਗੁੜ ਜਾਂ ਚਾਰੇ ਦਾ ਲਾਲਚ ਨਹੀਂ ਕਰਦਾ ਸੀ। ਜਿਸ ਘਰ ਦਾ ਉਹ ਛੱਡਿਆ ਸੀ ਉਸ ਘਰ ਵਾਲੇ ਨੇ ਬੁਚਕਾਰ ਮਾਰ ਕੇ ਉਸ ਨੂੰ ਪਟਵਾਰੀ ਦੀ ਲਾਸ਼ ਤੋਂ ਹਟਾ ਲਿਆ ਸੀ। ਉਹ ਸਾਊਆਂ ਵਾਂਗ ਪਾਸੇ ਖੜਾ ਸੀ।

*